Vietnamese

PHRASEBOOK & DICTIONARY

Acknowledgments
Associate Publisher Mina Patria
Managing Editor Angela Tinson
Editor Branislava Vladisavljevic
Series Designer Mark Adams
Managing Layout Designer Jane Hart
Layout Designer Clara Monitto
Cover Image Researcher Naomi Parker

Thanks
Carol Jackson, Chris Love, Wayne Murphy, Jeanette Wall

Published by Lonely Planet Publications Pty Ltd
ABN 36 005 607 983

6th Edition – Sep 2013
ISBN 978 1 74321 436 7
Text © Lonely Planet 2013
Cover Image Binh Thuan Province, Rene Mattes/Corbis ©
Printed in China 10 9 8 7 6 5 4 3 2 1

Contact lonelyplanet.com/contact

Although the authors and Lonely Planet try to make the information as accurate as possible, we accept no responsibility for any loss, injury or inconvenience sustained by anyone using this book.

Paper in this book is certified against the Forest Stewardship Council™ standards. FSC™ promotes environmentally responsible, socially beneficial and economically viable management of the world's forests.

MIX
Paper from
responsible sources
FSC® C021741
www.fsc.org

acknowledgments

Editor Branislava Vladisavljevic would like to acknowledge the following people for their contributions to this phrasebook:

Ben Handicott for transliterations, translations, cultural information and proofing the manuscript. Ben lived in Vietnam for three years and now works as a publisher for Lonely Planet.

Ben would like to thank Benjamin Reichman for his translations and advice; Ralph Schwer and Nga Ngọc Schwer for their assistance with the dictionary and comments on the manuscript; and Ralph again for his thoughts on the transliteration system. Thanks also to a dedicated bunch who've tested the transliterations in Footscray *phở* haunts and *bánh mì* bakeries (as if the food wasn't thanks enough).

Yukiyoshi Kamimura for the internal illustrations and Lara Cameron for the cover illustration.

Mark Germanchis, David Burnett and Nick Stebbing for technical assistance and software support.

make the most of this phrasebook ...

Anyone can speak another language! It's all about confidence. Don't worry if you can't remember your school language lessons or if you've never learnt a language before. Even if you learn the very basics (on the inside covers of this book), your travel experience will be the better for it. You have nothing to lose and everything to gain when the locals hear you making an effort.

finding things in this book

For easy navigation, this book is in sections. The Basics chapters are the ones you'll thumb through time and again. The Practical section covers basic travel situations like catching transport and finding a bed. The Social section gives you conversational phrases, pick-up lines, the ability to express opinions – so you can get to know people. Food has a section all of its own: gourmets and vegetarians are covered and local dishes feature. Safe Travel equips you with health and police phrases, just in case. Remember the colours of each section and you'll find everything easily; or use the comprehensive Index. Otherwise, check the two-way traveller's Dictionary for the word you need.

being understood

Throughout this book you'll see coloured phrases on each page. They're phonetic guides to help you pronounce the language. Start with them to get a feel for how Vietnamese sounds. The pronunciation chapter in Basics will explain more, but you can be confident that if you read the coloured phrase, you'll be understood. As you become familiar with the spoken language, move on to using the actual Vietnamese text which will help you perfect your pronunciation.

communication tips

Body language, ways of doing things, sense of humour – all have a role to play in every culture. 'Local talk' boxes show you common ways of saying things, or everyday language to drop into conversation. 'Listen for ...' boxes supply the phrases you may hear. They start with the language (so local people can point out what they want to say to you) and then lead in to the pronunciation guide and the English translation.

CONTENTS

5

CONTENTS

7

vietnamese

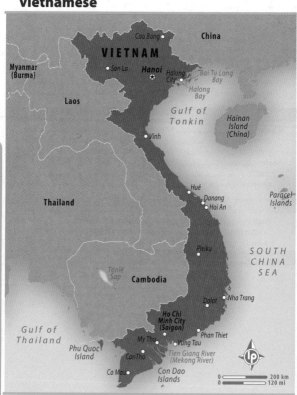

Cao Bang

China

VIETNAM

Myanmar
(Burma)

Son La

Hanoi

Halong
City

Bai Tu Long
Bay

Halong
Bay

Laos

Gulf of
Tonkin

Hainan
Island
(China)

Vinh

Thailand

Hué

Danang

Hoi An

Paracel
Islands

Pleiku

SOUTH
CHINA
SEA

Tonle
Sap

Cambodia

Dalat

Nha Trang

Ho Chi
Minh City
(Saigon)

Phan Thiet

Gulf of
Thailand

My Tho

Vung Tau

Phu Quoc
Island

CanTho

Tien Giang River
(Mekong River)

Ca Mau

Con Dao
Islands

0   200 km
0   120 mi

ABOUT VIETNAMESE

official language

For more details, see the **introduction**.

8

The distant ancestor of today's Vietnamese was born in the Red River Delta region, now in northern Vietnam. Initially, it was strongly influenced by Indic and Malayo-Polynesian languages, but this all changed when the Chinese took control of the coastal nation in the 2nd century BC.

Over a millennium, nearly 30 dynasties of Chinese rulers held sway in Vietnam. This period saw Chinese used as the language of literature, academia, science, politics and the Vietnamese aristocracy. The common people, however, still spoke the vernacular language, which was written in chữ nôm jŭhr nawm. This script consisted of Chinese characters adapted to express Vietnamese sounds, and it was used until the early 20th century. Over two thirds of Vietnamese words are derived from Chinese sources – this vocabulary is termed Hán Việt haán vee·ụht (Sino-Vietnamese).

Following a century of fighting for independence, the Vietnamese gained control of their own land in AD 939. Vietnamese, written in chữ nôm, gained prestige as the nation rebuilt itself. This was the richest time for Vietnamese literature – great works such as the poetry of Ho Xuan Huong and the epic poem Truyện Kiều chwee·ụhn ğee·oò ('The Tale of Kieu') by Nguyen Du were composed.

The first European missionaries appeared in Vietnam in the 16th century. The French gradually asserted themselves over the

introduction

Portuguese as the region's dominant European power, adding Vietnam to Indochina in 1859 when they took control of Saigon. French vocabulary began to be used in Vietnamese, and in 1910 the Latin-based quốc ngữ gwáwk ngúhr script was declared the language's official written form, facilitating French rule even further. This 29-letter phonetic alphabet had been invented in the 17th century by Alexandre de Rhodes, a French Jesuit missionary. Today virtually all writing is in quốc ngữ.

Despite the many conflicts which Vietnam has faced since the middle of last century, little has changed in the Vietnamese language. Some modifications, however, were made to quốc ngữ during the '50s and '60s – this made the script representative of a 'Middle Vietnamese' dialect which combines the initial consonants of the south with the vowels and final consonants of the north.

Today, Vietnamese is the official language of the Socialist Republic of Vietnam. It's spoken by about 85 million people worldwide, both in Vietnam and among migrant communities in Australia, Europe, North America and Japan.

This book gives you the practical phrases you need to get by in Vietnamese, as well as all the fun, spontaneous phrases that can lead to a better understanding of Vietnam and its people. Once you've got the hang of how to pronounce Vietnamese words, the rest is just a matter of confidence. Local knowledge, new relationships and a sense of satisfaction are on the tip of your tongue. So don't just stand there, say something!

abbreviations used in this book

a	adjective	⑩	north
adv	adverb	pl	plural
f	feminine	pol	polite
inf	informal	prep	preposition
lit	literal	sg	singular
m	masculine	⑤	south
n	noun	v	verb

vowel sounds

symbol	english equivalent	vietnamese example	transliteration
a	at	*me*	ma
aa	father	*ba*	baa
ai	aisle	*ai*	ai
ay	play	*bay*	bay
aw	law	*số*	sáw
e	bet	*ghê*	ge
ee	feet	*đi*	đee
er	her	*phở*	fẻr
i	fit	*thích*	tík
o	lot	*lo*	lo
oh	doh!	*phau*	foh
oo	through	*đủ*	đoỏ
oy	boy	*tôi*	doy
ow	cow	*sao*	sow
u	book	*lúc*	lúp
uh	but	*gặp*	guhp
uhr	fur (without the 'r')	*từ*	dùhr

Most Vietnamese vowel sounds exist in English, so you shouldn't have too much trouble pronouncing them. Once you've got the hang of the tones and the few challenging vowel sounds you'll be well on your way.

Vowel sounds can also have various combinations within a word (as shown in the table below). In such cases, each vowel is pronounced separately. In our pronunciation guides we've used dots (eg dee·úhng) to separate the different vowel sounds, but simplified three-vowel instances to two – that's not to say that there aren't three vowels in action, but when you get to the point of recognising the distinctions, you'll be using the Vietnamese script anyway.

symbol	vietnamese example	transliteration
ay·oo	meo	may·oo
ee·e	miếng	mee·úhng
ee·oo	phiều	fee·òo
ee·uh	mía	mee·úh
o·ee	mọi	mo·ẹe
oo·ee	mùi	moo·èe
oo·uh	muốn	moo·úhn
uhr·ee	mười	muhr·èe
uhr·er	được	duhr·ẹrk
uhr·oo	mưu	muhr·oo
uhr·uh	mưa	muhr·uh

The accent marks above or below vowels in written Vietnamese (eg á, ẻ, ụ) refer to the tones (see next page).

tones

If you listen to someone speaking Vietnamese you'll notice that some vowels are pronounced with a high or low pitch while others swoop or glide in an almost musical manner. This is because Vietnamese uses a system of tones to make distinctions between words.

There are six tones used in Vietnamese: mid, low falling, low rising, high broken, high rising and low broken. The accent marks above or below the vowel in written Vietnamese (and also in our pronunciation guides) remind you which one to use. Note that the mid tone is flat. In the south, the low rising and the high broken tones are both pronounced as the low rising tone.

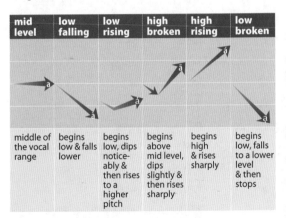

mid level	low falling	low rising	high broken	high rising	low broken
middle of the vocal range	begins low & falls lower	begins low, dips noticeably & then rises to a higher pitch	begins above mid level, dips slightly & then rises sharply	begins high & rises sharply	begins low, falls to a lower level & then stops

consonant sounds

Vietnamese consonant sounds are generally a breeze for English speakers to pronounce. The challenge for some people is the ng at the start of a word. English has this sound (eg 'sing'), but only in the middle or at the end of a word.

symbol	english equivalent	vietnamese example	transliteration
b	bed	*ba*	ba
ch	chill	*trà*	chà
d	stop	*tin*	din
đ	dog	*đề*	đày
f	fit	*pha*	faa
g	gap	*ga, ghen tị*	gaa, gen dẹe
ğ	skill	*cá, kem*	ğá, ğem
h	hat	*hát*	hát
j	jam	*chó*	jó
k	kit	*khách*	kaák
l	let	*lý*	lée
m	mat	*trung, me*	chum, ma
n	not	*nóng*	nóm
ng	sing	*ngon, anh*	ngon, ang
ny	canyon	*nhà*	nyà
p	top	*súp, tóc*	súp, dóp
s	sad	*sữa, xin*	sửhr·a, sin
t	top	*thích*	tík
v	vase	*vịt*	vịt
w	water	*quá*	ğwá
z	zoo	*giấy, do*	záy, zo

regional differences

There are three main varieties of spoken Vietnamese – northern (around Hanoi), southern (around HCMC) and central (Hue). In this book we've used Hanoi pronunciation, but also provided Saigon pronunciation and vocabulary for common-use variations. We've marked the two options when they occur as Ⓝ and Ⓢ. The Vietnamese spoken around Hue is considered even by Vietnamese to be quite unique. In fact, as a first-time speaker of Vietnamese, you might find that people in the north and south ask you if your strange pronunciation comes from having learnt Vietnamese in the centre of the country!

There are a few very obvious pronunciation differences between northern and southern consonants. The table below explains these. Vowels also differ, though this tends to be more subtle. See **tones** on page 13 for information on regional variations relating to tone.

consonant	southern dialect	northern dialect
d	y as in '**yes**'	z
gi	y as in '**yes**'	z
nh	n as in '**not**'	ng
r	r as in '**rat**'	z

word stress

Vietnamese words are considered to have one syllable, so stress is not a major issue when speaking. Tones can make words sound stressed though – work on your tones and it'll all fall into place.

reading & writing

Vietnamese has a 29-letter phonetic alphabet known as *quốc ngữ* gwáwk ngŭhr. It includes all the letters of the English alphabet, except 'f', 'j', 'w' and 'z', plus a few diacritic-laden letters of its own. For spelling purposes, the pronunciation of each letter is provided below. The order shown has been used in the **menu decoder** and the **vietnamese–english dictionary**. We've also used the following order when the same letter has different tone marks – a, á, à, ả, ã, ạ. In some dictionaries, you may find *ch, gh, kh, ng, nh, ph, th* and *tr* listed as separate letters.

alphabet				
A a aa	Ă ă uh	Â â uh	B b be	C c se
D d ze	Đ đ de	E e a	Ê ê e	G g zhe
H h haat	I i ee	K k ğaa	L l e·luh	M m e·muh
N n e·nuh	O o o	Ó ô aw	Ơ ơ er	P p be
Q q koo	R r e·ruh	S s e·suh	T t de	U u u
Ư ư uhr	V v ve	X x ek·suh	Y y ee·gret	

BASICS

16

a–z phrasebuilder
ngữ pháp

contents

The index below shows which grammatical structures you can use to say what you want. Look under each function – listed in alphabetical order – for information on how to build your own sentences. For example, to tell the taxi driver where your hotel is, look for **giving instructions** and you'll be directed to information on **demonstratives**, **prepositions** etc. A **glossary** of grammatical terms is included at the end to help you.

adjectives & adverbs

describing people/things • doing things

Adjectives can also be used as adverbs. Adjectives and adverbs come after the noun or verb they describe.

This is a very fast car.
   Xe này nhanh lắm.   sa này nyaang lúhm
   (lit: vehicle this fast very)

We want to go quickly.
   Chúng tôi muốn đi nhanh.   júm doy moo·úhn đee nyaang
   (lit: we want go fast)

See also **word order**.

be

doing things • making statements • negating

The verb *là* laà (be), which never changes form, comes after the subject, just as 'be' does in English. To make a 'be' statement negative, place *không phải* kawm faỉ (lit: no true) before *là*:

I'm a student.
   Tôi là sinh viên.   doy laà sing vee·uhn
   (lit: I be student)

He isn't a teacher.
   Ông ấy không phải   awm áy kawm faỉ
   là giao viên.   laà zow vee·uhn
   (lit: he no true be teacher)

In a sentence with 'be' + adjective, *là* is omitted. If the adjective is a 'negative' one – like *bệnh* bẹng (sick) – use the word *bị* bẹe (bad-be) instead of *là*.

I'm thirsty.	*Tôi khát nước.*	doy kaát nuhr·érk
	(lit: I thirsty)	
I'm sick.	*Tôi bị bệnh.*	doy bẹe bẹng
	(lit: I bad-be sick)	

The verb *là* isn't used to indicate location (as in 'I am here') – instead, use the preposition *ở* ėr (at).

I'm in Vietnam.   *Tôi ở Việt Nam.*   doy ėr vee·ụht naam
                             (lit: I at Vietnam)

See also **negatives**, **prepositions** and **verbs**.

classifiers

counting people/things

When counting, Vietnamese speakers use classifiers or 'counters' between the numbers and the nouns. In English we do this with words like 'pants' – we say 'three pairs of pants' instead of 'three pants'. The word 'pairs' not only classifies 'pants' but also items such as shoes, sunglasses, socks and so on. In Vietnamese, you need to use a classifier whenever you count objects in a given category. The most common classifiers are listed below – *cái* ğaí, in particular, can be used with any noun. Other useful classifiers are listed on the next page.

common classifiers		
animals	*con*	ğon
inanimate objects	*cái*	ğaí
people	*người*	nguhr·eè

two tickets	*hai cái vé*	hai ğaí vá
three dogs	*ba con chó*	baa ğon jó
four Australians	*bốn người Úc*	báwn nguhr·eè úp

Note that, like in English, some nouns can be used without classifiers:

two beers	*hai bia*	hai bee·uh
two bottles of beer	*hai chai bia*	hai jai bee·uh

See also **demonstratives** and **plurals**.

other classifiers		
book-like objects	*quyển*	ğweẻ·uhn
bottles	*chai*	jai
buildings	*cần*	ğàn
couples or pairs	*đôi*	đoy
flat objects or sheets	*tờ*	dèr
flowers	*bông*	bawm
individual items	*chiếc*	jee·úhk
photos or flat art	*bức*	búhrk
plants or trees	*cây*	ğay
round objects	*quả*	quả
sets of items	*bộ*	bạw
vehicles	*xe*	sa

demonstratives

**giving instructions · indicating location ·
naming people/things · pointing things out**

Demonstratives (in the table below) are used with classifiers and
come after the classifier and the noun they describe. For plurals,
just add the plural marker *những* nyũhrng before the classifier
(note that *cái* ğaí can be replaced by any other classifier).

demonstratives					
this	*(cái) này*	(ğaí) này	these	*những (cái) này*	nyũhrng (ğaí) này
that	*(cái) đó*	(ğaí) đó	those	*những (cái) đó*	nyũhrng (ğaí) đó

this painting	*bức tranh này*	búhrk chaang này
	(lit: classifier-flat-art painting this)	
these mangos	*những trái xoài này*	nyũhrng chaí swaì này
	(lit: plural classifier-fruit mango this)	

If it's clearly understood which item you're talking about (eg if you're pointing at something in a shop or a restaurant), you can drop the noun and keep the classifier and the demonstrative.

I'd like this (snake).
  Tôi muốn con (rán) này.   doy moo·úhn ğon (zaán) này
  (lit: I want classifier-animal (snake) this)

See also **classifiers** and **plurals**.

have

To say you possess something in Vietnamese, use the word *có* ğó (have), which never changes form. For a negative statement, just add the word *không* kawm (no) before *có*.

I have a visa.	*Tôi có visa.*	doy ğó vee·saa
	(lit: I have visa)	
I don't have a visa.	*Tôi không có visa.*	doy kawm ğó vee·saa
	(lit: I no have visa)	

See also **negatives**, **possessives**, **there is/are** and **verbs**.

negatives

For negative statements, add the word *không* kawm (no) before the verb.

We're going by plane.
  Chúng tôi đi bằng máy bay.   júm doy dee bùhng máy bay
  (lit: we go by plane)

We're not going by plane.
Chúng tôi không đi bằng   júm doy đee bùhng
máy bay.   máy bay
(lit: we no go by plane)

See also **be**, **have** and **there is/are**.

personal pronouns

Using personal pronouns correctly is the most difficult part of Vietnamese grammar, as they vary depending on the age, gender and social position of both speaker and the listener, plus the level of intimacy between them or how closely they're related. On the positive side, pronouns don't change form in the subject or object position – eg 'I' and 'me' are both translated as *tôi* doy.

The forms appropriate for the context have been used in all phrases in this book. The table below gives the general pronouns which will be suited to most situations you're likely to encounter. For a more comprehensive list, see the box **title case** on page 99. For more on pronouns used in informal situations, see the box **who do you love**, page 121.

personal pronouns		
I/me	*tôi*	doy
you sg	*bạn*	baạn
he/him	*ông ấy*	awm áy
she/her	*cô ấy*	ğaw áy
it	*cái đó*	ğaí đó
we/us excl/incl	*chúng tôi/ta*	júm doy/daa
you pl	*các bạn*	kaák baạn
they/them	*họ*	họ

a–z phrasebuilder

23

Note that the pronoun 'we' has two forms in Vietnamese – the exclusive form (excl) is used to exclude the person spoken to, while the inclusive form (incl) is used to include the person spoken to.

plurals

Vietnamese nouns don't change form for plural. Instead, you can use the plural marker *những* nyũhrng before the noun. If you're counting with numbers, you need to use a classifier instead of the plural marker. See also **classifiers** and **demonstratives**.

bicycle	*xe đạp*	sa đaạp
	(lit: bicycle)	
bicycles	*những xe đạp*	nyũhrng sa đaạp
	(lit: plural-marker bicycle)	

possessives

To express possession in Vietnamese, use a personal pronoun (eg 'I', 'she') from the table on the previous page followed by the word *của* ğoỏ·uh (of). See also **have**.

| my passport | *hộ chiếu của tôi* | hạw jee·oó ğoỏ·uh doy |
| | (lit: passport of I) | |

prepositions

Prepositions are used to show the relationship between words in a sentence, just like in English. They come before the words they refer to. Some useful ones are listed on the next page.

I'm in Vietnam.   *Tôi ở Việt Nam.*   doy ẻr vee·ụht naam
(lit: I at Vietnam)

prepositions					
at/in/on (place)	*ở*	ẻr	**from (time)**	*từ*	dùhr
at/on (time)	*lúc*	lúp	**to (place)**	*đến*	đèn
for (purpose)	*để*	đẻ	**until**	*đến*	đèn
for/in (time)	*trong*	chom	**with**	*với*	ver·eé

questions

There are several ways to form a question in Vietnamese. These structures all use the general subject-verb-object word order. In each case, you answer 'yes' by repeating the key word and 'no' by saying *không* kawm (no) plus that key word.

question type	structure	answer (yes)	answer (no)
yes/no question	... verb *không?* ... kawm (lit: verb no)	verb	*không* + verb kawm ...
yes/no question (asking for confirmation)	... *phải không?* fai kawm (lit: right no)	*Phải.* fai	*Không phải.* kawm fai
'can' question	... *được không?* đuhr·ẹrk kawm (lit: can no)	*Được.* đuhr·ẹrk	*Không được.* kawm đuhr·ẹrk

Do you have an English–Vietnamese dictionary?
Bạn có tự điển   baạn ğó dụhr đeẻ·uhn
Anh–Việt không?   aang vee·ụht kawm
(lit: you have dictionary English-Vietnamese no)

Yes./No.
Có./Không có.   ğó/kawm ğó
(lit: have/no have)

You're a student, right?
Bạn là sinh viên,   baạn laà sing vee·uhn
phải không?   fai kawm
(lit: you be student right no)

Yes./No.
Phải./Không phải.   fai/kawm fai
(lit: right/no right)

Can you help me?
Bạn thể giúp   baạn tảy zúp
tôi được không?   doy đuhr·ẹrk kawm
(lit: you help me can no)

Yes./No.
Được./Không được.   đuhr·ẹrk/kawm đuhr·ẹrk
(lit: can/no can)

The questions words below can be used on their own, or come at the start or end of a sentence (as shown on the next page).

question words		
How?	*... như thế nào?*	... nyuhr táy nòw
How many/much?	*... bao nhiêu?*	... bow nyoo
What?	*... cái gì?*	... ğaí zeè
When?	*Khi nào ...?*	kee nòw ...
Where?	*... ở đâu?*	... ẻr đow
Which?	*... cái nào?*	... ğaí nòw
Who?	*Ai ...?*	ai ...
Why?	*... tại sao?*	... taị sow

example questions

How do you pronounce this?
Phát âm từ này   faát aám dùhr này
như thế nào?   nyuhr táy nòw

How much is a kilo of rice?
Một cân gạo là   mạwt ğuhn gọw laà
bao nhiêu?   bow nyee·oo

What's that?
Đó là cái gì?   đó laà ğaí zeè

When does it get dark?
Khi nào thì trời tối?   kee nòw teè cher·eè dóy

Where can I buy a ticket?
Tôi có thể mua vé ở đâu?   doy ğó tẻ moo·uh vá ẻr doh

Which village is this?
Làng này là cái nào?   laàng này laà ğaí nòw

Who made it?
Ai đã xây nó?   ai đaã say nó

Why are you studying Vietnamese?
Tại sao bạn học   dại sow bạn họp
tiếng Việt?   dee·úhng vee·ụht

requests

giving instructions · making requests

To make a direct request, use the dictionary form of a verb:

Wait here.   *Đợi ở đây.*   đer·eẹ ẻr day
        (lit: wait at here)

To make a polite request, place the word *xin* sin before the verb.

Please wait here.   *Xin đợi ở đây.*   đer·eẹ ẻr day
        (lit: request wait at here)

See also **verbs**.

there is/are

Use *có* ğó (have) for 'there is/are' and *không có* kawm ğó (lit: no have) for 'there isn't/aren't'.

There's a phone here.
  Ở đây có máy điện thoại.   ér đay ğó máy đee·ụhn twại
  (lit: at here have classifier-machine telephone)

There's no phone here.
  Ở đây không có máy   ér đay kawm ğó máy
  điện thoại.   đee·ụhn twại
  (lit: at here no have classifier-machine telephone)

If you're pointing at something to indicate where it is, use *đây là* day laà for 'here is/are' and *đó là* đó laà for 'there is/are'.

Here's my ticket.
  Đây là vé của tôi.   đay laà vá ğoỏ·uh doy
  (lit: here be ticket of I)

There are my bags.
  Đó là hành lý của tôi.   đó laà haàng leé ğoỏ·uh doy
  (lit: there be luggage of I)

See also **have** and **demonstratives**.

verbs

Vietnamese verbs never change form – they remain the same regardless of gender, person or tense. Some tense markers (eg *đã* đaã for the past tense, *đang* đaang for the present and *sẽ* sã for future actions), which always precede the main verb, can help indicate when the action is happening. Including words which specify time (eg *ngày mai* ngày mai 'tomorrow' or *hôm qua* hawm ğwaa 'yesterday') is also a very common and acceptable way to indicate tense.

Have you bought any souvenirs?
Bạn có mua kỷ   baạn ğó moo·uh ğeẻ
niệm chưa?   nee·ụhm juhr·uh
(lit: you past buy souvenir yet)

She's buying souvenirs.
Bà ấy đang mua   baà áy đaang moo·uh
kỷ niệm.   ğeẻ nee·ụhm
(lit: she in-the-process-of buy souvenir)

He's going to buy souvenirs.
Ông ấy sẽ mua kỷ niệm.   awm áy sã moo·uh ğeẻ nee·ụhm
(lit: he will buy souvenir)

past actions		
đã	đaã	past tense
có	ğó	past tense (to ask/answer a question)
rồi	zòy	'already'

present actions		
đang	đaang	'in the process of'
còn	ğòn	'still'

future actions		
sẽ	sã	'will' or 'shall'
sắp	súhp	'going to' or 'about to'

Vietnamese also uses words similar to English modal verbs (eg 'can' and 'should') before the main verb to modify its meaning:

modal verbs					
can	*có thể*	ğó tẻy	should	*nên*	nen
must	*phải*	fai	want	*muốn*	moo·úhn
need	*cần*	ğùhn			

He wants to buy souvenirs.
   Ông ấy muốn mua   awm áy moo·úhn moo·uh
   kỷ niệm.   ğeé nee·ụhm
   (lit: he want buy souvenir)

word order

asking questions • making statements

As in English, Vietnamese worde order is generally subject–verb–object.

I bought a ticket.
   Tôi đã mua vé.   doy đaã moo·uh vá
   (lit: I past-tense buy ticket)

Also remember the following rules:

word order	
adjectives & adverbs	after the noun or verb they modify
classifiers	between the number and the noun
demonstratives	after the noun they describe
prepositions	before nouns they refer to
question words	at the start or the end of a sentence
tense markers & modals	before the main verb

glossary

adjective	word that describes something – 'I'd like to try some **rice** wine'
adverb	word that explains how an action is done – 'The cyclo was going **slowly**'
classifier	counting word – eg 'Please bring me a **pair** of chopsticks'
demonstrative	word that means 'this' or 'that'
gender	classification of nouns and pronouns into classes (like masculine and feminine), requiring other words (eg adjectives and verb forms) to belong to the same class
modal verb	verb used before the main verb to modify its meaning – 'I **can** speak Vietnamese'
noun	thing, person or idea – 'When's the **pagoda** open?'
object (direct)	person or thing in the sentence that has the action directed to it – 'He's reading the **menu**'
object (indirect)	person or thing in the sentence that is the recipient of the action – 'I gave **him** the ticket'
plural marker	word used before the noun to indicate plural
preposition	word like 'at' or 'before' in English
pronoun	word that means 'I', 'you', etc
subject	thing or person in the sentence that does the action – 'Both **men and women** wear conical hats'

a–z phrasebuilder

tense	form of a verb that indicates whether the action is in the present, past or future – eg 'eat' (present), 'ate' (past), 'will eat' (future)
tense marker	word used to indicate when the action is happening – eg 'yet' or 'still'
verb	word that tells you what action happened – 'The country **was divided** between the north and the south'

Do you speak (English)?
Bạn có nói tiếng (Anh)   baạn ğó nóy dee·úhng (aang)
không?   kawm

Does anyone speak (English)?
Có ai nói tiếng (Anh)   ğó ai nóy dee·úhng (aang)
không?   kawm

Do you understand?
Bạn hiểu không?   baạn heẻ·oo kawm

I (don't) understand.
Tôi (không) hiểu.   doy (kawm) heẻ·oo

I speak (English).
Tôi nói tiếng (Anh) được. doy nóy dee·úhng (aang) đuhr·ẹrk

I don't speak (Vietnamese).
Tôi không biết nói   doy kawm bee·úht nóy
tiếng (Việt).   dee·úhng (vee·ụht)

Pardon?
Xin lỗi?   sin lỗy

---

tone troubles

As there are six tones in spoken Vietnamese, every syllable can be pronounced in six different ways. Not only that, but different tones can completely change a word's meaning. Here are just a few examples:

ma	maa	**ghost**	la	laa	**to cry**
má	maá	**cheek**	lá	laá	**to be**
mà	maà	**but**	là	laà	**leaf**
mạ	maạ	**rice seedling**	lạ	laạ	**very tired**
mả	maả	**tomb**	lả	laả	**pure**
mã	maã	**horse**	lã	laã	**strange**

See also **tones**, page 13.

I speak a little.
Tôi nói một ít thôi.   doy nóy mạwt ít toy

I'm studying Vietnamese.
Tôi đang học tiếng Việt.   doy đaang họp dee·úhng vee·ụht

I'd like to practise Vietnamese.
Tôi muốn tập nói   doy moo·úhn dụhp nóy
tiếng Việt.   dee·úhng vee·ụht

What does (*thôi*) mean?
(Thôi) có nghĩa gì?   (toy) ğó ngyeẽ·uh zeè

How do you …?	*… như thế nào?*	*… nyuhr té nòw*
pronounce this	*Phát âm từ này*	*faát aảm dùhr này*
write (Hanoi)	*Viết từ*	*vee·úht dùhr*
	(Hà Nội)	*(haà nọy)*

Could you	*Bạn có thể …*	*baạn ğó tẻ …*
please …?	*được không?*	*đuhr·ẹrk kawm*
repeat that	*lập lại*	*lụhp lại*
speak more	*nói chậm hơn*	*nóy juhm hern*
slowly		
write it down	*viết ra*	*vee·úht raa*

---

how to say 'enough'

The word *thôi* toy is very useful, and translates roughly as 'and not a bit more'. It usually comes at the end of a phrase to create emphasis:

Tôi nói tiếng (Anh) được thôi!   **I speak (English)**
    doy nóy dee·úhng (aang)   **and nothing else!**
    đuhr·ẹrk toy

It can also mean 'Enough!' when used on its own – if children are annoying their parents, you'll more than likely hear a frustrated '*Thôi!*'. You might use it if the same kids are trying to ingratiate themselves to you with postcards for sale …

cardinal numbers

số đếm

0	*không*	kawm	6	*sáu*	sóh
1	*một*	mạwt	7	*bảy*	bảy
2	*hai*	hai	8	*tám*	daám
3	*ba*	baa	9	*chín*	jín
4	*bốn*	báwn	10	*mười*	muhr·eè
5	*năm*	nuhm			

11	*mười một*	muhr·eè mạwt
12	*mười hai*	muhr·eè hai
13	*mười ba*	muhr·eè baa
14	*mười bốn*	muhr·eè báwn
15	*mười lăm*	muhr·eè luhm
16	*mười sáu*	muhr·eè sóh
17	*mười bảy*	muhr·eè bảy
18	*mười tám*	muhr·eè daám
19	*mười chín*	muhr·eè jín
20	*hai mươi*	hai muhr·ee
21	*hai mươi mốt*	hai muhr·ee máwt
22	*hai mươi hai*	hai muhr·ee hai
30	*ba mươi*	baa muhr·ee
40	*bốn mươi*	báwn muhr·ee
50	*năm mươi*	nuhm muhr·ee
60	*sáu mươi*	sów muhr·ee
70	*bảy mươi*	bảy muhr·ee
80	*tám mươi*	daám muhr·ee
90	*chín mươi*	jín muhr·ee
100	*một trăm*	mạwt chuhm
200	*hai trăm*	hai chuhm
1000	*nghìn/ngàn* Ⓝ/Ⓢ	ngyìn/ngaàn Ⓝ/Ⓢ
10,000	*mười nghìn/ngàn* Ⓝ/Ⓢ	muhr·eè ngyìn/ngaàn Ⓝ/Ⓢ
1,000,000	*triệu*	chee·oọ
100,000,000	*tỷ*	deẻ

ordinal numbers

1st	*thứ nhất*	túhr nyúht
2nd	*thứ hai*	túhr hai
3rd	*thứ ba*	túhr baa
4th	*thứ tư*	túhr duhr
5th	*thứ năm*	túhr nuhm

fractions

phân số

a quarter	*một phần tư*	mạwt fùhn duhr
a third	*một phần ba*	mạwt fùhn baa
a half	*một nửa*	mạwt nuhr·aả
three-quarters	*ba phần tư*	baa fùhn duhr

useful amounts

nói về số lượng

How much?	*Bao nhiêu?*	bow nyee·oo
How many?	*Bao nhiêu cái?*	bow nyee·oo kái
Please give me ...	*Xin cho tôi ...*	sin jo doy ...
a few	*một số*	mạwt sáw
(just) a little	*một chút (thôi)*	mạwt chút (toy)
a lot/many	*nhiều*	nyee·oò
some	*một vài*	mạwt vài

---

classifiers

When counting nouns, Vietnamese uses classifiers – words that come between the number and the noun to describe some property of the noun (such as animacy, gender, shape etc). For more details, see the **phrasebuilder,** page 20.

telling the time

chỉ giờ

There are no direct equivalents of the English 'am' and 'pm' in Vietnamese – specify the time of day by placing the words *sáng* saáng (morning – 4am to 11am), *trưa* chuhr·uh (lit: midday – 11am to 2pm), *chiều* jee·oò (afternoon – 2pm to 5pm) or *tối* dóy (evening – 5pm till late) after the hour. Minutes (*phút* fút) past the hour are simply added after *giờ* zèr ('hour' or 'o'clock'), but for minutes before the hour, add *kém* kám (less).

What time is it?
Mấy giờ rồi? — máy zèr zòy

It's (ten) o'clock.
(Mười) giờ rồi. — (muhr·eè) zèr zòy

Five past (ten).
(Mười) giờ năm. — (muhr·eè) zèr nuhm

Quarter past (ten).
(Mười) giờ mười lăm phút. — (muhr·eè) zèr muhr·eè luhm fút

Half past (ten).
(Mười) giờ rưỡi. — (muhr·eè) zèr zũhr·ee

Quarter to (ten).
(Mười) giờ kém mười lăm. — (muhr·eè) zèr kám muhr·eè luhm

Twenty to (ten).
(Mười) giờ kém hai mươi. — (muhr·eè) zèr kám hai muhr·eè

At what time …?
Lúc mấy giờ …? — lúp máy zèr …

At (ten).
Lúc (mười) giờ. — lúp (muhr·eè) zèr

At (7.57pm).
Lúc (tám giờ kém ba tối). — lúp (daám zèr kám baa dóy)
(lit: at eight o'clock less three evening)

the calendar

Lunar Calendar	*âm lịch*	uhm lịk
Lunar New Year	*tết âm lịch*	dét uhm lịk
Western New Year	*tết tay*	dét day

days

Monday	*thứ hai*	túhr hai
Tuesday	*thứ ba*	túhr baa
Wednesday	*thứ tư*	túhr duhr
Thursday	*thứ năm*	túhr nuhm
Friday	*thứ sáu*	túhr sóh
Saturday	*thứ bảy*	túhr bảy
Sunday	*chủ nhật*	joỏ nyụht

months

January	*tháng một*	taáng mạwt
February	*tháng hai*	taáng hai
March	*tháng ba*	taáng baa
April	*tháng tư*	taáng duhr
May	*tháng năm*	taáng nuhm
June	*tháng sáu*	taáng sóh
July	*tháng bảy*	taáng bảy
August	*tháng tám*	taáng daám
September	*tháng chín*	taáng jín
October	*tháng mười*	taáng muhr·eè
November	*tháng mười một*	taáng muhr·eè mạwt
December	*tháng mười hai*	taáng muhr·eè hai

dates

What date is it today?

Hôm nay là ngày mấy?   hawm nay laà ngày máy

It's (18 October).

Hôm nay là (mười tám,   hawm nay laà (muhr·eè daám
tháng mười).   taáng muhr·eè)

seasons

spring	*mùa xuân*	moo·ùh swuhn
summer	*mùa hè*	moo·ùh hà
autumn	*mùa thu*	moo·ùh too
winter	*mùa đông*	moo·ùh đawm
dry season	*mùa khô*	moo·ùh kaw
wet season	*mùa mưa*	moo·ùh muhr·uh

present

hiện tại

now	*bây giờ*	bay zèr
today	*hôm nay*	hawm nay
tonight	*tối nay*	dóy nay
this ...	*... này*	... này
morning	*sáng*	saáng
afternoon	*chiều*	jee·oò
week	*tuần*	dwùhn
month	*tháng*	taáng
year	*năm*	nuhm

past

quá khứ

last night	*buổi tối*	boỏ·ee dóy
	hôm qua	hawm ǧwaa
yesterday	*hôm qua*	hawm ǧwaa
day before yesterday	*hôm kia*	kawm ǧee·uh
(three days) ago	*(ba ngày)*	(baa ngày)
	trước đây	chuhr·érk đay
since (May)	*từ (tháng năm)*	dùhr (taáng nuhm)

time & dates

39

yesterday ...	... *hôm qua*	... hawm ğwaa
morning	*sáng*	saáng
afternoon	*chiều*	jee·oò
evening	*tối*	dóy
last ...	... *trước*	... chuhr·érk
week	*tuần*	dwùhn
month	*tháng*	taáng
year	*năm*	nuhm

future

tương lai

day after tomorrow	*ngày kia*	ngày ğee·uh
in (six days)	*(sáu ngày) sau*	(sóh ngày) soh
until (June)	*cho đến (tháng sáu)*	jo dén (taáng sóh)
tomorrow ...	... *ngày mai*	... ngày mai
morning	*sáng*	saáng
afternoon	*chiều*	jee·oò
evening	*tối*	dóy
next ...	... *sau*	... soh
week	*tuần*	dwùhn
month	*tháng*	taáng
year	*năm*	nuhm

during the day

trong ngày

day	*ngày*	ngày
midday	*buổi trưa*	boỏ·ee chuhr·uh
midnight	*khuya*	kwee·uh
night	*đêm*	dem
sunrise	*mặt trời mọc*	muḥt cher·eè moḥp
sunset	*mặt trời lặn*	muḥt cher·eè luḥn

How much is it?
Nó bao nhiêu tiền?
nó bow nyee·oo dee·ùhn

Can you write down the price?
Bạn có thể viết giá được không?
baạn ğó tảy vee·úht zaá đuhr·ẹrk kawm

There's a mistake in the bill.
Có sự nhầm lẫn trên hoá đơn.
ğó sụhr nyùhm lũhn chen hwaá đern

Do you change money here?
Bạn có dịch vụ đổi tiền ở đây?
baạn ğó zịk voọ đỏy dee·èn ẻr đay

Do I need to pay upfront?
Tôi có cần phải trả trước không?
doy ğó ğùhn fai chaả chuhr·érk kawm

Could I have my deposit, please?
Tôi có thể xin lại tiền đặt cọc không?
doy ğó tẻ sin laị dee·èn đụht ğọp kawm

I'd like to ...	*Tôi muốn ...*	doy moo·úhn ...
cash a cheque	*đổi séc ra tiền mặt*	đỏy sák zaa dee·ùhn mụht
change a travellers cheque	*đổi séc du lịch*	đỏy sák zuu lịk
change money	*đổi tiền*	đỏy dee·ùhn
get a cash advance	*rút tiền tạm ứng*	zút dee·ùhn daạm úhrng
withdraw money	*rút tiền*	zút dee·ùhn

Do you accept …?	Bạn có dùng … không?	bạn gó zùm … kawm
credit cards	thẻ tín dụng	tả dín zụm
debit cards	thẻ trừ tiền	tả chùhr dee·ùhn
travellers cheques	séc du lịch	sák zoo lịk

I'd like …, please.	Làm ơn cho tôi …	laàm ern jo doy …
a receipt	hoá đơn	hwaá đern
a refund	tiền hoàn lại	dee·ùhn hwaàn lại
my change	tiền thừa	dee·ùhn tùhr·uh

Where's …?	… ở đâu?	… ẻr đoh
an automated teller machine	Máy rút tiền tự động	máy zút dee·ùhn dụhr đạwm
a foreign exchange office	Phòng đổi ngoại tệ	fòm đỏy ngwại dẹ

What's the …?	… là bao nhiêu?	… laà bow nyee·oo
charge for that	Phí cho cái đó	feé jo ğaí đó
exchange rate	Tỉ giá hối đoái	deẻ zaá haw·eé đwaí

How much is it per …?	Giá bao nhiêu cho một …?	zaá bow nyee·oo jo mạwt …
night	đêm	đem
person	người	nguhr·èe
vehicle	xe	sa
week	tuần	dwùhn

It's free.	Miễn phí.	meẻ·uhn feé
It's (10) dollars.	(Mười) đô.	(muhr·eè) đaw
It's (10,000) dong.	(Mười nghìn) đồng.	(muhr·eè ngyìn) đàwm

getting around

đường đi

Which ... goes to (Hanoi)?	... nào đi tới (Hà Nội)?	... nòw đee der·eé (haà nọy)
boat	Thuyền	twee·ùhn
bus	Xe buýt	sa bweét
plane	Máy bay	máy bay
train	Xe lửa	sa lủhr·uh

Is this the ... to (Hue)?	... này đi tới (Huế) phai không?	... này đee der·eé (hweé) fai kawm
boat	Thuyền	twee·ùhn
bus	Xe buýt	sa bweét
plane	Máy bay	máy bay
train	Xe lửa	sa lủhr·uh

What time does the ... (bus) arrive/leave?	Máy giờ thì chuyển (xe buýt) ... tới/chạy?	máy zèr tèe chweé·uhn (sa bweét) ... der·eé/chạy
first	đầu tiên	đòh dee·uhn
last	cuối cùng	ğoo·eé ğùm
next	kế tiếp	ğé dee·úhp

What time does it get to (Dalat)?
Máy giờ tới (Đà Lạt)?   máy zèr der·eé (đaà lạt)

How long will it be delayed?
Nó sẽ bị đình hoãn bao lâu?   nó sã bẹ đìng hwaãn bow loh

Is this seat free?
Chỗ này có ai ngồi không?   jãw này ğó ai ngòy kawm

That's my seat.
Chỗ này là chỗ của tôi.   jãw này laà jãw ğoỏ·uh doy

Please stop here.
Dừng lại ở đây.   zùhrng lại ẻr đay

How long do we stop here?
Chúng ta ngừng ở
đây bao lâu?

júm daa ngùhrng ẻr
đay bow loh

Please tell me when we get to (Nha Trang).
Xin cho tôi biết khi
chúng ta đến (Nha Trang).

sin jo doy bee·úht kee
júm daa đén (nyaa chaang)

tickets

vé

Where do I buy a ticket?
Tôi có thể mua vé ở đâu?

doy ğó tẻ moo·uh vá ẻr đoh

Do I need to book?
Tôi có cần giữ chỗ
trước không?

doy ğó gùhn zũhr jãw
chuhr·érk kawm

A ... ticket	Một vé ...	mạwt vá ...
to (Saigon).	đi (Sài Gòn).	đee (saì gòn)
1st-class	hạng nhất	haạng nyúht
2nd-class	hạng nhì	haạng nyeè
child's	giá trẻ em	zaá chẻ am
one-way	một chiều	mạwt jee·oò
return	khứ hồi	kúhr hòy
student's	giá sinh viên	zaá sing vee·uhn

I'd like	Tôi muốn	doy moo·úhn
a/an ... seat.	chỗ ...	jãw ...
aisle	chỗ ngồi bên	jãw ngòy ben
	lối đi	lóy đee
nonsmoking	không hút thuốc	kawm hút too·úhk
smoking	hút thuốc	hút too·úhk
window	bên cửa sổ	ben ğủhr·uh sảw

Is there (a) ...?	Có ... không?	ğó ... kawm
air conditioning	điều hòa	đee·oò hwaà
blanket	chăn	juhn
sick bag	túi nôn	doo·eé nawn
toilet	phòng vệ sinh	fòm vẹ sing

How much is it?
Bao nhiêu tiền?　　　　bow nyee·oo dee·ùhn

How long does the trip take?
Cuộc hành trình này　　ğoo·ụhk haàng chìng này
mất bao lâu?　　　　　múht bow loh

Is it a direct route?
Đây có phải là lộ trình　đay ğó fai laà lạw chìng
trực tiếp không?　　　chụhrk dee·úhp kawm

Can I get a stand-by ticket?
Tôi có thể mua vé chờ　doy ğó tẻ moo·uh vá jèr
đi ngay được không?　đee ngay đuhr·ẹrk kawm

Can I get a soft/hard sleeping berth?
Tôi muốn một giường　doy moo·úhn mạwt zuhr·èrng
cứng/mềm được không?　ğúhrng/mèm đuhr·ẹrk kawm

What time should I check in?
Mấy giờ tôi phải ghi tên đi?　máy zèr doy fai gee den đee

I'd like to … my	*Tôi muốn … vé*	doy moo·úhn … vá
ticket, please.	*này, được không?*	này đuhr·ẹrk kawm
cancel	*hủy bỏ*	hweẻ bỏ
change	*thay đổi*	tay đỏy
confirm	*xác nhận*	saák nyuhn

transport

45

luggage

hành lý

Where can I find a/the …?	… ở đâu?	… ẻr đoh
baggage	*Nơi nhận*	ner·ee nyụhn
claim	*hành lý*	haàng leé
luggage	*Tủ khóa đựng*	doỏ kwaá dụhrng
locker	*hành lý*	haàng leé
trolley	*Xe đẩy*	sa đẩy

My luggage has been …	*Hành lý của tôi đã bị …*	haàng leé ğoỏ·uh doy đaã bẹ …
damaged	*laàm huhr*	làm hư
lost	*mất*	múht
stolen	*lấy cắp*	láy ğúhp

That's (not) mine.
Đây (không) phải   đay (kawm) fai
của tôi.   ğoỏ·uh doy

listen for …

hành lý quá	haàng leé ğwaá	**excess baggage**
mức qui định	múhrk ğwee địng	
hành lý xách tay	haàng leé saák day	**carry-on baggage**

plane

máy bay

Where does flight (VN631) arrive?
Cửa nào chuyến bay   ğủhr·uh nòw jwee·úhn bay
(VN631) đến?   (ve en sóh ba mạwt) đen

Where does flight (VN631) depart?
Cửa nào chuyến bay   ğủhr·uh nòw jwee·úhn bay
(VN631) cất cánh?   (ve en sóh ba mạwt) ğúht ğaáng

Where's (the) ...?	... ở đâu?	... ẻr đoh
airport shuttle	Xe chở người	sa jẻr nguhr·eè
	trong sân bay	chom suhn bay
arrivals hall	Ga đến	gaa dén
departures hall	Ga đi	gaa dee
duty-free shop	Cửa hàng	ğủhr·uh haàng
	miễn thuế	meẽ·uhn twé
gate (6)	Cửa số (sáu)	ğủhr·uh sáw (sóh)

bus

xe buýt

How often do buses come?
Lịch trình xe buýt thế nào?   lịk chình sa bweét té nòw

Which bus goes to (Hai Phong)?
Xe buýt nào đi tới   sa bweét nòw đee der·eé
(Hải Phòng)?   (hai fòm)

Does it stop at (Danang)?
Xe này có ngừng ở   sa này ğó ngùhrng ẻr
(Đà Nẵng) không?   (đaà nãŭng) kawm

What's the next stop?
Trạm kế tới là   chụhm ğé der·eé laà
trạm nào?   chụhm nòw

I'd like to get off at (Hue).
Tôi muốn xuống   doy moo·úhn soo·úhng
tại (Huế).   dại (hwé)

... bus	xe buýt ...	sa bweét ...
city	thành phố	taàng fáw
intercity	liên thành phố	lee·uhn taàng fáw

train

What station is this?
Trạm này là trạm nào?
chuhm này laà chuhm nòw

What's the next station?
Trạm kế tới là
trạm nào?
chuhm ğé der·eé laà
chuhm nòw

Does it stop at (Vinh)?
Xe này có ngừng ở
(Vinh) không?
sa này ğó ngùhrng ér
(ving) kawm

Do I need to change?
Tôi có cần đổi xe không?
doy ğó ğùhn đỏy sa kawm

Is it …?	Đây có phải là lộ trình … không?	đay ğó fai laà lạw chìng … kawm
direct	trực tiếp	chuhrk dee·úhp
express	nhanh	nyaang

Which carriage is (for) …?	Toa xe nào là …?	dwaa sa nòw laà …
1st class	hạng nhất	haạng nyúht
dining	toa xe hàng ăn	dwaa sa haàng uhn

boat

What's the sea like today?
Hôm nay biển như
thế nào?
hawm nay beẻ·uhn nyuhr
té nòw

What time does the ferry leave?
Mấy giờ phà đi?
máy zèr faà đee

Where does the boat leave from?
Từ đâu thuyền đi?
dùhr đoh twee·ùhn đee

Are there life jackets?
Có áo cứu đắm không?
ğó ów ğuhr·oó đúhm kawm

What ... is this?	... này là cái nào?	... này laà ğaí nòw
bay	*Vịnh*	vịng
beach	*Bãi biển*	baī beẻ·uhn
island	*Hòn đảo*	hòn đỏw
lake	*Hồ*	hàw
river	*Sông*	sawm

cabin	*phòng*	fòm
captain	*thuyền trưởng*	twee·ùhn chủhr·erng
deck	*sàn tàu*	saàn dòh
ferry n	*phà*	faà
hammock	*võng*	võm
hydrofoil	*tàu cánh ngầm*	dòw ğaáng ngùhm
jolly roger	*cờ cướp biển*	ğèr ğuhr·érp beẻ·uhn
lifeboat	*tàu cứu đắm*	dòh ğuhr·oó đúhm
life jacket	*áo cứu đắm*	ów ğuhr·oó đúhm
yacht	*thuyền buồm*	twee·ùhn boo·ùhm

I feel seasick.	*Tôi bị say sóng.*	doy beẹ say sóm

taxi, motorcycle-taxi & cyclo

taxi, xe ôm & xích lô

I'd like a taxi ...	*Tôi muốn một*	doy moo·úhn mạwt
	chiếc taxi ...	jee·úhk dúhk·see ...
at (9am)	*lúc (chín giờ sáng)*	lúp (jín zèr saáng)
now	*ngay*	ngay
tomorrow	*ngày mai*	ngày mai

Where can I find motorcycle-taxis?
Xe ôm ở đâu?   sa awm ẻr đoh

Is this taxi free?
Taxi này có đang   dúhk·see này ğó đaang
trống không?   cháwm kawm

How much is it to ...?
Đi đến ... mất bao   đee đén ... múht bow
nhiêu tiền?   nyee·oo dee·ùhn

Please take me to (this address).
Làm ơn đưa tôi tới   laàm ern đuhr·uh doy der·eé
(địa chỉ này).   (deẹ·uh jeé này)

Please put the meter on.
Làm ơn mở đồng hồ.   laàm ern mẻr đàwm hàw

How much is it?
Tiền xe hết bao nhiêu?   dee·ùhn sa hét bow nyee·oo

Please ...	Làm ơn ...	laàm ern ...
slow down	chậm lại	juhm laị
stop here	dừng lại ở đây	zùhrng laị ẻr đay
wait here	đợi ở đây	đer·eẹ ẻr đay

car & motorbike

xe hơi & xe máy

car & motorbike hire

I'd like to hire a/an ...	Tôi muốn thuê ...	doy moo·úhn twe ...
4WD	xe bốn bánh chủ động	sa báwn baáng joỏ đạwm
automatic	xe số tự động	sa sáw dụhr đạwm
car	xe hơi	sa her·ee
manual	xe số tay	sa sáw day
minibus	xe mini	sa mi·nee
motorbike	xe môtô	sa maw·taw
motorscooter	xe máy	sa máy

with ...	có ...	ğó ...
a driver	người lái xe	nguhr·eè laí sa
air conditioning	máy lạnh	máy laạng

How much for ... hire?	Bao nhiêu một ...?	bow nyee·oo mạwt ...
daily	ngày	ngày
weekly	tuần	dwùhn

Does that include insurance?

| *Có bao gồm bảo* | ğó bow gàwm |
| *hiểm không?* | bỏw heé·uhm kawm |

Do you have a guide to the road rules in English?

Bạn có quyển sách	bạan ğó ğweẻ·uhn saák
hướng dẫn luật đi	huhr·érng zũhn lwụht đee
đường bằng tiếng	đuhr·èrng bùhng dee·úhng
Anh không?	aang kawm

Do you have a road map?

| *Có bản đồ lái xe không?* | ğó baản đàw laí sa kawm |

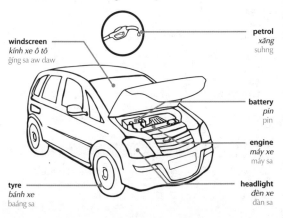

windscreen
kính xe ô tô
ğíng sa aw daw

petrol
xăng
suhng

battery
pin
pin

engine
máy xe
máy sa

tyre
bánh xe
baáng sa

headlight
đèn xe
đàn sa

transport

51

on the road

What's the speed limit?
 Tốc độ là bao nhiêu?   dáwp dạw laà bow nyee·oo

Is this the road to (Dien Bien Phu)?
 Đường này đi (Điện   đuhr·èrng này đee (đee·ụhn
 Biên Phú) không?   bee·uhn foó) kawm

Can I park here?
 Tôi có thể đậu ở đây   doy ğó tẻ đọh ẻr đay
 được không?   đuhr·ẹrk kawm

How long can I park here?
 Tôi có thể đậu ở đây   doy ğó tẻ đọh ẻr đay
 được bao nhiêu lâu?   đuhr·ẹrk bow nyee·oo loh

Where's a petrol station?
 Trạm xăng ở đâu?   chụhm suhng ẻr đoh

Please fill it up.
 Làm ơn đổ đầy bình.   laàm ern đảw đày bìng

I'd like (20) litres.
 Tôi muốn (hai mươi) lít.   doy moo·úhn (hai muhr·ee) lít

diesel	*điêzen*	đee·zan
leaded	*xăng có chì*	suhng ğó jee
unleaded	*xăng không chì*	suhng kawm jee
Can you check the ...?	*Làm ơn kiểm tra ...*	laàm ern geẻ·uhm chaa ...
oil	*dầu*	zòh
tyre pressure	*áp suất hơi bánh xe*	aáp swúht her·ee baáng sa
water	*nước*	nuhr·érk

---

listen for ...

bằng lái xe	bùhng laí sa	**drivers licence**
kilômét	ğee·law·mét	**kilometres**
miễn phí	meẽ·uhn feé	**free**

problems

I need a mechanic.
Tôi cần thợ sửa xe.   doy ğùhn tẹr sửhr·uh sa

I've had an accident.
Tôi bị tai nạn.   doy bẹẹ dai naạn

It won't start.
Xe không mở máy.   sa kawm mèr máy

I have a flat tyre.
Bánh xe tôi bị xì.   baáng sa doy bẹẹ seè

I've lost my car keys.
Tôi bị mất chìa khóa xe.   doy bẹẹ múht jee·ùh kwaá sa

I've run out of petrol.
Tôi bị hết dầu xăng.   doy bẹẹ hét zòh suhng

Can you fix it (today)?
Bạn có thể sửa xe   baạn ğó té sửhr·uh sa
(hôm nay) được không?   (hawm nay) đuhr·ẹrk kawm

How long will it take?
Sửa xe mất bao   sủhr·uh sa múht bow
nhiêu lâu?   nyee·oo loh

bicycle

xe đạp

I'd like …	Tôi muốn …	doy moo·úhn …
my bicycle	sửa xe đạp	sủhr·uh sa đaạp
repaired	của tôi	ğoỏ·uh doy
to buy a bicycle	mua xe đạp	moo·uh sa đaạp
to hire a bicycle	mướn xe đạp	muhr·érn sa đaạp

I'd like (to buy) a … bike.	Tôi muốn (mua) một xe đạp …	doy moo·úhn (moo·uh) một sa đaạp …
mountain	leo núi	lay·oo noo·eé
racing	đua	đoo·uh
secondhand	bán lại	baán laị

Do I need a helmet?

Có phải đội mũ bảo hiểm không? — ğó fai đọy moõ bỏw heẻ·uhm kawm

I have a puncture.

Bánh xe tôi bị xì. — baáng sa doy beẹ seè

signs

Cấm Đậu Xe	ğúhm đọh sa	No parking
Cấm Vượt Qua	ğúhm vuhr·ẹrt ğwaa	No overtaking
Chạy Chậm Lại	jay jụhm laị	Slow down
Dừng Lại	zùhrng laị	Stop
Điện Cao Thế	đee·ụhn ğow té	High voltage
Đường Đang Sửa Chữa	đuhr·èrng đang sủhr·uh jũhr·uh	Roadworks
Đường Sắt	đuhr·èrng súht	Railway
Giao Thông Một Chiều	zow tawm mạwt jee·oò	One-way
Lối Ra	lóy raa	Exit
Lối Vào	lóy vòw	Entrance
Nguy Hiểm	ngwee heẻ·uhm	Danger
Thu Thuế	too twé	Toll

border crossing

cửa khẩu

I'm …	Tôi đang …	doy đaang …
in transit	quá cảnh	ǧwaá ǧaảng
on business	đi công tác	đee ǧawm daák
on holiday	đi nghỉ	đee ngyeẻ

I'm here for …	Tôi ở đây …	doy ẻr đay …
(10) days	(mười) ngày	(muhr·eè) ngày
(two) months	(hai) tháng	(hai) túhng
(three) weeks	(ba) tuần	(ba) dwùhn

I'm going to (Hanoi).
Tôi sẽ đi (Hà Nội).   doy sã đee (haà nọy)

I'm staying at (the Hotel Lotus).
Tôi đang ở (Khách Sạn   doy đaang ẻr (kaák sạan
Hoa Sen).   hwaa san)

The children are on this passport.
Trẻ em có ở trên hộ   chả am ǧó ẻr chen hạw
chiếu này.   jee·oó này

	listen for …	
gia đình	zaa đìng	**family**
hộ chiếu	hạw jee·oó	**passport**
một mình	mạwt mìng	**alone**
nhóm	nyóm	**group**
thị thực	teẹ tụhrk	**visa**

at customs

I have nothing to declare.
Tôi không có gì để khai báo.   doy kawm ğó zeè đẻ kai bów

I have something to declare.
Tôi cần khai báo.   doy ğùhn kai bów

Do I have to declare this?
Tôi có cần phải khai   doy ğó ğùhn fai kai
báo cái này không?   bów ğaí này kawm

That's mine.
Cái đó của tôi.   ğaí đó ğoỏ·uh doy

That's not mine.
Cái đó không phải của tôi.   ğaí đó kawm fai ğoỏ·uh doy

I didn't know I had to declare it.
Tôi không biết phải   doy kawm bee·úht
khai báo cái đó.   fai kai bów ğaí đó

Does anyone speak (English)?
Có ai nói tiếng (Anh)   ğó ai nóy dee·úhng (aang)
không?   kawm

signs

Hải Quan	hai ğwaan	**Customs**
Hàng Không	haàng kawm	**Duty-Free**
Đánh Thuế	đaáng twé	
Kiểm Dịch	ğee·ủhm zịk	**Quarantine**
Kiểm Tra	ğee·ủhm chaa	**Passport Control**
Hộ Chiếu	hạw jee·oó	
Nhập Cảnh	nyụhp ğaảng	**Immigration**

PRACTICAL

What ... is this? ... *này là cái nào?* ... này laà ǧaí nòw
    street *Phố/Đường ®/©* fáw/đuhr·èrng ®/©
    village *Làng* laàng

Where's a/the ...? ... *ở đâu?* ... ẻr đoh
    bank *Ngân hàng* nguhn haàng
    market *Chợ* jẹr
    tourist office *Phòng thông* fòm tawm
    tin du lịch din zoo lịk

What's the address?
    Địa chỉ là gì? đẹ·uh jeẻ laà zeè

How far is it?
    Bao xa? bow saa

How do I get there?
    Tôi có thể đến tới doy ǧó tẻ đén der·eé
    bằng đường nào? bùhng đuhr·èrng nòw

Can you show me (on the map)?
    Xin chỉ giùm (trên bản sin jeẻ zùm (chen baản
    đồ này)? đàw này)

It's ... *Nó ...* nó ...
    behind ... *đằng sau ...* đùhng soh ...
    close *gần đây* gùhn đay
    here *ở đây* ẻr đay
    in front of ... *đằng trước ...* đùhng chuhr·érk ...
    near ... *gần ...* gùhn ...
    next to ... *bên cạnh ...* ben ǧạạng ...
    on the corner *ở gốc phố/* ẻr gáwp fáw/
    đường ®/© đuhr·èrng ®/©
    opposite ... *đối diện ...* đóy zee·ụhn ...
    straight ahead *thẳng tới* tủhng der·eé
    trước chuhr·érk
    there *ở đó* ẻr đó

Turn ...	Rẽ/Quẹo ... 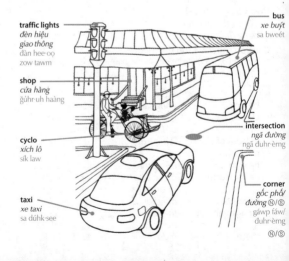/⑤	zã/ğway·oọ ... ⑥/⑤
at the corner	ở góc phố/ đường ⑥/⑤	ẻr gấwp fáw/ đuhr·èrng ⑥/⑤
at the traffic lights	tại đèn giao thông	dại dàn zow tawm
left	trái	chaí
right	phải	faỉ
by bus	bằng xe buýt	bùhng sa bweét
by cyclo	bằng xe xích lô	bùhng sa sík law
by taxi	bằng xe taxi	bùhng sa dúhk·see
by train	bằng xe lửa	bùhng sa lủhr·uh
on foot	đi bộ	dee bạw
north	hướng bắc	huhr·érng búhk
south	hướng nam	huhr·érng naam
east	hướng đông	huhr·érng đawm
west	hướng tây	huhr·érng day

traffic lights
đèn hiệu giao thông
dàn hee·oọ zow tawm

shop
cửa hàng
ğủhr·uh haàng

cyclo
xích lô
sík law

taxi
xe taxi
sa dúhk·see

bus
xe buýt
sa bweét

intersection
ngã đường
ngã đuhr·èrng

corner
góc phố/đường ⑥/⑤
gấwp fáw/ đuhr·èrng ⑥/⑤

finding accommodation

tìm kiếm nơi ở

Where's a ...?	... ở đâu?	... ểr đoh
bed and breakfast	Nhà khách	nyà kaák
camping ground	Nơi cắm trại	ner·ee gùhm chại
guesthouse	Nhà khách	nyà kaák
hotel	Khách sạn	kaák sạan
youth hostel	Nhà trọ cho	nyà chọ jo
	du khách trẻ	zoo kaák chả

Can you	Bạn có thể	bạan ğó tẻ
recommend	giới thiệu	zer·eé tee·oọ
somewhere ...?	cho tôi chỗ ...?	jo doy jõ ...
cheap	rẻ	zả
good	tốt	dáwt
luxurious	sang trọng	saang chọm
nearby	gần đây	gùhn đay
romantic	lãng mạn	ลaãng mạan

| What's the | Địa chỉ là gì? | đẹ·uh jeé làà zeè |
| address? | | |

For responses, see **directions**, page 57.

local talk		
dive n	nhà nghỉ không tốt	nyà ngyeẻ kawm dáwt
rat-infested	nhà ổ chuột	nyà ảw choo·ụt
top spot	cao cấp	ğow ğúhp

booking ahead & checking in

I'd like to book a room, please.
Tôi muốn đặt phòng.　　　doy moo·úhn đụht fòm

I have a reservation.
Tôi đã đặt trước.　　　doy đaã đụht chuhr·érk

My name is …
Tên tôi là …　　　den doy laà …

For (three) nights/weeks.
Cho (ba) đêm/tuần.　　　jo (baa) đam/dwùhn

From (July 2) to (July 6).
Từ (ngày hai tháng bảy)　　　dùhr (ngày hai taáng bảy)
đến (ngày sáu tháng bảy).　　　đén (ngày sóh taáng bảy)

Do I need to pay upfront?
Tôi có cần phải trả　　　doy ğó ğùhn faỉ chaả
trước không?　　　chuhr·érk kawm

Do you have	*Bạn có*	baạn ğó
a … room?	*phòng …?*	fòm …
double	*đôi*	đoy
single	*đơn*	đern
twin	*hai giường*	hai zuhr·èng

How much is	*Giá bao nhiêu*	zaá bow nyee·oo
it per …?	*cho một …?*	jo mạwt …
night	*đêm*	đem
person	*người*	nguhr·èe
week	*tuần*	dwùhn

Can I pay by …?	*Tôi có thể*	doy ğó tẻ
	trả bằng …	chaả bùhng …
	được không?	đuhr·ẹrk kawm
credit card	*thẻ tín dụng*	tả dín zụm
debit card	*thẻ trừ tiền*	tả chùhr dee·ùhn
travellers cheque	*séc du lịch*	sák zoo lịk

For other methods of payment, see **shopping**, page 69.

PRACTICAL

Máy đêm?	máy đam	**How many nights?**
chìa khoá	chee·à kwaá	**key**
hết phòng	hét fòm	**full**
hộ chiếu	hạw chee·oó	**passport**
lễ tân	lãy duhn	**reception**

Can I see it?
Tôi có thể xem phòng
được không?
doy ğó tẻ sam fòm
đuhr·ẹrk kawm

I'll take it.
Tôi chọn phòng này.
doy jọn fòm này

requests & queries

yêu cầu

When's breakfast served?
Máy giờ ăn sáng?
máy zèr uhn saáng

Where's breakfast served?
Ăn sáng ở đâu?
uhn saáng ẻr đoh

Please wake me at (seven).
Làm ơn đánh thức tôi
vào lúc (bảy giờ).
laàm ern đaáng túhrk doy
vòw lúp (bảy zèr)

Do you have a/an ...?	*Bạn có ... không?*	bạan ğó ... kawm
elevator	*thang máy*	taang máy
laundry service	*dịch vụ giặt là*	zịk vọ zụht laà
message board	*bảng thông báo*	baảng tom bów
safe	*két sắt*	ğát súht
swimming pool	*bể bơi*	bẻ ber·ee

Can I use the ...?	Tôi có thể dùng	doy ğó tẻ zùng
	... được không?	... đuhr·érk kawm
kitchen	nhà bếp	nyaà bép
laundry	máy giặt	máy zụht
telephone	điện thoại	đee·ụhn twại

Could I have	Làm ơn cho	laàm ern cho
(a/an) ..., please?	tôi ...?	doy ...
extra blanket	thêm một cái	tam mạwt ğaí
	chăn	chuhn
mosquito net	một cái màn	mạwt ğaí maàn
my key	chìa khoá	chee·à kwaá
	phòng tôi	fòm doy
receipt	một hoá đơn	mạwt hwá đern

Do you ... here?	Ở đây có	ẻr đay ğó
	dịch vụ ... không?	zịk vọ ... kawm
arrange tours	du lịch	zoo lịk
change money	đổi tiền	đỏy dee·ùhn

Is there a message for me?

| Có tin nhắn nào cho | ğó din nhúhn nòw cho |
| tôi không? | doy kawm |

Can I leave a message for someone?

| Tôi có thể để lại lời nhắn? | doy ğó tẻ đẻ lại ler·eè nhúhn |

PRACTICAL

62

complaints

I'm locked out of my room.
Tôi đã lỡ khoá phòng   doy đaã lẽr kwaá fòm
mất rồi.   múht zòy

It's too …	*Phòng của tôi quá …*	fòm ğoó·uh doy ğwaá …
bright	*sáng*	saáng
cold	*lạnh*	laạng
dark	*tối*	daw·eé
expensive	*đắt*	đúht
noisy	*ồn*	àwn
small	*nhỏ*	nyảw

air conditioner
máy điều hoà
máy dee·oò hwaà

fan
quạt
ğwaạt

key
chìa khoá
chee·à kwaá

toilet
nhà vệ sinh
nyaà vẹ sing

bed
giường
zuhr·èrng

bathroom
phòng tắm
fòm dúhm

TV
vô tuyến
vaw·dwee·én

accommodation

63

The … doesn't work.	Cái … bị hỏng.	ğái … beẹ hỏng
air conditioner	máy điều hoà	máy đee·oò hwaà
fan	quạt	ğwaạt
toilet	la-bô	laa·baw

Can I get another (blanket)?
Cho tôi thêm cái (chăn) nữa?   jo doy tem ğái (chuhn) nữ·a

This (pillow) isn't clean.
Cái (gối) này không sạch.   ğái (góy) này kawm saạk

There's no hot water.
Nước nóng không chảy.   nuhr·érk nóm kawm jảy

---

a knock at the door …

Who is it?
Ai đó?   ai đó

Just a moment.
Chờ một lát.   jèr mạwt laát

Come in.
Xin mời vào.   sin mer·eè vòw

Come back later, please.
Xin bạn trở lại sau.   sin baạn chẻr lại soh

---

checking out

trả phòng

What time is checkout?
Trả phòng vào lúc mấy giờ?   chả fòm vòw lúp máy zèr

Can I have a late checkout?
Tôi có thể trả phòng muộn được không?   doy ğó tẻ chả fòm mu·ạwn đuhr·ẹrk kawm

Can you call a taxi for me (for 11 o'clock)?
Bạn làm ơn có thể gọi taxi cho tôi (vào lúc mười một giờ)?   baạn làm ern ğó tẻ gọi dúhk·see jo doy (vòw lúp muhr·eè mạwt zèr)

I'm leaving now.
    Tôi đi bây giờ.   doy đee bay zèr

Can I leave my bags here?
    Tôi có thể để lại hành   doy ğó tẻ đẻ lại haàng
    lý ở đây không?   leé ẻr đay kawm

There's a mistake in the bill.
    Có sự nhầm lẫn trên   ğó sụhr nyùhm lũhn chen
    hoá đơn.   hwaá đern

I had a great stay, thank you.
    Tôi đã có một kỳ nghỉ   doy đã ğó mạwt ğeè ngyeé
    tuyệt vời, cám ơn.   dwee·ụht ver·eè ğaảm ern

I'll recommend it to my friends.
    Tôi sẽ giới thiệu chỗ này   doy sã zer·eé tee·oọ jãw này
    với các bạn của tôi.   ver·eé ğaák bạn ğoỏ·uh doy

Could I have	*Tôi có thể xin*	doy ğó tẻ sin
my ..., please?	*lại ... không?*	lại ... kawm
deposit	*tiền đặt cọc*	dee·ùhn đụht ğọp
passport	*hộ chiếu*	hạw chee·oó
valuables	*những đồ có*	nyũhrng đàw ğó
	giá trị	zá chẹ

I'll be back ...	*Tôi sẽ trở lại ...*	doy sã chẻr lại ...
in (three) days	*trong (ba)*	chom (baa)
	ngày nữa	ngày nũhr·uh
on (Tuesday)	*vào ngày*	vòw ngày
	(Thứ ba)	(túhr baa)

---

in a daze

all day long	*suốt ngày*	soo·úht ngày
day in, day out	*ngày lại ngày*	ngày lại ngày
day off	*ngày nghỉ*	ngày ngyeẻ
every day	*hằng ngày*	hùhng ngày
in the old days	*thời xưa*	ter·eè suhr·uh
one of these days	*một ngày nào đó*	mạwt ngày nòw đó
three times a day	*mỗi ngày ba*	mãw·ee ngày baa
	lần	lùhn

camping

di cắm trại

Do you have (a) ...?	Bạn có ... không?	bạan ğó ... kawm
electricity	điện	đee·uhn
laundry	dịch vụ giặt là	zịk voọ zụht laà
shower facilities	thiết bị tắm	tee·úht beẹ dúhm
site	nơi cắm trại	ner·ee ğúhm chại
tents for hire	trại cho thuê	chại jo twe

How much is it per ...?	Bao nhiêu tiền cho một ...?	bow nyee·oo dee·ùhn jo mạwt ...
caravan	nhà lưu động	nyaà luhr·oo dạwm
person	người	nguhr·eè
tent	trại	chại
vehicle	xe	sa

Can I camp here?
Tôi có thể cắm trại ở đây?
doy ğó tẻ ğúhm chại ẻr đay

Who do I ask to stay here?
Tôi phải hỏi ai để được ở đây?
doy fai hoỉ ai đảy đuhr·ẹrk ẻr đay

Could I borrow ...?
Tôi có thể mượn ...?
doy ğó tẻ muhr·ẹrn ...

Is it coin-operated?
Máy đó dùng đồng xu phải không?
máy đó zùm đàwm soo fai kawm

Is the water drinkable?
Có nước uống không?
ğó nuhr·érk oo·úhng kawm

renting

thuê nhà

I'm here about the ... for rent.	Tôi đến đây để thuê ...	doy đén đay đầy twe ...
Do you have a/an ... for rent?	Bạn có một ... cho thuê?	bạạn ğó mạwt ... jo twe
apartment	căn hộ	ğuhn hạw
cabin	nhà lá	nyaà laá
house	nhà	nyaà
room	phòng	fòm
villa	biệt thự	bee·ụht tuhr
furnished	tiện nghi	dee·ụhn ngyee
partly furnished	một phần tiện nghi	mạwt fùhn dee·ụhn ngyee
unfurnished	không tiện nghi	kawm dee·ụhn ngyee

staying with locals

ở nhà dân

Can I stay at your place?
Tôi có thể ở chỗ bạn được không?
doy ğó tẻ èr jãw bạạn đuhr·ẹrk kawm

Is there anything I can do to help?
Tôi có thể giúp gì không?   doy ğó tẻ zúp zeè kawm

Can I ...?	Tôi có thể ... được không?	doy ğó tẻ ... đuhr·ẹrk kawm
bring anything for the meal	mang cái gì cho bữa ăn	maang ğái zeè jo bũhr·uh uhn
do the dishes	rửa bát đĩa	zủhr·uh baát đeẽ·uh
set/clear the table	bày/dọn bàn	bày/zọn baàn
take out the rubbish	đổ rác	đảw zaák

I have my own ...	*Tôi có ... rồi.*	doy ğó ... zòy
mattress	*cái đệm*	ğaí đẹm
sleeping bag	*túi ngủ*	doo·eé ngoỏ

Thanks for your hospitality.

| *Cảm ơn cho sự hiếu* | ğaảm ern jo sụhr hee·oó |
| *khách của bạn.* | kaák ğoỏ·uh baạn |

For dining-related expressions, see **eating out**, page 149.

Most Vietnamese names consist of a family name (*họ* họ), a middle name (*tên đệm* den đẹm or *tên lót* den lót) and a given name (*tên* den) – in that order. People are called by their given name, with the appropriate title before the name, eg *Cô Trang* ğaw chaang (Miss Trang). For more on titles, see the box **title case** on page 99.

The most common family name in Vietnam is *Nguyên* ngwēe·uhn, followed by *Trần* chùhn, *Le* le and *Pham* faam. The middle name can be purely ornamental, can indicate the person's gender (*Văn* vuhn for men and *Thị* teẹ for women), or can be used by all male members of the family.

The given name is carefully chosen as it always carries a meaning – some of the names for boys are *Dũng* zům (heroic), *Cùong* ğoo·ùhng (prosperous), *Minh* ming (bright) and *Trang* chaang (honoured), while some girls' names are *Kiều* ğee·oò (graceful), *Mỹ* meẽ (pretty), *Dịu* zee·oọ (gentle) and *Han* haan (faithful). Many names can be used for both men and women.

looking for ...

đi tìm ...

Where's a/the ...?	... ở đâu?	... èr đoh
department store	Trung tâm mua bán	chum duhm moo·uh baán
market	Chợ	jer
supermarket	Siêu thị	see·oo teẹ

Where can I buy (a padlock)?
Tôi có thể mua (ổ khóa) ở đâu? — doy ğó tảy moo·uh (ảw kwaá) èr đoh

For responses, see **directions**, page 57.

making a purchase

mua sắm

I'm just looking.
Tôi chỉ xem thôi. — doy cheẻ sam toy

I'd like to buy (an adaptor plug).
Tôi muốn mua (một ổ cắm). — doy moo·óhn moo·uh (mạwt ảw ğứhm)

How much is it?
Bao nhiêu tiền? — bow nyee·oo dee·ùhn

Can you write down the price?
Bạn có thể viết giá được không? — bạan ğó tảy vee·úht zaá đuhr·ẹrk kawm

Do you have any others?
Bạn có cái khác không? — bạan ğó ğaí kaák kawm

Can I look at it?
Tôi có thể xem không? — doy ğó tảy sam kawm

Do you accept ...?	*Bạn có dùng ... không?*	baạn ğó zùm ... kawm
credit cards	*thẻ tín dụng*	tả dín zụm
debit cards	*thẻ trừ tiền*	tả chùhr dee·ùhn
travellers cheques	*séc du lịch*	sák zoo lịk
Could I have a ..., please?	*Xin cho tôi một ...?*	sin jo doy mạwt ...
bag	*cái túi*	ğaí doo·eé
receipt	*hoá đơn*	hwaá đern

Could I have it wrapped please?
Làm ơn gói giùm. — laàm ern góy zùm

Does it have a guarantee?
Nó có được bảo hành không? — nó ğó đuhr·ẹrk bỏw haàng kawm

Can I have it sent overseas?
Bạn có thể gửi ra nước ngoài cho tôi được không? — ğó tảy gủhr·ee nó zaa nuhr·érk ngwaì jo doy đuhr·ẹrk kawm

Can you order it for me?
Bạn có thể đặt nó cho tôi được không? — baạn ğó tảy đụht nó jo doy đuhr·ẹrk kawm

Can I pick it up later?
Tôi có thể lấy nó sau được không? — doy ğó tảy láy nó soh đuhr·ẹrk kawm

It's faulty.
Nó bị hỏng rồi. — nó beẹ hỏm zòy

I'd like ..., please.	*Làm ơn cho tôi ...*	laàm ern jo doy ...
a refund	*tiền hoàn lại*	dee·ùhn hwaàn laị
my change	*tiền thừa*	dee·ùhn tùhr·uh
to return this	*trả lại cái này*	chaả laị ğaí này

local talk		
bargain v	*trả giá*	chaả zaá
rip-off	*đắt cắt cổ*	đúht ğúht ğảw
sale	*đại hạ giá*	đại haạ zaá
specials	*ưu đãi*	uhr·oo đaĩ

bargaining

sự mặc cả

That's too expensive.
Cái đó quá đắt. ğaí đó ğwaá đúht

Can you lower the price?
Có thể giảm giá ğó tảy zaảm zaá
được không? đuhr·ẹrk kawm

Do you have something cheaper?
Bạn có cái nào rẻ bạan ğó ğaí nòw zả
hơn không? hern kawm

I'll give you (10,000 dong).
Tôi chỉ trả (mười nghìn doy jeẻ chaả (muhr·eè ngỳìn
đồng) thôi. đàwm) toy

books & reading

sách & đọc

Is there an English-language …?	*Có … tiếng Anh ở đây không?*	ğó … dee·úhng aang ér đay kawm
bookshop	*hiệu sách*	hee·oọ saák
section	*nơi để sách*	ner·ee zãy saák
Do you have a/an …?	*Bạn có … không?*	bạan ğó … kawm
book by (Ho Anh Thai)	*một quyển sách nào của (Hồ Anh Thái)*	mạwt ğweẻ·uhn saák nòw ğoỏ·uh (hàw aang taí)
entertainment guide	*quyển sách hướng dẫn nơi giải trí*	ğweẻ·uhn saák huhr·érng zũhn ner·ee zaỉ cheé

shopping

71

I'd like a …	*Tôi muốn có một …*	doy moo·úhn ğó mạwt …
dictionary	*quyển từ điển*	ğweẻ·uhn dùhr đeẻ·uhn
newspaper (in English)	*tờ báo (bằng tiếng Anh)*	dèr bów (bùhng dee·úhng aang)

Can you recommend a book to me?
Bạn có thể giới thiệu cho tôi một quyển sách được không?
bạn ğó tẻy zer·eé tee·oọ jo doy mạwt ğweẻ·uhn saák đuhr·ẹrk kawm

clothes

trang phục

My size is …	*Cỡ của tôi là …*	ğẽr ğoo·uh doy laà …
(40)	*(bốn mươi)*	(báwn muhr·ee)
small	*bé*	bá
medium	*trung bình*	chum bìng
large	*to*	do

Can I try it on?
Tôi có thể mặc thử được không?
doy ğó tẻy mụhk túhr đuhr·ẹrk kawm

It doesn't fit.
Nó không vừa.
nó kawm vuhr·ùh

It's perfect!
Vừa lắm!
vuhr·ùh lúhm

For clothing items, see the **dictionary**.

---

listen for …

Tôi có thể giúp gì không? doy ğó tẻy zúp zeè kawm	**Can I help you?**
Còn gì nữa không? ğòn zeè nũhr·uh kawm	**Anything else?**
Không có. kawm ğó	**No, we don't have any.**

electronic goods

Where can I buy duty-free electronic goods?
Tôi có thể mua đồ điện doy ğó tảy moo·uh đàw đee·uhn
tử miễn thuế ở đâu? dủhr meế·uhn twé ẻr đoh

Is this the latest model?
Đây có phải là loại mới đay ğó fai laà lwại mer·eé
nhất không? nyúht kawm

Is this (240) volts?
Cái này là (hai trăm bốn ğái này laà (hai chuhm báwn
mươi) vôn phải không? muhr·ee) vawn fai kawm

I need an adaptor plug.
Tôi cần một cái nắn dòng. doy ğùhn mạwt ğái núhn zòm

hairdressing

I'd like (a) ...	*Tôi muốn ...*	doy moo·úhn ...
blow wave	*sấy tóc*	sáy dóp
colour	*nhuộm tóc*	nyoo·ụhm dóp
haircut	*cắt tóc*	ğúht dóp
my beard trimmed	*tỉa râu*	deẻ·uh zoh
shave	*cạo râu*	ğọw zoh
trim	*tỉa tóc*	deẻ·uh dóp

Don't cut it too short.
Đừng cắt quá ngắn. đùhrng ğúht ğwaá ngúhn

Please use a new blade.
Xin dùng lưỡi mới. sin zùm lũhr·ee mer·eé

Shave it all off!
Cạo sạch! ğọw sạak

music

I'd like a ...	Tôi muốn một ...	doy moo·úhn mạwt ...
blank tape	cuộn băng trắng	ğoo·ụhn buhng chúhng
CD	đĩa CD	đeẽ·uh se·đe
DVD	đĩa DVD	đeẽ·uh đe·ve·đe
video	băng hình	buhng hìng

I'm looking for something by (Hong Nhung).

Tôi đang tìm một cái
đĩa của ca sĩ
(Hồng Nhung).

doy đaang dìm mạwt ğaí
đeẽ·uh ğoỏ·uh ğaa seẽ
(hàwm nyum)

What's his/her best recording?

Đĩa nào của anh/cô
ấy là hay nhất?

đeẽ·uh nòw ğoỏ·uh aang/ğaw
áy laà hay nyúht

Can I listen to this?

Tôi có thể nghe thử cái này?   doy ğó tảy ngya tủhr ğaí này

Will this work on any DVD player?

Đĩa này có chạy ở bất
kỳ đầu DVD nào không?

đeẽ·uh này go jạy ẻr búht
ğeè đòh đe·ve·đe nòw kawm

Is this for a (PAL/NTSC) system?

Cái này có hợp với hệ
thống (PAL/NTSC) không?

ğaí này ğó hẹrp ver·eé hẹ
táwm (paal/en·te·es·se) kawm

photography

Do you have ... for this camera?	Bạn có ... cho máy ảnh này không?	bạan ğó ... jo máy aảng này kawm
batteries	pin	pin
memory cards	thẻ nhớ	tả nyér

I need a/an ...	Tôi cần loại	doy ğùhn lwại
film for this	*phim ... cho*	feem ... jo
camera.	*máy ảnh này.*	máy aảng này
APS	*APS*	aa·pe·es
B&W	*đen trắng*	đan chúhng
colour	*màu*	mòh
slide	*đèn chiếu*	đàn jee·oó
(200) speed	*tốc độ*	dáwp đạw
	(hai trăm)	(hai chuhm)

Can you ...?	Bạn có thể	bạan ğó tảy
	... không?	... kawm
develop digital	*rửa ảnh kỹ*	zủhr·uh aảng ğeẽ
photos	*thuật số*	twụht sáw
develop this	*rửa cuộn*	zủhr·uh ğoo·ụhn
film	*phim này*	feem này
recharge the	*nạp pin cho*	naạp pin jo
battery for my	*máy ảnh kỹ*	máy aảng ğeẽ
digital camera	*thuật số*	twụht sáw
	của tôi	ğoỏ·uh doy
transfer photos	*chuyển ảnh*	jweẻ·uhn aảng
from my	*từ máy ảnh*	dùhr máy aảng
camera to CD	*của tôi sang*	ğoỏ·uh doy saang
	đĩa CD	đeẽ·uh se·đe

I need a cable to connect my camera to a computer.

Tôi cần một đường   doy ğùhn mạwt đuhr·èrng
dây dẫn điện để nối   zay zũhn đee·ụhn đẻ nóy
máy ảnh với máy tính.   máy aảng ver·eé máy díng

I need a cable to recharge this battery.

Tôi cần một đường nối   doy ğùhn mạwt đuhr·èrng nóy
để sạc pin này.   đẻ saạk pin này

I need a video cassette for this camera.
> *Tôi cần một băng ghi*   doy gùhn mạwt buhng gee
> *hình cho máy quay này.*   hìng jo máy ğway này

I need a passport photo taken.
> *Tôi cần chụp ảnh*   doy gùhn jụp aảng
> *cho hộ chiếu.*   jo hạw jee·oó

When will it be ready?
> *Khi nào sẽ xong?*   kee nòw nó som

I don't want to pay the full price.
> *Tôi không muốn trả hết.*   doy kawm moo·úhn chaả hét

I'm not happy with these photos.
> *Tôi chưa hài lòng với*   doy juhr·uh hài ver·eé
> *những ảnh này.*   nyũhrng aảng này

repairs

sửa đồ

Can I have my ...	*Ở đây có thể sửa*	ẹr đay ğó tẻ sủhr·uh
repaired here?	*... được không?*	... đuhr·ẹrk kawm
When will my	*Khi nào ...*	kee nòw ...
... be ready?	*của tôi sẽ xong?*	ğoỏ·uh doy sã som
backpack	*ba-lô*	baa·law
camera	*máy ảnh*	máy aảng
(sun)glasses	*kính (râm)*	ğíng (zuhm)
shoes	*giầy*	zày

souvenirs

basket	*cái rổ*	ğaí zảw
brassware	*đồ đồng*	đàw đàwm
caneware	*đồ mây tre*	đàw may cha
embroidery	*đồ thêu*	đàw te·oo
handicraft	*đồ thủ công*	đàw toỏ ğawm
	mỹ nghệ	meẽ ngyẹ
shell souvenirs	*đồ lưu niệm*	đàw luhr·oo nee·uhm
	làm bằng vỏ sò	laàm bùhng vỏ sò
woodcarving	*tượng gỗ*	đuhr·ẹrng ğãw

the internet

Where's the local Internet café?
Internet càfê gần nhất ở đâu?
in·ter·net ğà·fe gùhn nyúht ẻr đoh

I'd like to … — *Tôi muốn …* — doy moo·úhn …
 check my email — *kiểm tra email* — keé·uhm chaa ee·mayl
 get Internet access — *vào mạng* — vòw maạng
 use a printer — *dùng máy in* — zùm máy in
 use a scanner — *dùng máy scan* — zùm máy skaan

Do you have …? — *Bạn có … không?* — baạn ğó … kawm
 Macs — *máy tính Mac* — máy díng maak
 PCs — *máy tính PC* — máy díng pe·se
 a Zip drive — *ổ đĩa Zip* — ảw đeẽ·uh zip

How much per …? — *Bao nhiêu tiền cho …?* — bow nyee·oo đee·ùhn jo …
 hour — *một tiếng* — mạwt dee·úhng
 (five) minutes — *(năm) phút* — (nuhm) fút
 page — *một trang* — mạwt chaang

How do I log on?
Làm thế nào để vào mạng?
laàm té nòw đẻ vòw maạng

Please change it to English-language setting.
Làm ơn chuyển sang tiếng Anh.
laàm ern jweẻ·uhn saang dee·úhng aang

It's crashed.
Nó bị treo máy.
nó beẹ chay·oo máy

I've finished.
Tôi đã xong.
doy đaã som

mobile/cell phone

điện thoại di động

I'd like a ...	Tôi muốn ...	doy moo·úhn ...
charger for my phone	mua một cục sạc điện thoại	moo·uh mạwt ğụp saạk đee·ụhn twại
mobile/cell phone for hire	thuê một điện thoại di động	twe mạwt đee·ụhn twại zee đạwm
prepaid mobile/cell phone	mua một điện thoại di động trả trước	moo·uh mạwt đee·ụhn twại zee đạwm chaả chuhr·érk
SIM card for your network	mua một SIM điện thoại	moo·uh mạwt sim đee·ụhn twại

What are the rates?

Giá bao nhiêu?   zaá bow nyee·oo

(500 dong) per (30) seconds.

(Năm trăm đồng) cho   (nuhm chuhm đàwm) jo
(ba mươi) giây.   (baa muhr·ee) zay

---

sign language

Finding a street sign at every corner is sometimes a stretch, but almost every Vietnamese street has a shop – and conveniently, most shops display their address on the sign above the entrance. It usually runs along the bottom of the sign, and the street name is, more often than not, given.

There are several words for 'street', the main one used in HCMC and the south being *đường* đuhr·èrng (Đ). In Hanoi and other cities in northern Vietnam, the word *phố* fáw (P) is used instead. The word for 'street' comes before the name, so Nguyen Du Street becomes *Đường Nguyễn Du* đuhr·èrng ngeẽ·uhn zoo (Đ Nguyễn Du) or *Phố Nguyễn Du* fáw ngeẽ·uhn zoo (P Nguyễn Du).

phone

What's your phone number?
Xin cho biết số máy — sin jo bee·úht sáw máy
điện thoại của bạn? — đee·ụhn twaị ğoỏ·uh bạn

Where's the nearest public phone?
Điện thoại công cộng — đee·ụhn twaị ğom ğọm
gần nhất ở đâu? — gùhn nyúht ẻr đoh

Can I look at a phone book?
Tôi có thể xem danh — doy ğó tảy sam zaang
bạ điện thoại? — bạ đee·ụhn twaị

I want to …	Tôi muốn …	doy moo·úhn …
buy a	mua một thẻ	moo·uh mạwt tả
phonecard	gọi điện thoại	gọy đee·ụhn twaị
call (Singapore)	gọi (Sin-ga-pore)	gọy (sin·gaa·paw)
make a	gọi một cuộc	gọy mạwt ğoo·ụhk
(local) call	(nội hạt)	(naw·eẹ hạat)
reverse the	người nghe	nguhr·èè ngya
charges	trả tiền	chả đee·ùhn
speak for (three)	nói chuyện	nóy jwee·ụhn
minutes	trong (ba) phút	chom (baa) fút

How much	Giá … bao	zaá … bow
does … cost?	nhiêu?	nyee·oo
a (three)-	một cuộc	mạwt ğoo·ụhk
minute call	điện thoại	đee·ụhn twaị
	(ba) phút	(baa) fút
each extra	mỗi một phút	mõy mạwt fút
minute	tiếp sau	đee·úhp soh

The number is …
Số điện thoại là … — sáw đee·ụhn twaị làà …

What's the area/country code for (New Zealand)?
Mã số vùng/nước của — maã sáw vùm/nuhr·érk ğoỏ·uh
(Niu Zi Lân) là gì? — (nee·oo zee luhn) làà zeè

It's engaged.
Nó đã được kết nối. — nó đaã đuhr·ẹrk ğét nóy

The connection's bad.
  Sự kết nối rất tồi.   sụhr ğét naw·eé zúht dòy

I've been cut off.
  Nó đã bị cắt.   nó đaã bẹ ğúht

Hello.	*Xin chào.*	sin jòw
It's …	*Đây là …*	đay laà …
Is … there?	*Có … ở đó không?*	ğó … ẻr đó kawm

I'd like to speak to …
  Xin cho tôi gặp …   sin jo doy gụhp …

Please tell him/her I called.
  Làm ơn nói với   laàm ern nóy ver·eé
  anh/chị ấy tôi đã gọi.   aang/jee áy doy đaã gọy

Can I leave a message?
  Tôi có thể để lại lời nhắn? doy ğó tẻ đẻ lạ ler·eè nyúhn

My number is …
  Số điện thoại của   sáw đee·ụhn twạ ğoó·ụh
  tôi là …   doy laà …

I don't have a contact number.
  Tôi không có số liên lạc.   doy kawm ğó sáw lee·uhn lạạk

I'll call back later.
  Tôi sẽ gọi lại sau.   doy sẽ gọy lạ soh

---

listen for …

Nhầm số. nyùhm sáw	**Wrong number.**
Ai gọi đấy? ai gọy đáy	**Who's calling?**

Bạn muốn nói chuyện với ai?
  bạn moo·úhn nóy
  jwee·ụhn ver·eé ai
	Who do you want to speak to?

Đợi một chút. đer·ẹ mạwt jút	**One moment.**
Anh/Chị ấy không có ở đây. aang/jee áy kawm ğó ẻr đay	**He/She is not here.**

post office

bưu điện

I want to send a ...	Tôi muốn gửi một ...	doy moo·úhn té gủhr·ee mạwt ...
fax	bản fax	baản faak
letter	lá thư	laá tuhr
parcel	bưu phẩm	buhr·oo fủhm
postcard	bưu ảnh	buhr·oo aảng
I want to buy a/an ...	Tôi muốn mua một ...	doy moo·úhn moo·uh mạwt ...
aerogram	giấy gói	záy góy
envelope	phong bì	fom beè
stamp	cái tem	ğaí dam
customs declaration	khai báo hải quan	kai bów hai ğwaan
domestic	trong nước	chom nuhr·érk
fragile	dễ vỡ	zẽ vẽr
international	quốc tế	ğwáwk dé
mail n	thư	tuhr
mailbox	hộp thư	hạwp tuhr
postcode	mã số bưu điện	maã sáw buhr·oo đee·ụhn

snail mail

air	đường hàng không	đuhr·èrng haàng kawm
express	chuyển phát nhanh	jweé·uhn faát nyaang
registered	thư bảo đảm	tuhr bỏw đaảm
sea	đường biển	đuhr·èrng beẻ·uhn
surface	đường bộ	đuhr·èrng bạw

Please send it by airmail to (Australia).

Xin hãy gửi nó bằng   sin hãy gửh·ee nó bùhng
đường hàng không   đuhr·èrng haàng kawm
đến (Úc).   đén (úp)

It contains (souvenirs).

Nó bao gồm   nó bow gàwm
(quà lưu niệm).   (ğwaà luhr·oo nee·ụhm)

Where's the poste restante section?

Nơi trả bưu phẩm   ner·ee chảả buhr·oo fủhm
ở đâu?   ẻr đoh

Is there any mail for me?

Có thư nào của tôi không?   ğó tuhr nòw ğoỏ·uh doy kawm

place names

Cao Bằng	ğow bùhng	Cao Bang
Cần Thơ	ğùhn tèr	Can Tho
Côn Đảo	ğawn đỏw	Con Dao Island
Đà Lạt	đaà laạt	Dalat
Đà Nẵng	đaà nũhng	Danang
Hà Nội	haà nọy	Hanoi
Hải Phòng	hai fòm	Hai Phong
Hạ Long	haạ lom	Halong
Hội An	họy aan	Hoi An
Huế	hwé	Hue
Mỹ Tho	meẽ to	My Tho
Phú Quốc	foó ğwáwk	Phu Quoc Island
Sài Gòn	saì gòn	Saigon
Thành Phố	taàng fáw	Ho Chi Minh City
Hồ Chí Minh	haw jeé ming	(HCMC)

In Vietnam you can use either the local currency, dong (*đồng Việt Nam* dàwm vee·ụht naam), or US dollars.

Do you change money here?

Bạn có dịch vụ đổi tiền ở đây?	bạan ğó zịk voọ đỏy dee·èn ér đay

What time does the bank open?

Mấy giờ ngân hàng mở cửa?	máy zèr nguhn haàng mẻr ğủhr·uh

Where can I ...?	*Tôi có thể ... ở đâu?*	doy ğó tẻ ... ér đoh
I'd like to ...	*Tôi muốn ...*	doy moo·úhn ...
cash a cheque	*đổi séc ra tiền mặt*	đỏy sák zaa dee·ùhn mụht
change a travellers cheque	*đổi séc du lịch*	đỏy sák zuu lịk
change money	*đổi tiền*	đỏy dee·ùhn
get a cash advance	*rút tiền tạm ứng*	zút dee·ùhn dạạm úhrng
withdraw money	*rút tiền*	zút dee·ùhn
Where's ...?	*... ở đâu?*	... ér đoh
an automated teller machine	*Máy rút tiền tự động*	máy zút dee·ùhn dụhr đạwm
a foreign exchange office	*Phòng đổi ngoại tệ*	fòm đỏy ngwại dẹ

What's the ...?	... là bao nhiêu?	... laà bow nyee·oo
charge for that	Phí cho cái đó	feé jo gaí đó
exchange rate	Tỉ giá hối đoái	deẻ zaá hóy đwaí

It's free.	Miễn phí.	meẻ·uhn feé
It's (10) dollars.	(Mười) đô.	(muhr·eè) đaw
It's (10,000) dong.	(Mười nghìn) đồng.	(muhr·eè ngyìn) đàwm

Has my money arrived yet?
Tiền của tôi đã đến chưa?	dee·ùhn ğoỏ·uh doy đaã đén juhr·uh

How long will it take to arrive?
Mất bao lâu nó mới đến?	múht bow loh nó mer·eé đén

Can I use my credit card to withdraw money?
Tôi có thể dùng thẻ tín dụng để rút tiền được không?	doy ğó tẻ zùm tả dín zụm đẻ zút dee·ùhn đuhr·ẹrk kawm

The automated teller machine took my card.
Máy rút tiền đã nuốt mất thẻ của tôi.	máy zút dee·ùhn đaã moo·úht múht tả ğoỏ·uh doy

I've forgotten my PIN.
Tôi đã quên mất mã số PIN.	doy đaã ğwen múht maã sáw pin

---

listen for ...

giấy tờ tuỳ thân	záy dèr dweè tuhn	**identification**
hộ chiếu	hạw jee·oó	**passport**

Có vấn đề rồi.		
ğó vúhn đè zòy		**There's a problem.**
Bạn không còn tiền nữa.		
bạạn kawm gòn dee·ùhn nũhr·uh		**You have no funds left.**
Chúng tôi không thể làm điều đó.		
júm doy kawm tẻ laàm đee·oò đó		**We can't do that.**
Xin ký vào đây.		
sin ğeé vòw đay		**Sign here.**

I'd like a/an ...	Tôi muốn có một ...	doy moo·úhn ğó mạwt ...
audio set	băng hướng dẫn	buhng huhr·érng zũhn
catalogue	quyển ca-ta-lô	ğweé·uhn ğaa·daa·law
guide	người hướng dẫn	nguhr·eè huhr·érng zũhn
guidebook (in English)	quyển sách hướng dẫn (bằng tiếng Anh)	ğweé·uhn saák huhr·érng zũhn (bùhng dee·úhng aang)
(local) map	bản đồ (địa phương)	baản đàw (đee·ụh fuhr·erg)

Do you have information on ... sights?	Bạn có thông tin gì về những ... không?	baạn ğó tawm din zeè về nyũhrng ... kawm
cultural	địa danh văn hoá	dee·ụh zaang vuhn hwaá
historical	di tích lịch sử	zee dík lịk sủhr
religious	nơi tôn giáo	ner·ee dawn zów

I'd like to see (a) ...	Tôi muốn thăm ...	doy moo·úhn tuhm ...
Buddhist temple	một đền Phật Giáo	mạwt đèn fụht zów
pagoda	một ngôi chùa	mạwt ngaw·ee juhr·ùh
tombs	lăng tẩm	luhng dủhm

What's that?
   Đó là cái gì?   đó laà ğaí zeè

Who made it?
   Ai đã xây nó?   ai đaã say nó

How old is it?
   Nó được xây bao   nó đuhr·ẹrk say bow
   nhiêu lâu rồi?   nyee·oo loh zòy

Could you take a photo of me?
   Bạn có thể chụp cho   baạn ğó tẻ jụp jo
   tôi một bức ảnh?   doy maạt búhrk aảng

Can I take a photo (of you)?
   Tôi có thể chụp ảnh (bạn) doy ğó tẻ jụp aảng (baạn)
   được không?   đuhr·ẹrk kawm

I'll send you the photo.
   Tôi sẽ gửi ảnh này   doy sã gủhr·ee aảng này
   cho bạn.   jo baạn

getting in

What time does it open/close?
Mấy giờ nó mở/đóng cửa?   máy zèr nó mẻr/dáwm ğửhr·uh

What's the admission charge?
Giá vào là bao nhiêu?   zaá vòw laà bow nyee·oo

Is there a	*... có được giảm*	*... ğó đuhr·ẹrk zaảm*
discount for ...?	*giá không?*	*zaá kawm*
children	*Trẻ em*	chả am
families	*Gia đình*	zaa đìng
groups	*Nhóm*	nyóm
older people	*Người cao tuổi*	nguhr·eè ğow doỏ·ee
pensioners	*Người hứu trí*	nguhr·eè huhr·eé cheé
students	*Sinh viên*	sing vee·uhn

tours

Can you recommend a ...?	*Bạn có thể giới thiệu một chuyến ... không?*	bạan ğó tẻ zẻr·eé tee·oọ mạwt jwee·úhn ... kawm
When's the next ...?	*Khi nào là chuyến ... tới?*	kee nòw laà jwee·úhn ... der·eé
boat trip	*du thuyền*	zoo twee·ùhn
day trip	*du lịch nội nhật*	zoo lịk nọy nyụht
tour	*thăm quan*	tuhm ğwaan
Is ... included?	*Nó có bao gồm ... không?*	nó ğó bow gàwm ... kawm
accommodation	*chỗ ở*	jãw ẻr
food	*đồ ăn*	đàw uhn
transport	*phương tiện đi lại*	fuhr·erng dee·ụhn đee lại

The guide will pay.
   Người hướng dẫn   nguhr·eè huhr·erng zũhn
   sẽ trả.   sã chaả

The guide has paid.
   Người hướng dẫn   nguhr·eè huhr·erng zũhn
   đã trả rồi.   đaã chaả zòy

How long is the tour?
   Chuyến đi thăm quan jwee·úhn đee tuhm ğwaan
   này là dài bao lâu? này laà zài bow loh

What time should we be back?
   Mấy giờ chúng tôi   máy zèr júm doy
   được về?   duhr·ẹrk vè

I'm with them.
   Tôi đang đi với họ. doy đaang đee ver·eé họ

I've lost my group.
   Tôi đã lạc nhóm của doy đaã laạk nyóm ğoỏ·uh
   tôi rồi.   doy zòy

holy sights

In Vietnam, the words 'pagoda' and 'temple' are used with a different meaning than in other Asian countries (like China). A pagoda (*chùa* joo·ùh) is a place of worship and doesn't necessarily store the ashes of the dead. It's usually a single-storey structure, not a multi-tiered, eight-sided tower. A temple (*đền* đèn), on the other hand, isn't really a place of worship – rather, it's built in honour of a great historical or mythical figure (eg Confucius or even Ho Chi Minh).

business
buôn bán

I'm attending a ...	Tôi đang tham dự một ...	doy đaang taam zụhr mạwt ...
conference	hội nghị	họy ngyeẹ
course	hội thảo	họy tỏw
meeting	buổi họp	boỏ·ee họp
trade fair	hội chợ thương mại	họy jợr tuhr·erng mại

I'm with ...	Tôi đến với ...	doy đén ver·eé ...
my colleague(s)	đồng nghiệp của tôi	đàwm ngyee·ụhp ğoỏ·uh doy
(two) others	(hai) người khác	(hai) nguhr·eè kaák

I'm alone.
Tôi đến một mình.   doy đén mạwt mìng

I have an appointment with ...
Tôi có hẹn với ...   doy ğó hạn ver·eé ...

I'm staying at (the Hoa Binh Hotel), room (21).
Tôi ở khách sạn (Hoà Bình)   doy ẻr kaák sạan (hwaà bìng)
phòng (hai mươi mốt).   fòm (hai muhr·ee máwt)

I'm here for (three) days/weeks.
Tôi ở đây (ba) ngày/tuần.   doy ẻr đay (baa) ngày/dwùhn

---

etiquette tips

Exchanging business cards (*danh thiếp* zaang tee·úhp) is an important part of even the smallest transaction or business contact in Vietnam. They should be presented and received with both hands.

Leaving a pair of chopsticks (*đôi đua* đoy đoo·uh) sitting vertically in a rice bowl isn't appreciated in Vietnam – it looks very much like the incense sticks that are burned for the dead.

business

Here's my ...	Đây là ... của tôi.	đay laà ... ğoỏ·uh doy
Can I have	Xin bạn cho tôi	sin baạn jo doy
your ...?	... của bạn.	... ğoỏ·uh baạn
address	địa chỉ	đẹ·uh jeẻ
business card	danh thiếp	zaang tee·úhp
email address	địa chỉ	đẹ·uh jeẻ
	email	ee·mayl
fax number	số fax	sáw faak
mobile number	số điện thoại	sáw đee·ụhn twaị
	di động	zee đawm
phone number	số điện thoại	sáw đee·ụhn twaị
Where's the ...?	... ở đâu?	... ẻr đoh
conference	Hội nghị	họy ngyeẹ
meeting	Buổi họp	boỏ·ee họp
I need (a/an) ...	Tôi cần ...	doy ğùhn ...
computer	một máy tính	mạwt máy díng
Internet	vào mạng	vòw maạng
connection		
interpreter	một người	mạwt nguhr·eè
	phiên dịch	fee·uhn zịk
more business	in danh thiếp	in zaang tee·úhp
cards	nữa	nũhr·uh
some space to	một chỗ để	mạwt jãw để
set up	chuẩn bị	joo·ụhn beẹ
to send a fax	gửi một	gủhr·ee mạwt
	bản fax	baản faak

That went very well.
Buổi họp có kết quả   boỏ·ee họp ğó ğét ğwaả
tốt rồi.   dáwt zòy

Shall we go for a drink?
Mời bạn đi uống nước.   mer·eè baạn đee oo·úhng nuhr·érk

Shall we go for a meal?
Mời bạn đi ăn cơm.   mer·eè baạn đee uhn ğerm

It's on me.
Tôi mời bạn.   doy mer·eè baạn

senior & disabled travellers
người cao tuổi & người du lịch khuyết tật

Facilities for people with a disability are limited to new office buildings and foreign hotels.

I have a disability.
Tôi bị khuyết tật.   doy beẹ kwee·úht dụht

I need assistance.
Tôi cần sự trợ giúp.   doy gùhn sụhr chẹr zúp

I'm deaf.
Tôi bị điếc.   doy beẹ đee·úhk

I have a hearing problem.
Tôi có vấn đề về thính giác. doy gó vúhn đè về tíng zaák

I have a hearing aid.
Tôi dùng thiết bị trợ thính.   doy zùm tee·úht beẹ chẹr tíng

My (friend) is blind.
(Bạn) tôi bị mù.   (baạn) doy beẹ moò

Are guide dogs permitted?
*Có chó dẫn đường cho   gó jó zũhn đuhr·èrng jo
người khiếm thị không?*   nguhr·eè kee·úhm teẹ kawm

What services do you have for people with a disability?
*Bạn có những dịch vụ   baạn gó nyũhrng zịk voọ
gì cho người bị khuyết   zeè jo nguhr·eè beẹ kwee·úht
tật không?*   dụht kawm

How wide is the entrance?
Lối vào rộng bao nhiêu?   lóy vòw zạwm bow nyee·oo

How many steps are there?
Có bao nhiêu bậc thang?   gó bow nyee·oo bụhk taang

Is there a lift?
Có thang máy không?   gó taang máy kawm

Is there wheelchair access?
*Có đường dành riêng   gó đuhr·èrng zaàng zee·uhng
cho xe lăn không?*   jo sa luhn kawm

senior & disabled

91

Are there disabled toilets?

Có la-bô cho người
khuyết tật ở đây không?

ğó laa·baw jo nguhr·eè
kwee·úht dụht ẻr đạy kawm

Are there rails in the bathroom?

Có tay vịn nào trong
nhà vệ sinh không?

ğó day vịn nòw chom
nyaà vẹ sing kawm

Are there disabled parking spaces?

Có chỗ đỗ xe dành cho
người khuyết tật không?

ğó jãw đãw sa zaàng jo
nguhr·eè kwee·úht dụht kawm

Can you call me a disabled taxi?

Bạn có thể gọi hộ tôi
một taxi dành cho
người khuyết tật không?

bạan ğó tẻ gọy hạw doy
mạwt dúhk·see zaàng jo ·
nguhr·eè kwee·úht dụht kawm

Can you help me cross the street safely?

Bạn có thể giúp tôi qua
đường an toàn không?

bạan ğó tẻ zúp doy ğwaa
đuhr·èrng aan dwaàn kawm

Is there somewhere I can sit down?

Có chỗ nào tôi có thể
ngồi được không?

ğó jãw nòw doy ğó tẻ
ngòy đuhr·ẹrk kawm

guide dog	*chó dẫn đường*	jó zũhn đuhr·èrng
older person	*người cao tuổi*	nguhr·eè ğow doỏ·ee
person with a disability	*người khuyết tật*	nguhr·eè kwee·úht dụht
ramp	*đường dốc*	đuhr·èrng záwp
walking frame	*khung tập đi*	kum dụhp đee
walking stick	*gậy chống*	gạy jáwm
wheelchair	*xe lăn*	sa luhn

travelling with children

du lịch với trẻ em

A crèche is almost unheard of in Vietnam, so when it comes to leaving the kids behind for an outing, a babysitter (*báo mẫu* bỏw mỗh) is the service to ask for.

Is there a …?	Có … ở đây không?	ğó … ẻr đay kawm
baby change room	phòng thay đồ cho trẻ sơ sinh	fòm tay đàw jo chả ser sing
child-minding service	dịch vụ trông trẻ	zịk voọ chawm chả
children's menu	thực đơn trẻ em	tụhrk đern chả am
child's portion	xuất ăn dành cho trẻ	swúht uhn zaàng jo chả
discount for children	giảm giá cho trẻ em	zaảm zaá jo chả am
family ticket	vé gia đình	vá zaa đìng

I need a/an …	Tôi cần một …	doy ğùhn mạwt …
baby seat	ghế trẻ sơ sinh	gé chả ser sing
(English-speaking) babysitter	báo mẫu (nói được tiếng Anh)	bỏw mỗh (nóy đuhr·ẹrk dee·úhng aang)
booster seat	ghế đẩy	gé đảy
cot	giường cũi	zuhr·èrng ğoõ·ee
highchair	ghế cao dành cho trẻ	gé ğow zaàng jo chả
plastic bag	túi nhựa	doo·eé nyuhr·ụh
plastic sheet	miếng nhựa	mee·úhng nyuhr·ụh
potty	cái bô	ğaí baw
pram	xe đẩy	sa đảy
sick bag	túi nôn	doo·eé nawn
stroller	xe nôi	sa noy

Where's the nearest ...?	*Cái ... gần nhất ở đâu?*	ğaí ... ğùhn nyúht ér đoh
drinking fountain	*vòi uống nước*	vòy oo·úhng nuhr·érk
park	*công viên*	ğawm vee·uhn
playground	*sân chơi*	suhn jer·ee
swimming pool	*bể bơi*	bé ber·ee
tap	*vòi nước*	vòy nuhr·érk
theme park	*công viên vui chơi*	ğawm vee·uhn voo·ee jer·ee
toyshop	*cửa hàng đồ chơi*	ğủhr·uh haàng đàw jer·ee

Do you sell ...?	*Bạn có bán ... không?*	bạan ğó baán ... kawm
baby wipes	*giấy chùi đít cho em bé*	záy joo·eè đít jo am bá
disposable nappies	*tã giấy*	daã záy
painkillers for infants	*thuốc giảm đau cho trẻ*	too·úhk zaảm đoh jo chả
powdered milk	*sữa bột*	sũhr·uh bạwt
tissues	*giấy lau*	záy loh

Do you hire prams/strollers?
Bạn có cho thuê xe đẩy/nôi không?
bạan ğó jo twe sa đẩy/noy kawm

Is there space for a pram?
Có chỗ nào để xe đẩy không?
ğó jäw nòw đẻ sa đẩy kawm

Are children allowed?
Trẻ em có được phép vào không?
chả am ğó đuhr·ẹrk fáp vòw kawm

Is this suitable for (three)-year old children?
Cái này có thích hợp với trẻ em (ba) tuổi không?
ğaí này ğó tík hẹrp ver·eé chả am (ba) doỏ·ee kawm

Where can I change a nappy?
Tôi có thể thay tã ở đâu?
doy ğó tẻ tay daã ér đoh

Do you mind if I breast-feed here?
Bạn có phiền không nếu   baạn ğó fee·ùhn kawm nay·oó
tôi cho con bú ở đây?   doy jo ğon boó ẻr đay

Could I have some paper and pencils?
Làm ơn cho tôi giấy   laàm ern jo doy záy
và bút chì.   vaà bút jeè

Do you know a dentist/doctor who is good with children?
Bạn có biết một nha/bác   baạn ğó bee·úht mạwt nyaa/baák
sĩ cho trẻ em không?   seẽ jo chả am kawm

For more on medical needs, see **health**, page 175.

talking with children

trò chuyện với trẻ em

What's your name?
Tên cháu là gì?   den jów laà zeè

How old are you?
Cháu bao nhiêu tuổi?   jów bow nyee·oo dỏy

When's your birthday?
Khi nào là sinh nhật   kee nòw laà sing nyụht
của cháu?   ğoỏ·uh jóh

Do you go to school?
Cháu đã đi học chưa?   jóh đaã đẹ họp juhr·uh

What grade are you in?
Cháu học lớp mấy?   jóh họp lérp máy

Do you learn English?
Cháu có học tiếng   jóh ğó họp dee·úhng
Anh không?   aang kawm

What do you do after school?
Cháu thường làm gì   jóh tuhr·èrng laàm zeè
sau khi đi học về?   soh kee đee họp vè

Do you like (sport)?
Cháu có thích (thể thao)   jóh ğó tík (tẻ tow)
không?   kawm

95

talking about children

When's the baby due?
Khi nào sinh con? · kee nòw sing ğon

What are you going to call the baby?
Bạn sẽ đặt tên con là gì? · baạn sả đuht den ğon laà zeè

Is this your first child?
Đây có phải là con đầu · đay ğó fai laà ğon đòh
lòng không? · lòm kawm

How many children do you have?
Bạn muốn có mấy con? · baạn moo·úhn ğó máy ğon

What a beautiful child!
Đứa trẻ xinh quá! · đuhr·úh chả sing ğwaá

Is it a boy or a girl?
Đó là con trai hay con gái? · đó laà ğon chai hay ğon gaí

What's his/her name?
Tên cậu/cô bé là gì? · dan ğoh/ğaw bá laà zeè

How old is he/she?
Cậu/Cô bé bao nhiêu · ğoh/ğaw bá bow nyee·oo
tuổi? · doỏ·ee

Does he/she go to school?
Cậu/Cô bé có đi học · ğoh/ğaw bá ğó đee họp
không? · kawm

He/She ...	Cậu/Cô bé ...	ğoh/ğaw bá ...
has your eyes	*có mắt giống* *bạn*	ğó múht záwm baạn
looks like you	*trông có giống* *bạn*	chawm ğó záwm baạn

basics

cơ bản

Yes.	Dạ.	zaạ/yaạ ®/⑤
No.	Không.	kawm
Please.	Xin.	sin
Thank you (very much).	Cảm ơn (rất nhiều).	ğaảm ern (zúht nyee·oò)
You're welcome.	Không có gì.	kawm ğó zeè
Excuse me.	Xin lỗi.	sin lõy
Sorry.	Xin lỗi.	sin lõy

For more on expressing agreement or confirmation, see the box **just don't say no**, page 110.

no thanks

The words 'please' and 'thank you' aren't used as often as you might expect, so don't be offended if you don't hear them – the sentiment will still be there.

greetings & goodbyes

lời chào hỏi & lời chia tay

When meeting older or respected people bow your head slightly and take off your hat. The traditional form of greeting – pressing your hands together in front of your body and bowing slightly – is still used by Buddhist monks and nuns and it's polite to respond the same way.

| Hello. | Xin chào. | sin jòw |
| Hi. | Chào. | jòw |

meeting people

97

Good ...	*Chào buổi ...*	jòw boỏ·ee ...
afternoon	*chiều*	jee·oò
day	*trưa*	chuhr·uh
evening	*tối*	dóy
morning	*sáng*	saáng

How are you?
Bạn khoẻ không? baạn kwả kawm

Fine. And you?
Khoẻ. Còn bạn thì sao? kwả gòn baạn teè sow

What's your name?
Tên bạn là gì? den baạn laà zeè

My name is ...
Tên tôi là ... den doy laà ...

I'm pleased to meet you.
Tôi rất vui được doy zúht voo·ee đuhr·ẹrk
gặp bạn. gụhp baạn

I'd like to introduce you to ...
Tôi muốn giới thiệu doy moo·úhn zer·eé tee·oọ
bạn với ... baạn ver·eé ...

This is my ...	*Đây là ... của tôi.*	đay laà ... ğoỏ·uh doy
child	*con*	ğon
colleague	*đồng nghiệp*	đàwm ngyee·ụhp
friend	*bạn*	baạn
husband	*chồng*	jòm
partner (intimate)	*tình nhân*	đìng nyuhn
wife	*vợ*	vẹr

For more kinship terms, see **family**, page 103.

See you later.	*Hẹn gặp lại.*	haạn gụhp laị
Goodbye.	*Tạm biệt.*	daạm bee·ụht
Bye.	*Chào nhé.*	jòw nyá
Good night.	*Chúc ngủ ngon.*	júp ngoỏ ngon
Bon voyage!	*Chúc thượng lộ bình an!*	júp tuhr·ẹrng lạw bìng aan

addressing people

When addressing someone, the Vietnamese use a title before the person's first name. It varies according to age, gender and the relationship with that person – we've given the most common ones in the box below. Formal terms equivalent to 'Mr' or 'Mrs' in English are only used on first meeting someone or when addressing an elderly person. For some informal terms of address, see **romance** and the box **who do you love**, page 121. You can also find some more information on Vietnamese names in the box **what's in a name?**, page 68.

Mr	*Ông*	awn
Mrs	*Bà*	baà
Miss	*Cô*	ğaw

title case

anh	aang	males a little older than you
bà	baà	females older than your parents
bác	baák	females and males older than your parents
cháu	jów	male or female young enough to be your children or grandchildren
chị	jeẹ	females a little older than you
em	am	females & males younger than you (children & teenagers only)
ông	awn	males older than your parents

making conversation

What a beautiful day!
   Hôm này đẹp trời thế!   hawm này đạp cher·eè té

That's (beautiful), isn't it!
   Cái đó (đẹp) lắm, phải không?   ğaí đó (đạp) lúhm faị kawm

Nice/Awful weather, isn't it?
    Thời tiết đẹp/xấu,   ter·eè dee·úht đạp/sóh
    phải không?   fai kawm

What's this called?
    Cái này gọi là gì?   ğaí này gọi laà zeè

Where are you going?
    Bạn đi đâu thế?   bạn đee đoh té

What are you doing?
    Bạn đang làm gì đấy?   bạn đaang laàm zeè đáy

Can I take a photo (of you)?
    Tôi có thể chụp ảnh   doy ğó tẻ jụp ảng
    (bạn) được không?   (bạn) đuhr·ẹrk kawm

Do you live here?
    Bạn sống ở đây không?   bạn sáwm ẻr đay kawm

Do you like it here?
    Bạn có thích ở đây không?   bạn ğó tík ẻr đay kawm

I love it here.
    Tôi ở đây thích lắm.   doy ẻr đay tík lúhm

How long are you here for?
    Bạn định ở đây bao   bạn địng ẻr đay bow
    nhiêu lâu?   nyee·oo loh

I'm here for (four) weeks/days.
    Tôi định ở đây (bốn)   doy địng ẻr đay (báwn)
    tuần/ngày.   dwùhn/ngày

Are you here on holiday?
    Bạn đang nghỉ ở đây   bạn đaang ngyeẻ ẻr đay
    phải không?   fai kawm

I'm here ...   *Tôi đang đi ...*   doy đaang đee ...
    for a holiday   *nghỉ*   ngyeẻ
    on business   *làm*   laàm
    to study   *học*   họp

nationalities

quốc tịch

Where are you from?	*Bạn là người nước nào?*	bạạn laà nguhr·eè nuhr·érk nòw
I'm from ...	*Tôi là người ...*	doy laà nguhr·eè ...
Australia	*Úc*	úp
Canada	*Ca-na-đa*	ğaa·naa·đaa
England	*Anh*	aang
New Zealand	*Tân Tây Lan*	duhn day laan
the USA	*Mỹ*	meē

age

tuổi

How old ...?	*... bao nhiêu tuổi?*	... bow nyee·oo dỏy
are you	*Bạn*	bạạn
is your daughter	*Con gái của bạn*	ğon gaí ğoỏ·uh bạạn
is your son	*Con trai của bạn*	ğon chai ğoỏ·uh bạạn

meeting people

101

I'm … years old.
   Tôi … tuổi.   doy … dỏy

My son/daughter is … years old.
   Con trai/ gái của tôi …   ğon chai/ğaí ğoỏ·uh doy …
   tuổi.   dỏy

Too old!
   Quá già!   ğwaá zaà

I'm younger than I look.
   Tôi trẻ hơn so với   doy chẻ hern so ver·eé
   bề ngoài.   bè ngwaì

For your age, see **numbers & amounts**, page 35.

occupations & studies

nghề nghiệp & học vấn

What's your occupation?	*Bạn làm nghề gì?*	bạan laàm ngyè zeè
I'm a …	*Tôi là …*	doy laà …
chef	*đầu bếp*	đòh bép
doctor	*bác sĩ*	baák seẽ
farmer	*nông dân*	nawm zuhn
journalist	*nhà báo*	nyaà bów
teacher	*giáo viên*	zów vee·uhn
I work in …	*Tôi làm trong …*	doy laàm chom …
administration	*bộ phận*	bạw fụhn
	hành chính	naàng jíng
health	*y tế*	ee dé
sales &	*bán hàng và*	baán haàng vaà
marketing	*tiếp thị*	dee·úhp teẹ
I'm …	*Tôi …*	doy …
retired	*đã về hưu*	đaã vè huhr·oo
self-employed	*là doanh*	laà zwaang
	nghiệp tư	ngyee·ụhp duhr
	nhân	nyuhn
unemployed	*thất nghiệp*	túht ngyee·ụhp

What are you studying?	Bạn đang học cái gì?	baạn đaang họp ğaí zeè
I'm studying ...	Tôi đang học ...	doy đaang họp ...
humanities	nhân chủng học	nyuhn jủm họp
science	khoa học	kwaa họp
Vietnamese	tiếng Việt	dee·úhng vee·ụht

family

gia đình

Do you have a ...?	Bạn có ... không?	baạn ğó ... kawm
I (don't) have a ...	Tôi (không) có ...	doy (kawm) ğó ...
brother (older)	anh trai	ang chai
brother (younger)	em trai	am chai
daughter	con gái	ğon gaí
family	gia đình	zaa đìng
husband	chồng	jàwm
partner (intimate)	tình nhân	dìng nyuhn
sister (older)	chị	jeẹ
sister (younger)	em gái	am gái
son	con trai	ğon chai
wife	vợ	vẹr

Are you married?
Bạn lập gia đình chưa?   baạn lụhp zaa đìng juhr·uh

I live with someone.
Tôi đang sống với một người.   doy đaang sóm ver·eé mạwt nguhr·eè

I'm ...	Tôi ...	doy ...
married	đã lập gia đình	đaã lụhp zaa đìng
separated	đã chia tay	đaã jee·uh day
single	độc thân	đạwp tuhn

For more family members, see the **dictionary**.

farewells

Tomorrow is my last day here.
Ngày mai là ngày cuối   ngày mai laà ngày ğoo·eé
cùng của tôi ở đây.   ğùm ğoỏ·uh doy ẻr đay

If you come to (Ireland) you can stay with me.
Nếu bạn đến (Ái-len)   ne·oó bạan đén (aí·laan)
bạn có thể ở với tôi.   bạan ğó tẻ ẻr ver·eé doy

Keep in touch!
Giữ liên lạc nhé!   zừhr lee·uhn laạk nyá

It's been great meeting you.
Thật vui được gặp bạn.   tụhạt voo·ee duhr·ẹrk gụhp bạan

Here's my ...   *Đây là ... của tôi.*   đay laà ... ğoỏ·uh doy
(email) address   *địa chỉ (email)*   đẹe·uh jeẻ (ee·mayl)
phone number   *số điện thoại*   sáw đee·ụhn twại

What's your ...?   *... của bạn là gì?*   ... ğoỏ·uh bạan laà zeè
(email) address   *Địa chỉ (email)*   đẹe·uh jeẻ (ee·mayl)
phone number   *Số điện thoại*   sáw đee·ụhn twại

---

well-wishing

Bon voyage!	*Chúc thượng lộ*	júp tuhr·ẹrng lạw
	bình an!	bìng aan
Congratulations!	*Xin chúc mừng!*	sin júp mùhrng
Good luck!	*Chúc may mắn!*	júp may múhn
Happy Birthday!	*Chúc sinh nhật*	júp sing nyụht
	vui vẻ!	voo·ee vẻ
Happy Lunar	*Chúp mừng*	júp mùhrng
New Year!	*tết vui!*	dét voo·ee
Happy New Year!	*Chúp mừng*	júp mùhrng
	năm mới!	nuhm mer·eé
Merry Christmas!	*Chúc giáng sinh*	júp zaáng sing
	vui vẻ!	voo·ee vẻ

common interests

sở thích chung

What do you do in your spare time?
Khi bạn có thời gian   kee baạn ğó ter·eè zaan
rỗi bạn thường làm gì?   zõy baạn tuhr·èrng laàm zeè

Do you like …?	*Bạn có thích*	baạn ğó tík
	… không?	… kawm
I (don't) like …	*Tôi (không)*	doy (kawm)
	thích …	tík …
buffalo fighting	*chọi trâu*	jọy choh
cockfighting	*chọi gà*	jọy gaà
computer	*trò chơi*	chò jer·ee
games	*điện tử*	đee·uhn dủhr
cooking	*nấu ăn*	nóh uhn
dancing	*khiêu vũ*	kee·oo voõ
drawing	*vẽ*	vã
films	*xem phim*	sam feem
gardening	*làm vườn*	laàm vuhr·èrn
hiking	*đi bộ*	đee baạw
	đường dài	đuhr·èrng zaì
karaoke	*hát karaoke*	haát ğaa·raa·o·ğe
music	*nghe nhạc*	ngya nyaạk
painting	*hội hoạ*	họy hwaạ
photography	*chụp ảnh*	jụp ảng
reading	*đọc sách*	đọp saák
shopping	*đi mua sắm*	đee moo·uh súhm
socialising	*giao tiếp*	sow dee·úhp
sport	*chơi thể thao*	jer·ee tẻ tow
surfing the Internet	*tìm trang web*	dìm chaang web
travelling	*đi du lịch*	đee zoo lịk
water-puppet	*xem múa rối*	sam moo·úh zóy
theatre		

For sporting activities, see **sport**, page 131.

âm nhạc

Do you …?	Bạn có … không?	baạn gó … kawm
dance	biết khiêu vũ	bee·úht kee·oo voõ
go to concerts	hay đi nghe nhạc	hay đee ngya nyaạk
listen to music	nghe nhạc	ngya nyaạk
play an instrument	chơi nhạc	jer·eé nyaạk
sing	biết hát	bee·úht haát

What … do you like?	Bạn thích những … nào?	baạn tík nyũhrng … nòw
bands	ban nhạc	baan nyaạk
music	dòng nhạc	zòm nyaạk
singers	ca sĩ	ğaa seẽ

classical music	nhạc cổ điển	nyaạk ğảw đeẻ·uhn
electronic music	nhạc điện tử	nyaạk đee·ụhn dủhr
traditional Vietnamese music	nhạc cổ truyền	nyaạk ğảw chwee·ùhn
	Việt Nam	vee·ụht naam
world music	nhạc quốc tế	nyaạk ğwók dé

Planning to go to a concert? See **tickets**, page 44, and **going out**, page 115.

---

poetic hat

The Vietnamese trademark, the conical hat (*cái nón* ğaí nón), is a very practical item – women all over the country wear it to protect their faces from the sun, but it also serves as an umbrella in the rain.

However, there's a poetic side to it as well – the hats made in the Hue region, known as *nón bài thơ* nón baì ter (lit: poem hat), have proverbs or poetry inscribed inside the brim, visible only when the hat is held up to the light and viewed from inside.

cinema & theatre

I feel like going to a …	Tôi muốn đi xem …	doy moo·úhn đee sam …
Did you like the …?	Bạn có thích … không?	bạan ğó tík … kawm
ballet	vũ ba lê	voõ baa le
film	bộ fim	bạw feem
play	vở kịch	vẻr ğik
I thought it was …	Tôi cho rằng nó …	doy jo zùhng nó …
boring	chán	jaán
excellent	tuyệt vời	dwee·ụht ver·eè
long	quá dài	ğwaá zaì
OK	cũng được thôi	ğũm đuhr·ẹrk toy
What's showing at the … tonight?	Tối này có gì ở … không?	dóy này ğó zeè ẻr … kawm
cinema	rạp chiếu bóng	zạap chee·oó bóm
theatre	rạp hát	zạap haát

Is it in English?
Có tiếng Anh không?   ğó dee·úhng ang kawm

Does it have (English) subtitles?
Có phụ đề (tiếng Anh) không?   ğó foọ đè (dee·úhng ang) kawm

Have you seen …?
Bạn đã xem … chưa?   bạan đaã sam … juhr·uh

Who's in it?
Có những diễn viên nào?   ğó nyũhrng zeẽ·uhn vee·uhn nòw

It stars …
Những diễn viên chính là …   nyũhrng zeẽ·uhn vee·uhn jíng laà …

Is this seat taken?
Chỗ này có người ở không?   jãw này ğó nguhr·eè ẻr kawm

Do you like …?	Bạn có thích fim … không?	bạạn ğó tík feem … kawm
I (don't) like …	Tôi (không) thích fim …	doy (kawm) tík feem …
action movies	hành động	haàng đạwm
animated films	hoạt hình	hwaạt hìng
(Vietnamese) cinema	điện ảnh (Việt Nam)	đee·ụhn ảng (vee·ụht naam)
comedies	hài	hài
documentaries	tài liệu	daì lee·ọọ
drama	chính kịch	jíng ğịk
horror movies	rùng rợn	zùm zẹrn
sci-fi	khoa học viễn tưởng	kwaa họp veẽ·uhn dửhr·erng
short films	ngắn	ngúhn
thrillers	giật gân	zạạt guhn
war movies	chiến tranh	jee·úhn chaan

the animal in you

In the Vietnamese lunar calendar, years are represented by one of the 12 animals of the zodiac (listed below), and the cycle is repeated every 12 years. To find out someone's zodiac sign (based on the year of birth), just ask:

What animal are you?
Bạn tuổi con gì?   bạạn doỏ·ee ğọn zcè

Rat	Tý	deé
Buffalo	Sửu	sủhr·oo
Tiger	Dần	zùhn
Cat	Mẹo	may·oọ
Dragon	Thìn	tìn
Snake	Tỵ	dee
Horse	Ngọ	ngo
Goat	Mùi	moo·eè
Monkey	Thân	tuhn
Rooster	Dậu	zọh
Dog	Tuất	dwúht
Pig	Hợi	her·eẹ

feelings

cảm giác

Are you …?	Bạn có thấy … không?	bạạn ğó táy … kawm
I'm (not) …	Tôi (không) thấy …	doy (kawm) táy …
cold	lạnh	laạng
disappointed	thất vọng	túht vọm
embarrassed	xấu hổ	sóh hảw
happy	vui	voo·ee
hot	nóng	nóm
hungry	đói	đóy
in a hurry	vội	vọy
OK	khoẻ	kwả
sad	buồn	boo·ùhn
surprised	ngạc nhiên	ngạk nyee·uhn
thirsty	khát nước	kaát nuhr·érk
tired	mệt mỏi	mẹt móy
worried	lo lắng	lo lúhng

If you're feeling unwell, see **health**, page 175.

mixed feelings

a little	hơi	her·ee
I'm a little confused.	Tôi thấy hơi lộn xộn.	doy táy her·ee lạwn sạwn

extremely	vô cùng	vaw ğùm
I'm extremely sorry.	Tôi vô cùng xin lỗi.	doy vaw ğùm sin lỗy

very	rất	zúht
I feel very lucky.	Tôi thấy mình rất may mắn.	doy táy mìng zúht may múhn

opinions

Did you like it?
Bạn có thích nó không?   bạạn ğó tík nó kawm

What do you think of it?
Bạn thấy nó như thế nào?   bạạn táy nó nyuhr té nòw

I thought it was …	*Tôi nghĩ nó …*	doy ngyeẻ nó …
It's …	*Nó …*	nó …
awful	*tồi tệ*	dòy dẹ
beautiful	*đẹp*	đạp
boring	*chán*	chaán
(too) expensive	*(quá) tốn kém*	(ğwaá) dáwn ğám
great	*tuyệt vời*	dwee·ụht ver·eè
interesting	*hay*	hay
OK	*cũng được*	ğũm đuhr·ẹrk
strange	*lạ*	lạạ

---

just don't say no

There are several ways of saying 'yes' in Vietnamese. The formal 'yes', particularly in the north, is *dạ, vâng* zaạ vuhng. It shows approval and is a polite way to answer a question – when dealing with officials, for example. Wherever you are, if the answer you'll give is 'no' but you want to be very polite, you can begin your response with *dạ* zaạ/yaạ ⑧/⑤, before going on to disagree!

Both *phải* fai (lit: right/correct) and *đúng* đúm (lit: exact/true) can be used to express agreement or confirmation with little difference in meaning.

Có ğó (lit: have) is used as 'yes' with 'have' questions and *được* đuhr·ẹrk (lit: can) with 'can' questions. Most other verbs used in questions are commonly repeated in answers instead of saying 'yes'. For more on questions and answers, see the **phrasebuilder**, page 25.

politics & social issues

Who do you vote for?
Bạn thường bầu cho ai? bạạn tuhr·èrng bòh jo ai

I support the … party.	*Tôi ủng hộ đảng …*	doy úm hạw đảng …
I'm a member of the … party.	*Tôi là đảng viên của đảng …*	doy laà đaảng vee·uhn ğoỏ·uh đaảng …

communist	*cộng sản*	ğạwm saản
conservative	*bảo thủ*	bỏw toỏ
democratic	*dân chủ*	zuhn choỏ
green	*xanh*	saang
liberal	*tự do*	dụhr zo
social democratic	*dân chủ xã hội*	zuhn choỏ saã họy
socialist	*xã hội*	saã họy

Did you hear about …?
Bạn đã nghe về … chưa? bạạn đaã ngya về … juhr·uh

Do you agree with it?
Bạn có đồng ý với cái đó không? bạạn ğó đàwm eé ver·eé ğaí đó kawm

I (don't) agree with …
Tôi (không) đồng ý với … doy (kawm) đàwm eé ver·eé …

How do people feel about …?
Người ta cảm thấy thế nào về …? nguhr·eè daa ğaảm táy té nòw về …

How can we support …?
Chúng tôi có thể ủng hộ … như thế nào? júm doy ğó tẻ ủm hạw … nyuhr té nòw

abortion	*nạn phá thai*	naạn faá tai
animal rights	*quyền lợi*	ğwee·ùhn ler·ẹẹ
	của động vật	ğoỏ·uh dạwm vụht
black market	*nạn chợ đen*	naạn jẹr đan
bureaucracy	*nạn quan liêu*	naạn ğwaan lee·oo
corruption	*nạn tham nhũng*	naạn taam nyũm
crime	*nạn tội phạm*	naạn dọy faạm
discrimination	*nạn phân biệt*	naạn fuhn bee·ụht
	đối xử	đóy gủhr
drugs	*nạn ma tuý*	naạn maa dweé
the economy	*nền kinh tế*	nèn ğing dé
education	*nền giáo dục*	nèn zów zụp
equal	*sự bình đẳng*	sụhr bìng đủhng
opportunity	*về cơ hội*	vè ğer họy
euthanasia	*sự gây chết*	sụhr gay jét
	không đau đớn	kawm đoh đérn
globalisation	*sự toàn cầu hoá*	sụhr dwaàn ğòh hwaá
human rights	*vấn đề nhân*	vúhn đè nyuhn
	quyền	ğwee·ùhn
immigration	*vấn đề nhập cư*	vúhn đè nyụhp ğuhr
indigenous issues	*dân tộc thiểu số*	zuhn dọp teẻ·oo sáw
inequality	*sự không bình*	sụhr kawm bìng
	đẳng	đủhng
land mines	*mìn nổ*	mìn nảw
paedophilia	*nạn lạm dụng*	naạn laạm zụm
	tình dục trẻ em	dìng zụp chẻ am
party politics	*vấn đề tinh thần*	vúhn đè ding tùhn
	đảng phái	daảng faí
poverty	*nạn nghèo đói*	naạn ngyay·oò đóy
privatisation	*sự tư nhân hoá*	sụhr duhr nyuhn hwaá
prostitution	*nạn mại dâm*	naạn maị zuhm
racism	*nạn phân biệt*	naạn fuhn bee·ụht
	chủng tộc	jủm dạwp
sexism	*nạn thành kiến*	naạn taàng ğee·úhn
	giới tính	zer·eé díng
social welfare	*phúc lợi xã hội*	fúp ler·ẹẹ saã họy
terrorism	*nạn khủng bố*	naạn kủm báw
unemployment	*nạn thất nghiệp*	naạn túht ngyee·ụhp
the war in …	*chiến tranh …*	jee·úhn chaang …
war veterans	*cựu chiến binh*	ğụhr·ọọ jee·úhn bing

Many Vietnamese proverbs are about food – figuratively, of course. Here are some examples:

Not to see the wood for the trees.
Tham bát bỏ mâm.   taam baát bỏ muhm
(lit: to crave the rice but forget
the whole table of food)

Better an open enemy than a false friend.
Ăn mặn nói ngay,   uhn muhn nóy ngay
còn hỏn ăn chay nói dối.   gòn hỏn uhn jay nóy zóy
(lit: better to eat meat and tell the truth
than to eat vegetables and tell lies)

the environment

vấn đề về môi trường

Is this a	*… này có được*	… này gó đuhr·ẹrk
protected …?	*bảo vệ không?*	bỏw vẹ kawm
forest	*Rừng*	zùhrng
park	*Vườn quốc gia*	vuhr·èrn gwawk zaa
species	*Loài động vật*	lwaì đạwm vụht

Is there a … problem here?
Có gặp vấn đề về …   gó gụhp vúhn đè vè …
ở đây không?   ẻr đay kawm

What should be done about …?
Người ta nên giải quyết   nguhr·eè da nen zaỉ gwee·úht
vấn đề … như thế nào?   vúhn đè … nyuhr táy nòw

conservation	bảo vệ bảo tồn môi trường	bỏw vẹ bỏw dàwn moy chuhr·èrng
deforestation	phá rừng	faá zừhrng
drought	hạn hán	haạn haán
ecosystem	hệ sinh thái	hẹ sing taí
ecotourism	du lịch sinh thái	zoo lịk sing taí
endangered species	những loài động vật quý hiếm	nyũhrng lwaì đạwm vụht ğweé hee·úhm
the environment	vấn đề môi trường	vúhn đè moy chuhr·èrng
erosion	xói mòn của đất	sóy mòn ğoỏ·uh đúht
flooding	nạn lũ lụt	naạn loõ lụt
genetically modified food	thực phẩm thay đổi gen	tụhrk fủhm tay dỏy jen
global warming	sự hâm nóng toàn cầu	sụhr huhm nóm dwaàn ğòw
herbicide	thuốc diệt cỏ	too·úhk zee·ụht ğỏ
hunting	nạn săn bắt	naạn suhn búht
hydroelectricity	thuỷ điện	tweẻ đee·ụhn
irrigation	thuỷ lợi	tweẻ ler·eẹ
land mines	mìn sát thương	mìn saát tuhr·erng
napalm	bom napan	bom naa·paan
nuclear energy	năng lượng hạt nhân	nuhng luhr·ẹrng haạt nyuhn
nuclear testing	thử vũ khí hạt nhân	tủhr voõ keé haạt nyuhn
overfishing	đánh cá quá mức	đaáng ğaá ğwaá múhrk
ozone layer	tầng ozôn	dùhng o·zawn
pesticides	thuốc trừ sâu	too·úhk chùhr soh
pollution	ô nhiễm môi trường	aw nyee·ũhm moy chuhr·èrng
recycling programme	chương trình tái chế	juhr·erng chìng daí jé
reforestation	tái lập rừng	daí lụp zừhrng
toxic waste	chất độc hại	júht đọp haị
water supply	nguồn nước uống	ngoo·ùhn nuhr·érk oo·úhng

going out
đi chơi

where to go

đi đâu

What's there to do in the evenings?
Có chỗ nào để đi chơi ğó jõ nòw đẻ đee jer·ee
vào buổi tối ở đây không? vòw boỏ·ee dóy ẻr đay kawm

Do you know a good restaurant?
Bạn có biết nhà hàng bạan ğó bee·úht nyaà haàng
nào ngon không? nòw ngon kawm

What's on …?	*Có cái gì hay* *… không?*	ğó ğaí zeè hay … kawm
locally	*gần đây*	gùhn đay
this weekend	*cuối tuần này*	ğoo·eé dwùhn này
today	*hôm nay*	hawm nay
tonight	*tối nay*	dóy nay

Where can I **find …?**	*Tôi có thể tìm* *các … ở đâu?*	doy ğó tẻ đìm kaák … ẻr đoh
clubs	*vũ trường*	voõ chuhr·èrng
gay venues	*quán mà giới* *đồng tính* *hay đến*	ğwaán maà zer·eé đàwm díng hay đén
places to eat	*quán ăn ngon*	ğwaán uhn ngon
pubs	*quán rượu*	ğwaán zee·oọ

Is there a local **… guide?**	*Có quyển sách* *nào hướng dẫn* *các … của* *nơi này không?*	ğó ğwẻe·en sák nòw huhr·érng zũhn kaák … ğoỏ·uh ner·ee này kawm
entertainment	*chỗ giải trí*	jõ zaỉ cheé
film	*phim*	feem
gay	*nơi của* *giới đồng tính*	ner·ee ğoỏ·uh zer·eé đàwm díng
music	*nơi nghe nhạc*	ner·ee ngye nyaạk

115

I feel like going to a ...	Tôi muốn đi ...	doy moo·úhn đee ...
ballet	xem balê	sam ba·le
bar	đến quán bar	đén ğwaán baa
café	đến quán càfê	đén ğwaán ğaà·fe
concert	nghe hoà nhạc	ngye hwaà nyaạk
film	xem phim	sam feem
karaoke bar	hát karaoke	haát ğaa·raa·o·ğe
nightclub	đến câu lạc bộ đêm	đén ğoh laạk baạw đem
party	dự tiệc	zụhr dee·ụhk
performance	xem trình diễn	sam chìng zeẽ·uhn
play	xem kịch	sam ğịk
pub	đến quán rượu	đén ğwaán zee·ọọ
restaurant	đến nhà hàng	đén nyaà haàng
water-puppet theatre	xem múa rối	sam moo·úh zóy

For more on bars and drinks, see **romance**, page 119, and **eating out**, page 149.

invitations

lời mời

What are you doing ...?	Bạn làm gì ...?	baạn laàm zeè ...
now	bây giờ	bay zèr
this weekend	vào cuối tuần	vòw ğoo·eé dwùhn
tonight	vào tối nay	vòw dóy nay

Would you like to go (for a) ...?	Bạn có muốn đi ... không?	baạn ğó moo·úhn đee ... kawm?
coffee	uống cà phê	oo·úhng ğaà fe
dancing	khiêu vũ	kee·oo võ
drink	uống rượu	oo·úhng zee·ọọ
meal	ăn	uhn
out somewhere	chơi	jer·ee
walk	dạo	zọw

Do you want to come to the concert with me?
Bạn có muốn nghe hoà   baạn ğó moo·úhn ngye hwaà
nhạc với tôi không?   nyaạk ver·eé doy kawm

We're having a party.
Chúng tôi sẽ làm tiệc.   júm doy sã laàm dee·ụhk

You should come.
Mời bạn đến dự.   mer·eè baạn đén zụhr

responding to invitations

đáp lại lời mời

Yes, I'd love to.
Vâng, tôi rất muốn.   vuhng doy zúht moo·úhn

That's very kind of you.
Bạn thật tốt bụng.   baạn tụht dáwt bụm

No, I'm afraid I can't.
Không, tôi e rằng   kawm doy a zùhng
tôi không thể.   doy kawm tảy

What about tomorrow?
Còn ngày mai thì sao?   gòn ngày mai teè sow

Sorry, I can't sing/dance.
Xin lỗi, tôi không   sin lõy doy kawm
biết hát/nhảy.   bee·úht haát/nyảy

arranging to meet

thu xếp để gặp gỡ

What time will we meet?
Mấy giờ chúng ta sẽ   máy zèr chúm daa sã
gặp nhau?   gụhp nyoh

Where will we meet?
Chúng ta sẽ gặp nhau   chúm daa sã gụhp nyoh
ở đâu?   ẻr đoh

Let's meet at …   *Hãy gặp nhau …*   hãy gụhp nyoh …
  (eight) o'clock   *vào lúc (tám) giờ*   vòw lúp (daám) zèr
  the entrance   *tại cửa*   dại ğủhr·uh

I'll pick you up.
  Tôi sẽ đón bạn.   doy sã đón bạan

I'll see you then.
  Hẹn bạn sau.   hạn bạan soh

I'm looking forward to it.
  Tôi mong gặp lại bạn.   doy mom gụhp lại bạan

Are you ready?
  Bạn chuẩn bị xong chưa?   bạan jủ·uhn bẹ som juhr·uh

I'm ready.
  Tôi chuẩn bị xong rồi.   doy jủ·uhn bẹ som zòy

Sorry I'm late.
  Xin lỗi, tôi đến muộn.   sin lõy doy đén moo·ụhn

Never mind.
  Không sao.   kawm sow

drugs

ma tuý

Do you want to have a smoke?
  Bạn có muốn hút không?   bạan ğó moo·úhn hút kawm

Do you have a light?
  Bạn có bật lửa không?   bạan ğó bụht lủhr·uh kawm

I don't take drugs.
  Tôi không dụng ma túy.   doy kawm zụm maa dweé

I take … occasionally.
  Thi thoảng tôi dùng …   tee twảảng doy zùm …

If the police are talking to you about drugs, see **police**, page 172.

In this chapter, we've used the correct pronoun appropriate for the context (whereas most of the book uses neutral forms). Where gender-specific forms have been used, they're marked as **m** (male) and **f** (female). For more on pronouns, see the **phrasebuilder**, page 23.

asking someone out

rủ ai đó đi chơi

Where would you like to go (tonight)?
Bạn muốn đi đâu   bạạn moo·úhn đee đoh
(tối này)?   (dóy này)

Would you like to do something (tomorrow)?
Bạn có muốn đi chơi   bạạn ğó moo·úhn đee jer·ee
(ngày mai) không?   (ngày mai) kawm

Yes, I'd love to.
Có, tôi rất muốn.   ğó doy zúht moo·úhn

Sorry, I can't.
Xin lỗi, tôi không thể. sin lõy doy kawm tẩy

---

local talk

He/She is a babe.
Anh/Cô ấy đẹp dã man.   aang/ğaw áy đạp zaã maan

He/She is hot.
Anh/Cô ấy gợi cảm thế.   aang/ğaw áy ger·eẹ ğaảm táy

He's a bastard.
Thằng ấy khốn nạn.   tùhng áy káwn nạạn

She's a bitch.
Con ấy chó chết.   ğon áy jó jét

He/She gets around.
Anh/Cô ấy sở khanh.   aang/ğaw áy sẻr kaang

---

pick-up lines

làm quen

Would you like a drink?
Bạn có muốn uống   baạn ğó moo·úhn oo·úhng
gì không?   zeè kawm

You look like someone I know.
Bạn trông quen thế.   baạn chawm ğwan táy

You're a fantastic dancer.
Bạn nhảy rất đẹp.   baạn nyảy zúht đạp

Can I ...?	*Tôi có thể ...*	doy ğó tẻ ...
	không?	kawm
dance with you	*nhảy với bạn*	nyảy ver·eé baạn
sit here	*ngồi đây*	ngòy đay
take you home	*đưa bạn về*	đuhr·uh baạn vè
	nhà	nyaà

rejections

những lời cự tuyệt

No, thank you.
Không, cám ơn.   kawm ğaám ern

I'd rather not.
Tôi không muốn thế.   doy kawm moo·úhn táy

I'm here with my girlfriend/boyfriend.
Tôi đến đây với   doy đén đay ver·eé
bạn gái/trai của tôi.   baạn gaí/chai ğoỏ·uh doy

Excuse me, I have to go now.
Xin lỗi, tôi phải đi bây giờ.   sin lõy doy faỉ đee bay zèr

local talk

| **Leave me alone!** | *Buông tha tôi ra!* | boo·uhng taa doy raa |
| **Piss off!** | *Cút đi!* | ğút đee |

SOCIAL

getting closer

You're great.
Anh/Em thật tuyệt   aang/am tụht dwee·ụht
vời. **m/f**   ver·eè

I like you very much. (man saying)
Anh thích em lắm.   aang tík am lúhm

I like you very much. (woman saying)
Em thích anh lắm.   am tík aang lúhm

Can I kiss you? (man asking)
Anh có thể hôn   aang ğó tẻ hawn
em được không?   am dụhr·ẹrk kawm

Can I kiss you? (woman asking)
Em có thể hôn   am ğó tẻ hawn
anh được không?   aang dụhr·ẹrk kawm

Do you want to come inside for a while?
Anh/Em có muốn vào   aang/am ğó moo·úhn vòw
trong nhà một lát   chom nyaà mạwt laát
được không? **m/f**   dụhr·ẹrk kawm

Do you want a massage?
Anh/Em có muốn   aang/am ğó moo·úhn
mát-xa không? **m/f** maát·saa kawm

---

who do you love

In this book, we've generally used the neutral pronoun for 'you', but in everyday speech, the age and gender appropriate pronoun would be used. Talking about love is one context that definitely requires perfect delivery, so to express your love to another, you'll need to use the correct pronoun:

I love you.   *Anh yêu em.*   aang ee·oo am
(man saying)
I love you.   *Em yêu anh.*   am ee·oo aang
(woman saying)

romance

121

sex

tình dục

Kiss me.
Hôn anh/em đi. m/f   hawn aang/am đee

I want you. (man saying)
Anh muốn em.   aang moo·úhn am

I want you. (woman saying)
Em muốn anh.   am moo·úhn aang

Let's go to bed.
Chúng ta lên giường đi.   júm daa len zuhr·èrng đee

Touch me here.
Anh/Em sờ vào đây. m/f   aang/am sèr vòw đay

Do you like this?
Anh/Em có thích không? m/f aang/am ğó tík kawm

I (don't) like that.
Anh/Em (không)   aang/am (kawm)
thích lắm. m/f   tík lúhm

I think we should stop now.
Anh/Em nghĩ chúng ta   aang/am ngyeẽ júm daa
nên dừng lại bây giờ. m/f nen zùhrng lại bay zèr

Do you have a (condom)?
Anh/Em có (bao cao su)   aang/am ğó (bow ğow soo)
không? m/f   kawm

Let's use a (condom).
Chúng ta nên dùng   júm daa nen zùm
(bao cao su).   (bow ğow soo)

I won't do it without protection.
Anh/Em sẽ không làm   aang/am sã kawm laàm
chuyện này nếu không   chwee·ụhn này nay·oó kawm
có biện pháp bảo vệ. m/f   ğó bee·ụhn faáp bỏw vẹ

It's my first time.
  Đây là lần đầu tiên   đay laà lùhn đòh dee·uhn
  của anh/em. **m/f**   ğoó·uh aang/am

It helps to have a sense of humour. (said to man/woman)
  Nếu anh/em mình cười   nay·oó aang/am mìng ğuhr·eè
  nó sẽ bớt căng thẳng.   nó sã bért ğuhng tủhng

Oh my god!   *Ôi trời ơi!*   oy cher·eè er·ee
That's great.   *Sướng quá!*   suhr·érng ğwaá
Easy tiger!   *Cứ từ từ!*   ğúhr dùhr dùhr

That was …   *Thật là …*   tụht laà …
  amazing   *tuyệt*   dwee·ụht
  romantic   *lãng mạn*   laãng mạan
  wild   *hoang dã*   hwaang zaã

love

tình yêu

I think we're good together.
  Anh/Em nghĩ rằng chúng   aang/am ngyeẽ zùhng júm
  ta hợp nhau. **m/f**   daa hẹrp nyoh

I love you. (man saying)
  Anh yêu em.   aang ee·oo am

I love you. (woman saying)
  Em yêu anh.   am ee·oo aang

Do you really love me? (man asking)
  Em có yêu anh   am ğó ee·oo aang
  thực lòng không?   tụhrk lòm kawm

Do you really love me? (woman asking)
Anh có yêu em   aang ğỏ ee·oo am
thực lòng không?   tụhrk lòm kawm

I will love you forever. (man saying)
Anh sẽ yêu em mãi mãi.   aang sã ee·oo am maĩ maĩ

I will love you forever. (woman saying)
Em sẽ yêu anh mãi mãi.   am sã ee·oo aang maĩ maĩ

Will you …?	*Em có …*	am ğỏ …
(man asking)	*không?*	kawm
go out with me	*yêu anh*	ee·oo aang
marry me	*cưới anh*	ğuhr·eé aang
meet my	*muốn gặp bố*	moo·úhn gụhp báw
parents	*mẹ của anh*	mạ ğoỏ·uh aang

Will you …?	*Anh có …*	aang ğỏ …
(woman asking)	*không?*	kawm
go out with me	*yêu em*	ee·oo am
marry me	*cưới em*	ğuhr·eé am
meet my	*muốn gặp bố*	moo·úhn gụhp báw
parents	*mẹ của em*	mạ ğoỏ·uh am

---

sweet as honey

(Honey,) You make me so happy. (man saying)
(Cưng ơi,) Em làm cho   (ğuhrng er·ee) am laàm jo
anh thật hạnh phúc.   aang tụht hạạng fúp

(Honey,) You make me so happy. (woman saying)
(Cưng ơi,) Anh làm cho   (ğuhrng er·ee) aang laàm jo
em thật hạnh phúc.   am tụht hạạng fúp

(Sweetie,) You are my everything. (man saying)
(Bé yêu ơi,) Em là tất   (bá ee·oo er·ee) am laà dúht
cả đối với anh.   ğaả đóy ver·eé aang

(Sweetie,) You are my everything. (woman saying)
(Bé yêu ơi,) Anh là tất   (bá ee·oo er·ee) aang laà dúht
cả đối với em.   ğaả đóy ver·eé am

SOCIAL

problems

Are you seeing someone else? (man asking)
Em có bạn trai khác không?   am ğó bạan chai kaák kawm

Are you seeing someone else? (woman asking)
Anh có bạn gái khác không?   aang ğó bạan gaíkaák kawm

He/She is just a friend.
Anh/Cô ấy chỉ là bạn thôi.   aang/ğaw áy jẻ laà bạan toy

You're just using me for sex. (man saying)
Em chỉ muốn làm   am jẻ moo·úhn laàm
tình với anh thôi.   dìng ver·eé aang toy

You're just using me for sex. (woman saying)
Anh chỉ muốn làm   aang jẻ moo·úhn laàm
tình với em thôi.   dìng ver·eé am toy

I never want to see you again. (man saying)
Anh không bao giờ   aang kawm bow zèr
muốn gặp lại em   moo·úhn gụhp lại am
một lần nào nữa.   mạwt lùhn nòw nũhr·uh

I never want to see you again. (woman saying)
Em không bao giờ   am kawm bow zèr
muốn gặp lại anh   moo·úhn gụhp lại aang
một lần nào nữa.   mạwt lùhn nòw nũhr·uh

I don't think it's working out.
Anh/Em nghĩ chúng mình   aang/am ngyeẽ júm mìng
không hợp nhau lắm. m/f   kawm hẹrp nyoh lúhm

We'll work it out.
Chúng mình sẽ vượt   júm mìng sã vuhr·ẹrt
qua mọi khó khăn.   ğwaa mọy kó kuhn

leaving

I have to leave (tomorrow).
(Ngày mai) Anh/Em   (ngày mai) aang/am
phải đi. **m/f**   faị đee

I'll …	*Anh sẽ …*	aang sã …
(man speaking)		
keep in touch	*liên lạc*	lee·uhn laạk
miss you	*nhớ em*	nyér am
visit you	*đến thăm em*	dén tuhm am

I'll …	*Em sẽ …*	am sã …
(woman speaking)		
keep in touch	*liên lạc*	lee·uhn laạk
miss you	*nhớ anh*	nyér aang
visit you	*đến thăm anh*	dén tuhm aang

body language

To summon a person, use your hand with the fingers facing down. It's considered very rude to beckon someone with your finger, or to make the sign of crossing two fingers in front of a female person.

As the head is the symbolic highest point in Asia and considered sacred, never pat or touch someone on the head. On the other hand, feet are considered the least holy part of the body – never point the soles of your feet towards other people or a Buddha statue, as it's considered extremely rude.

beliefs & cultural differences

tín ngưỡng & những sự khác nhau về văn hoá

religion

tôn giáo

What's your religion?
Bạn theo đạo nào? baạn tay·oo đoọ nòw

I'm not religious.
Tôi không theo đạo nào. doy kawm tay·oo đoọ nòw

I'm ...	*Tôi theo đạo ...*	doy tay·oo đoọ ...
agnostic	*bất khả tri*	búht kaả chee
Buddhist	*Phật*	fuht
Catholic	*Thiên Chúa*	tee·uhn joo·úh
Christian	*Cơ Đốc*	ğer đáwp
Confucian	*Khổng Tử*	kảwm dủhr
Hindu	*Ấn-Độ Giáo*	úhn·đaạ zów
Jewish	*Do Thái*	zo taí
Muslim	*Hồi*	hòy
Protestant	*Tin Lành*	din laàng
Taoist	*Lão*	lõw

I (don't) believe in ...	*Tôi (không) tin vào ...*	doy (kawm) din vòw ...
astrology	*thiên văn*	tee·uhn vuhn
fate	*số phận*	sáw fuhn
God	*Chúa Trời*	joo·úh cher·eè

Can I ... here?	*Tôi có thể ... ở đây không?*	doy ğó tẻ ... ẻr đay kawm
Where can I ...?	*Tôi có thể ... ở đâu?*	doy ğó tẻ ... ẻr đoh
attend mass	*tham gia buổi lễ nhà thờ*	taam zaa boỏ·ee lẽ nyaà tèr
attend a service	*tham gia buổi lễ nhà thờ*	taam zaa boỏ·ee lẽ nyaà tèr
pray	*cầu nguyện*	ğòh ngwee·ụhn
worship	*thờ cúng*	tèr ğúm

cultural differences

những sự khác nhau về văn hoá

Is this a local or national custom?
Đây là phong tục của
địa phương này hay
là của cả nước?

đay laà fom dụp ğoỏ·uh
đee·uh fuhr·erng này hay
laà ğoỏ·uh ğaả nuhr·érk

I don't want to offend you.
Tôi không muốn làm
cho bạn bị xúc phạm.

doy kawm moo·úhn laàm
jo baạn beẹ súp faạm

I didn't mean to do/say anything wrong.
Tôi không cố ý làm/nói
cái gì sai.

doy kawm ğáw eé laàm/nóy
ğaí zeè sai

I'm not used to this.
Tôi chưa quen với cái này.

doy juhr·uh ğwan ver·eé ğaí này

I'd rather not join in.
Xin lỗi, tôi không muốn
tham gia.

sin lõy doy kawm moo·úhn
taam zaa

I'll try it.
Tôi sẽ thử nó.

doy sã tủhr nó

I'm sorry, it's against my …	Xin lỗi, cái đó là trái ngược với … của tôi.	sin lõy ğaí đó laà chaí nguhr·ẹrk ver·eé … ğoỏ·uh doy
beliefs	đức tin	đúhrk din
religion	tôn giáo	dawn zów
This is …	Cái này là …	ğaí này laà …
different	mới lạ	mer·eé laạ
fun	vui	voo·ee
interesting	thú vị	toó veẹ

When's the gallery open?
Mấy giờ phòng tranh mở cửa?
máy zèr fòm chaang mér ğủhr·uh

When's the museum open?
Mấy giờ bảo tàng mở cửa?
máy zèr bỏw daàng mér ğủhr·uh

What kind of art are you interested in?
Bạn quan tâm đến loại nghệ thuật nào?
baạn ğwaan duhm đén lwaị ngyẹ twụht nòw

What's in the collection?
Có những gì trong bộ sưu tập đó?
ğó nyũhrng zeè chom baụ suhr·oo dụhp đó

What do you think of …?
Bạn nghĩ gì về …?
baạn ngyeẽ zeè vè …

It's an exhibition of …
Nó là triển lãm về …
nó laà cheẻ·uhn laãm vè …

I'm interested in …
Tôi quan tâm đến …
doy ğwaan duhm đén …

… **art**	*nghệ thuật …*	ngyẹ twụht …
graphic	*đồ hoạ*	đàw hwaạ
impressionist	*trường phái ấn tượng*	chụhr·èrng faí úhn duhr·ẹrng
modern	*hiện đại*	hee·ụhn đaị
performance	*cuộc biểu diễn*	ğoo·ụhk beẻ·oo zee·uhn
Renaissance	*Phục hưng*	fụp huhrng
traditional	*truyền thống*	chwee·ùhn táwm

architecture	*kiến trúc*	ğee·úhn chúp
art	*nghệ thuật*	ngyẹ twụht
artwork	*tác phẩm nghệ thuật*	daák fủhm ngyẹ twụht
ceramics	*đồ gốm*	đàw gáwm
curator	*người phụ trách*	nguhr·eè fọo chaák
design n	*thiết kế*	tee·úht ğé
embroidery	*đồ thêu*	đàw te·oo
etching	*đồ khắc axit*	đàw kaák aa·sit
exhibit n	*cuộc triển lãm*	ğoo·ụhk cheé·uhn laãm
exhibition hall	*nhà triển lãm*	nyaà cheé·uhn laãm
installation	*nghệ thuật sắp đặt*	ngyẹ twụht súhp đụht
lacquerware	*đồ sơn mài*	đàw sern mài
opening	*lễ khai mạc*	lễ kai maạk
painter	*hoạ sĩ*	hwaạ seẽ
painting (artwork)	*bức tranh*	búhrk chaang
painting (technique)	*vẽ tranh*	vã chaang
period	*thời kỳ*	ter·eè ğeè
permanent collection	*bộ sưu tập cố định*	bạw suhr·oo dụhp ğáw địng
print n	*bức ảnh in*	búhrk aảng in
sculptor	*nhà điêu khắc*	nyaà đee·oo kúhk
sculpture	*tác phẩm điêu khắc*	daák fủhm đee·oo kúhk
silk painting	*bức tranh lụa*	búhrk chaang loo·ụh
statue	*bức tượng*	búhrk duhr·erng
studio	*xưởng vẽ*	sủhr·erng vã
style n	*phong cách nghệ thuật*	fom ğaák ngyẹ twụht
technique	*kỹ thuật*	ğeẽ twụht
textiles	*vải dệt*	vải dẹt
woodcarving	*đồ khắc gỗ*	đàw kúhk gãw

SOCIAL

130

sporting interests

những môn thể thao yêu thích

English	Vietnamese	Pronunciation
What sport do you ...?	*Bạn ... loại thể thao nào?*	baạn ... lwaị tảy tow nòw
follow	*thích*	tík
play	*hay chơi*	hay jo
I play/do ...	*Tôi chơi ...*	doy jer·ee ...
I follow ...	*Tôi thích ...*	doy tík ...
athletics	*điền kinh*	đee·ùhn ǧing
badminton	*cầu lông*	ǧòh lawm
basketball	*bóng rổ*	bóm zảw
boxing	*môn quyền anh*	mawn ǧwee·ùhn aang
football (soccer)	*bóng đá*	bóm đaá
golf	*gôn*	gawn
gymnastics	*thể dục dụng cụ*	tẻ zụp zụm ǧoọ
karate	*võ caratê*	võ ǧaa·raa·te
martial arts	*võ thuật*	võ twụht
scuba diving	*lặn biển*	lụhn beẻ·uhn
table tennis	*bóng bàn*	bóm baán
tennis	*ten-nít*	de·nít
volleyball	*bóng truyền*	bóm chwee·ùhn
I ...	*Tôi hay tập ...*	doy hay dụhp ...
cycle	*xe đạp*	sa đaạp
run	*chạy*	jạy
walk	*đi bộ*	đee bạw
Who's your favourite ...?	*... mà bạn thích nhất là ai?*	... maà baạn tík nyúht laà ai
sportsperson	*Vận động viên thể thao*	vụhn đạwm vee·uhn tẻ tow
team	*Câu lạc bộ thể thao*	ǧoh laạk bạw tẻ tow

Do you like (soccer)?
    Bạn có thích (bóng đá)   baạn ğó tík (bóm đaá)
    không?   kawm

Yes, very much.
    Có, tôi rất thích.   ğó doy zúht tík

Not really.
    Tôi không thích lắm.   doy kawm tík lúhm

I like watching it.
    Tôi thích xem thôi.   doy tík sam toy

For more sports, see the **dictionary**.

going to a game

đi xem trận đấu

Would you like to go to a game?
    Bạn có muốn đi xem   baạn ğó moo·úhn đee sam
    một trận đấu không?   maạwt chụhn đóh kawm

Who are you supporting?
    Bạn ủng hộ đội nào?   baạn ùm hạw đọy nòw

scoring		
What's the score?		
Tỷ số là bao nhiêu?		deẻ sáw laà bow nyee·oo
draw/even	*trận hoà*	chụhn hwaà
love (zero)	*không*	kawm
match point	*điểm thắng*	deẻ·uhm túhng
nil (zero)	*không*	kawm

Who's ...?	Đội nào đang ...?	đọy nòw đaang ...
playing	*thi đấu*	*tee đóh*
winning	*thắng*	*túhng*

That was a	Đó là một trận	đó laà mạwt chụhn
... game!	*đấu thật là ...!*	*đóh tụht laà ...*
bad	*tồi tệ*	*dòy dẹ*
boring	*chán*	*jaán*
great	*hay*	*hay*

playing sport

chơi thể thao

Do you want to play?
Bạn có muốn chơi không?   baạn ğó moo·úhn jer·ee kawm

Can I join in?
Tôi có thể chơi được   doy ğó tẻ jer·ee đuhr·ẹrk
không?   kawm

That would be great.
Hay quá.   hay ğwaá

I can't.
Tôi không thể.   doy kawm tẻy

I have an injury.
Tôi bị chấn thương.   doy beẹ júhn tuhr·erng

Your/My point.
Điểm của bạn/tôi.   đeẻ·uhm ğoỏ·uh baạn/doy

Kick/Pass it to me!
Hãy đá/chuyển bóng   hãy đaá/jweẻ·uhn bóm
cho tôi!   jo doy

You're a good player.
Bạn chơi rất hay.   baạn jer·ee zúht hay

Thanks for the game.
Cám ơn bạn nhiều.   ğaám ern baạn nyee·oò

What a ...!	Một ... rất xuất sắc!	mạwt ... zúht swúht súhk
goal	bàn thắng	baàn túhng
hit	cú cá	ğoó đòn
kick	cú đá	ğoó đaá
pass	chuyền bóng	jweè·uhn bóm
performance	cuộc cuốc trận đấu	ğoo·ựhk chụhn đów

Where's a good place to ...?	Bạn có biết chỗ nào hay để ... không?	bạạn ğó bee·úht jãw nòw hay dè ... kawm
fish	câu cá	ğoh ğaá
go horse riding	cưỡi ngựa	ğũhr·ee nguhr·ụh
run	đi chạy	đee jạy
ski	trượt tuyết	chuhr·ẹrt dwee·úht
snorkel	lặn bằng ống thở	lụhn bùhng áwm tẻr
surf	lướt sóng	luhr·ért sóm

Where's the nearest ...?	Cái ... gần nhất ở đâu?	ğaí ... gùhn nyút ẻr đọh
golf course	sân gôn	suhn gawn
gym	câu lạc bộ tập thể hình	ğoh lạạk bạw dụhp tẻ hìng
swimming pool	bể bơi	bẻ ber·ee
tennis court	sân ten-nít	suhn de·nít

Do I have to be a member to attend?

Tôi có cần phải là thành viên mới được vào không?	doy ğó ğùhn faỉ laà taàng vee·uhn mer·eé đuhr·ẹrk vòw kawm

Is there a women-only session?

Có buổi nào dành riêng cho phụ nữ không?	ğó boỏ·ee nòw zaàng zee·uhng jo fọọ nũhr kawm

Where are the changing rooms?

Phòng thay quần áo ở đâu?	fòm tay ğwùhn ów ẻr đọh

What's the charge per ...?	Tôi phải đóng bao nhiêu tiền cho một ...?	doy fai đóm bow nyee·oo dee·ùhn jo mạwt ...
day	ngày	ngày
game	trận đấu	chụhn đóh
hour	giờ	zèr
visit	lần vào	lùhn vòw
Can I hire a ...?	Tôi có thể thuê một ... được không?	doy ğó tẻ twe mạwt ... đuhr·ẹrk kawm
ball	quả bóng	ğwaả bóm
bicycle	xe đạp	sa đạap
court	sân đánh	suhn đáang
racquet	vợt	vẹrt

extreme sports

thể thao mạo hiểm

I'd like to go ...	Tôi muốn đi ...	doy moo·úhn đee ...
bungee jumping	nhảy độ cao	nyảy đạw ğow
caving	leo hang	lay·oo haang
game fishing	đánh cá ngoài khơi	đáang ğaá ngwaì ker·ee
mountain biking	đua xe đạp địa hình	đoo·uh sa đạap đee·ụh hìng
parasailing	lướt gió	luhr·ért zó
rock climbing	leo núi	lay·oo noo·eé
skydiving	nhảy dù	nyảy zoò
white-water rafting	đua thuyền địa hình	đoo·uh twee·ùhn đee·ụh hìng

Is the equipment secure?
Thiết bị này có an toàn không?   tee·úht bẹ này ğó aan dwaàn kawm

Is this safe?
Cái này có an toàn không?   ğaí này ğó aan dwaàn kawm

fishing

Where are the good spots?
Những nơi câu cá   nyũhrng ner·ee ğoh ğaá
tốt ở đâu?   dáwt ẻr đoh

Do I need a fishing permit?
Tôi có cần thẻ đăng ký   doy ğó ğùhn tảy đaang ğeé
mới được phép đánh   mer·eé đuhr·ẹrk fáp đaảng
cá không?   ğaá kawm

Do you do fishing tours?
Bạn có tổ chức những   bạan ğó dảw júhrk nyũhrng
chuyến đánh cá không?   jwee·úhn đáng ğaá kawm

What's the best bait?
Loại mồi nào là tốt nhất?   lwại mòy nòw laà dáwt nyúht

Are they biting?
Chúng nó có rỉa nhiều   júm nó ğó zeẻ·uh nyee·oò
không?   kawm

What kind of fish are you landing?
Bạn đang câu được   bạan đaang ğoh đuhr·ẹrk
những loài cá nào?   nyũhrng lwaì ğaá nòw

How much does it weigh?
Nó nặng bao nhiêu?   nó nụhng bow nyee·oo

bait	*mồi*	mòy
fishing line	*dây câu cá*	zay ğoh ğaá
flare	*đèn báo hiệu*	dàn bów hee·ọọ
	cấp cứu	ğúhp ğuhr·oó
float n	*phao câu cá*	fow ğoh ğaá
hooks	*lưỡi câu*	lũhr·ee ğoh
lures	*nhử mồi*	nyủhr mòy
rod	*cần câu*	ğùhn ğoh
sinkers	*chì cần câu*	jeè ğùhn ğoh

horse racing

đua ngựa

Where's the racetrack?
Đường đua ngựa đuhr·èrng đoo·uh nguhr·ụh
ở đâu? ér đoh

How do I make a bet?
Tôi cá cược như doy ğuhr·ẹrk nyuhr
thế nào? té nòw

How much do you want to bet?
Bạn muốn cá cược bạạn moo·úhn ğuhr·ẹrk
bao nhiêu? bow nyee·oo

What are the odds?
Tỷ lệ cá cược là gì? deé lẹ ğuhr·ẹrk laà zeè

What weight is the horse carrying?
Trọng lượng con ngựa chọm luhr·ẹrng ğọn nguhr·ụh
đang mang là bao nhiêu? đaang maang laà bow nyee·oo

This horse is (five to one).
Con ngựa này là ğọn nguhr·ụh này laà
(năm ăn một). (nuhm uhn mạwt)

Which horse …?	*Con ngựa nào …?*	ğọn nguhr·ụh nòw …
is the favourite	*là hay nhất*	laà hay nyúht
should I back	*tôi nên cá*	doy nen ğaá
	cược	ğuhr·ẹrk

I'd like to bet on	*Tôi muốn cá*	doy moo·úhn ğaá
(number two) …	*cược cho (số hai) …*	ğuhr·ẹrk jo (sáw hai) …
for a place	*thứ tự xếp*	túhr dụhr sép
	hạng	hạạng
for a win	*chiến thắng*	jee·úhn túhng

bet v	*cá cược*	ğaá ğuhr·ẹrk
bookmaker	*người thu cá*	nguhr·eè too ğaá
	cược	ğuhr·ẹrk
jockey	*tay đua ngựa*	day đoo·uh nguhr·ụh
photo finish	*chụp ảnh phân*	jụp aảng fuhn
	thắng thua	túhng too·uh
race n&v	*đua*	đoo·uh

sport

137

horse riding

How much is a (one)-hour ride?
Cưỡi ngựa là bao
nhiêu tiền (một) giờ?
ğũhr·ee nguhr·ụh laà bow
nyee·oo dee·èn (mạwt) zèr

How long is the ride?
Cưỡi ngựa bao
nhiêu lâu?
ğũhr·ee nguhr·ụh bow
nyee·oo loh

I'm (not) an experienced rider.
Tôi (không) phải một
người cưỡi ngựa giầu
kinh nghiệm.
doy (kawm) fai mạwt
nguhr·eè ğũhr·ee nguhr·ụh zòh
ğing ngyee·ụhm

Can I rent a hat and boots?
Tôi có thuê một cái mũ
và một đôi ủng?
doy ğó twe mạwt ğaí moõ
vaà mạwt đoy ủm

bit	hàm thiếc ngựa	haàm tee·úhk nguhr·ụh
bridle	dây cương	zay ğuhr·erng
canter v	chạy nước kiệu	jạy nuhr·érk kee·oọ
crop	tay cầm	day ğùhm
gallop v	phi ngựa đại	fee nguhr·ụh đại
groom v	chải lông	jaí lawm
horse	con ngựa	ğon nguhr·ụh
pony	con ngựa nhỏ	ğon nguhr·ụh nyỏ
reins	thắt lưng	túht luhrng
saddle	yên ngựa	yen nguhr·ụh
stable	chuồng ngựa	joo·ùhng nguhr·ụh
stirrup	bàn đạp ngựa	baàn đaạp nguhr·ụh
trot v	đi nước kiệu	đee nuhr·érk ğee·oọ
walk v	đi chậm	đee jụhm

bóng đá

Who plays for (Hanoi)?
*Những ai chơi cho đội
(Hà Nội)?*
nyũhrng ai jer·ee jo đọy
(haà nọy)

He's a great (player).
*Anh ấy là (câu thủ)
xuất sắc.*
aang áy laà (ğoh toỏ)
swúht súhk

He played brilliantly in the match against (Hue).
*Anh ấy đá hay lắm trong
trận gặp (Huế).*
aang áy đaá hay lúhm chom
chụhn gụhp (hwáy)

Which team is at the top of the league?
*Đội nào đang dẫn
đầu trong giải?*
đọy nòw đaang zũhn
đòh chom zaí

What a great/terrible team!
*Đội này đá thật là
tuyệt/chán!*
đọy này đaá tụht laà
dwee·ụht/jaán

ball	quả bóng	ğwaá bóm
coach n	huấn luyện viên	hwúhn lwee·ụhn vee·uhn
corner (kick)	đá phạt góc	đaá faạt góp
expulsion	bị đuổi	bẹe đoỏ·ee
fan	cổ động viên	ğảw đạwm vee·uhn
foul	phạm lỗi	faạm lõy
free kick	đá phạt	đaá faạt
goalkeeper	thủ môn	toỏ mawn
manager	ông bầu	awm bòh
offside	việt vị	vee·ụht vẹe
penalty	phạt đền	faạt đèn
player	câu thủ	ğòh toỏ
red card	thẻ đỏ	tẻ đỏ
referee	trọng tài	chọm dày
throw in n	ném biên	nám bee·uhn
yellow card	thẻ vàng	tẻ vaàng

tennis & table tennis

ten·nít & bóng bàn

I'd like to …	Tôi muốn …	doy moo·úhn …
book a time	đăng ký	đuhng ğeé
to play	giờ chơi	zèr jer·ee
play table tennis	chơi bóng bàn	jer·ee bóm baàn
play tennis	đánh ten·nít	đaáng de·nít
ace	cú giao bóng	ğoó zow bóm
	thẳng điểm	túhng đeẻ·uhm
(table tennis) bat	vợt bóng bàn	vẹrt bóm baàn
clay	sân đất sét	suhn đúht sát
fault	ngoài	ngwaì
game, set, match	trận đấu kết	chụhn đóh ğét
	thúc rồi	túp zòy
grass	sân cỏ	suhn ğỏ
(hard) court	sân đất (cứng)	suhn đúht (ğúhrng)
net	lưới	luhr·eé
play doubles	đánh đôi	đaáng đoy
racquet	vợt	vẹrt
serve v	phát bóng	faát bóm
set n	ván	vaán
table-tennis ball	quả bóng bóng bàn	ğwaả bóm bóm baàn
tennis ball	quả bóng ten·nít	ğwaả bóm de·nít

Can we play at night?
Chúng tôi có thể chơi   júm doy ğó tẻ jer·ee
vào buổi tối không?   vòw boỏ·ee đóy kawm

I need my racquet restrung.
Tôi cần phải thay dây vợt.   doy ğùhn fai tay zay vẹrt

---

with or without you

The pronoun 'we' has two forms in Vietnamese, depending on whether the speaker is using the word to include the listener or not – *chúng tôi* júm doy ('we' – excluding 'you') and *chúng ta* júm daa ('we' – including 'you'). For more on pronouns, see the **phrasebuilder**, page 23.

SOCIAL

140

water sports

Can I book a lesson?	Tôi có thể đặt buổi học không?	doy ğó tẻ đụht boỏ·ee họp kawm
Can I hire (a) …?	Tôi có thể thuê … không?	doy ğó tẻ twe … kawm
boat	thuyền	twee·ùhn
canoe	ca-nô	ğa·naw
diving equipment	trang thiết bị lặn	chaang tee·úht beẹ lụhn
kayak	xuồng cai-ac	soo·ừhng ğai·aak
life jacket	áo phao	ów fow
snorkelling gear	thiết bị lặn bằng ống thở	tee·úht beẹ lụhn bùhng áwm tẻr
water-skis	ván lướt nước	vaán luhr·ért nuhr·érk
wetsuit	bộ quần áo lặn	bạw ğwaàn ów lụhn

Are there any …?	Có … ở đây không?	ğó … ẻr đay kawm
reefs	san hô	saan haw
rips	dòng nước xiết chảy	zòm nuhr·érk see·úht jảy
water hazards	những hiểm hoạ do nước	nyũhrng heẻ·uhm hwạạ zo nuhr·érk

Are there …?	Có … ở đó không?	ğó … ẻr đó kawm
currents	dòng chảy mạnh	zòm jảy maạng
sharks	cá mập	ğaá mụhp
whales	cá voi	ğaá voy

guide n	người hướng dẫn	nguhr·eè huhr·érng zũhn
motorboat	xuồng máy	soo·ùhng máy
sailboarding	đi lướt ván buồm	đee luhr·ért vaán boo·ùhm
sailing boat	thuyền buồm	twee·ùhn boo·ùhm
surfboard	ván lướt sóng	vaán luhr·ért sóm
surfing	đi lướt sóng	đee luhr·ért sóm

Where's a good diving site?
*Những chỗ tốt để
lặn biển ở đâu?*
nhũhrng jāw dáwt đẻ
lụhn beé·uhn ẻr đoh

Is the visibility good?
*Nước ở đó có trong
không?*
nuhr·érk ẻr đó ğó chom
kawm

How deep is the dive?
Lặn biển ở đó bao sâu?
lụhn beé·uhn ẻr đó bow soh

Is it a boat/shore dive?
*Đây là một cuộc lặn
biển từ tầu/bờ?*
đay laà mạwt ğoo·ụhk lụhn
beé·uhn dùhr dòh/bèr

I need an air fill.
*Tôi cần phải bơm đầy
bình ỗxy.*
doy ğùhn fai berm đày
bình aw·see

I'd like to ...	*Tôi muốn ...*	doy moo·úhn ...
explore caves/ wrecks	*xem các hang/tàu đắm*	sam ğaák haang/dòh đúhm
go night diving	*lặn vào buổi tối*	lụhn vòw boỏ·ee dóy
go scuba diving	*lặn*	lụhn
go snorkelling	*lặn bằng ống thở*	lụhn bùhng áwm tẻr
join a diving tour	*tham gia tour lặn*	tuhm zaa tu lụhn
learn to dive	*học lặn*	họp lụhn

buddy	*bạn lặn*	baạn lụhn
cave n	*hang động*	haang đạwm
dive n	*chuyến lặn biển*	jwee·úhn lụhn beé·uhn
dive v	*lặn*	lụhn
diving boat	*tàu lặn*	dòh lụhn
diving course	*lớp dạy lặn*	lérp zạy lụhn
night dive	*lặn vào buổi tối*	lụhn vòw boỏ·ee dóy
wreck n	*tàu đắm*	dòh đúhm

hiking

di bộ đường dài

Where can I ...?	*Tôi có thể ... ở đâu?*	doy ğó tẻ ... ẻr đoh
buy supplies	*mua đồ dùng*	moo·uh đàw zùm
	mang theo	maang tay·oo
find someone	*tìm người có*	dìm nguhr·eè ğó
who knows	*hiểu biết*	heẻ·oo bee·úht
this area	*về nơi này*	vè ner·ee này
get a map	*mua bản đồ*	moo·uh baản đàw
hire hiking	*thuê đồ đi*	twe đàw đee
gear	*đường xa*	đuhr·èrng saa

How ...?	*... bao nhiêu?*	... bow nyee·oo
high is the	*Leo núi này*	lay·oo noo·eé này
climb	*là cao*	laà ğow
long is the	*Đường mòn*	đuhr·èrng mòn
trail	*này dài*	này zaì
Which is the	*Lối đi nào*	lóy đee nòw
... route?	*là ...?*	laà ...
easiest	*dễ nhất*	zẽ nyúht
most	*thú vị nhất*	toó veẹ nyúht
interesting		
shortest	*ngắn nhất*	ngúhn nyúht
Is the track ...?	*Lối đi có ... không?*	lóy đee ğó ... kawm
(well) marked	*(nhiều) biển*	(nyee·oò) beẻ·uhn
	hướng dẫn	huhr·érng zũhn
open	*dễ đi*	zẽ đee
scenic	*thắng cảnh đẹp*	túhng ğaảng đạp

Do we need a guide?
*Chúng tôi có cần
người hướng dẫn không?*
júm doy ğó ğùhn
nguhr·eè huhr·éng zũhn kawm

Are there guided treks?
*Có người hướng dẫn
cho những chuyến
đường dài không?*
ğó nguhr·eè huhr·éng zũhn
jo nyũhrng jwee·úhn
đuhr·èrng zaì kawm

Are there any land mines in the area?
*Có mìn ở khu vực
này không?*
ğó mìn ẻr koo vụhrk
này kawm

Is it safe?
Nó có an toàn không?
nó ğó aan dwaàn kawm

When does it get dark?
Khi nào thì trời tối?
kee nòw teè cher·eè dóy

Do we need to take …?	Chúng tôi có cần phải mang … không?	júm doy ğó ğùhn fai maang … kawm
bedding	tư trang	duhr chaang
food	thức ăn	túhrk uhn
water	nước uống	nuhr·érk oo·úhng

Where can I find the …?	Tôi có thể tìm … ở đâu?	doy ğó tẻ dìm … ẻr doh
camping ground	nơi cắm trại	ner·ee ğúhm chại
nearest village	làng gần nhất	laàng gùhn nyúht
showers	chỗ tắm	jãw dúhm
toilets	nhà vệ sinh	nyaà vẹ sing

Where have you come from?
Bạn từ đâu về đây?   bạan dùhr đoh vè đay

How long did it take?
Từ đó về đây là bao lâu?   dùhr đó vè đay laà bow loh

Does this path go to …?
Đường mòn này có dẫn đến … không?   đuhr·èrng mòn này ğó zũhn đén … kawm

Can I go through here?
Tôi có thể đi qua đây được không?   doy ğó tẻ đee ğwaa đay đuhr·ẹrk kawm

Is there a hut?
Có nhà nhỏ ở đó không?   ğó nyaà nyỏ ẻr đó kawm

Is the water OK to drink?
Nước có thể uống được không?   nuhr·érk ğó tẻ oo·úhng đuhr·ẹrk kawm

---

not easy being green … or blue

The word *xanh* saang is used for both 'blue' and 'green', but to be clear, a few extra words make all the difference:

xanh da trời	saang zaa cher·eè	blue (as the sky)
xanh lá cây	saang laá ğay	green (as leaves)

beach

bãi biển

Where's the ... beach?	*Bãi biển ... ở đâu?*	baï beè·uhn ... ẻr đoh
best	*đẹp nhất*	đạp nyúht
nearest	*gần nhất*	gừhn nyúht
nudist	*khoả thân*	kwaa tuhn
public	*công cộng*	ğawm ğạwm

How much for a/an ...?	*Một cái ... bao nhiêu tiền?*	mạwt ğaí ... bow nyee·oo dee·ùhn
chair	*ghế*	gé
hut	*lều tranh*	le·oò chaang
umbrella	*ô/dù* ⓝ/ⓢ	aw/yoò ⓝ/ⓢ

Is it safe to dive/swim here?
Có an toàn để lặn/bơi ở đây không?
ğó aan dwaàn đẻ lụhn/ber·ee ẹr day kawm

What time is high/low tide?
Mấy giờ thuỷ triều lên/xuống?
máy zèr tweẻ chee·oò len/soo·úhng

Do we have to pay?
Có cần phải trả tiền không?
ğó ğùhn faỉ chaả dee·ùhn kawm

---

listen for ...

Hãy cẩn thận khi sóng dội từ bờ!
hãy ğủhn tụhn kee sóm zọy dùhr bèr — **Be careful of the undertow!**

Nó nguy hiểm đấy!
nó ngwee heẻ·uhm đáy — **It's dangerous!**

Cấm Bơi	ğúhm ber·ee	**No Swimming**
Cấm Lao Xuống	ğúhm low soo·úhng	**No Diving**

weather

thời tiết

What's the weather like?
Thời tiết thế nào?   ter·eè dee·úht té nòw

What will the weather be like tomorrow?
Thời tiết ngày mai   ter·eè dee·úht ngày mai
như thế nào?   nyuhr té nów

It's ...	*Trời ...*	cher·eè ...
cloudy	*có mây*	ğó may
cold	*lạnh*	laạng
dry	*khô*	kaw
hot	*nóng*	nóm
raining	*mưa*	muhr·uh
sunny	*nắng*	núhng
warm	*ấm*	úhm
wet	*ấm ướt*	úhm uhr·ért
windy	*gió to*	zó do

Where can I buy a/an ...?	*Tôi có thể mua ... ở đâu?*	doy ğó tẻ moo·uh ... ẻr đoh
rain jacket	*áo mưa*	ów muhr·uh
umbrella	*cái ô*	ğaí aw

dry season	*mùa khô*	moo·ùh kaw
monsoon season	*mùa mưa bão*	moo·ùh muhr·uh bõw
tsunami	*nạn nhân*	naạn nyuhn
	sóng thần	sóm tùhn
typhoon	*cơn bão*	ğern bõw
wet season	*mùa mưa*	moo·ùh muhr·uh

flora & fauna

hoa & thực vật

What ... is that?	Đó là loài ... gì?	đó laà lwài ... zeè
animal	động vật	đạwm vụht
flower	hoa	hwaa
plant	thực vật	tụhrk vụht
tree	cây	ğay

Is it ...?	Nó có phải ... không?	nó ğó fai ... kawm
common	bình thường	bìng tuhr·èrng
dangerous	nguy hiểm	ngwee heé·uhm
endangered	quý hiếm	ğweé hee·úhm
poisonous	độc	đawp
protected	được bảo vệ	đuhr·ẹrk bỏw vẹ

What's it used for?

Nó có những tác dụng gì?   nó ğó nyũhrng daák zụm zeè

Can you eat the fruit?

Quả này có ăn được không?   ğwaả này ğó uhn đuhr·ẹrk kawm

local plants & animals

bamboo	cây tre	ğay cha
mangrove forest	rừng đước	zùhrng đuhr·érk
orchid	cây hoa lan	ğay hwaa laan
pine	cây thông	ğay tawm
rhododendron	cây đỗ quyên	ğay đãw ğwee·uhn
rice field	cánh đồng lúa	ğaáng đàwm loo·úh
cobra	rắn hổ mang bành	zúhn hảw maang baàng
crocodile	cá sấu	ğaá sóh
elephant	con voi	ğon voy
monkey	con khỉ	ğon keẻ
python	con trăn	ğon chuhn
tiger	con hổ	ğon hảw

basics

cơ bản

breakfast	ăn sáng	uhn saáng
lunch	ăn trưa	uhn chuhr·uh
dinner	ăn tối	uhn dóy
snack	ăn nhẹ	uhn nyạ
eat v	ăn	uhn
drink v	uống	oo·úhng
I'd like ...	Tôi muốn ...	doy moo·úhn ...
Please.	Làm ơn.	laàm ern
Thank you.	Cám ơn.	ğaám ern
I'm starving!	Tôi đói dã man!	doy đóy zaã maan

food around the clock

The traffic and street vendor calls make it obvious – the Viet-namese day starts early. Breakfast is usually taken before 8am. Crouch low and sit at tiny tables set up on a street corner for the morning rush, and order beef or chicken noodle soup (phở bò/gà fér bò/ğaà), the meal of choice. It's served with lemon (chanh jaang), bean sprouts (gía zaá), chilli (ớt ért) and various herbs (rau zoh). The soups and rice congees (cháo jów) of breakfast are served throughout the day and prove popular as late evening snacks.

Lunch is based around rice and a number of meat, fish and vegetable dishes. People often go home to eat, though cheap canteen-style lunches packed full of diners are ev-erywhere to be found – look for Quán Ăn Cơm ğwaán uhn ğerm or Cơm Bình Dân ğerm bìng zuhn. At these restau-rants, dishes offered are set out on display – simply choose what you'd like added to a steaming plate of rice.

The evening meal is similar to lunch, perhaps with an extra dish or two. Dessert is not so common, though you might be offered rau câu zoh ğoh (a jelly-like pudding made from agar-agar) or fresh fruit (trái cây chaí ğay).

eating out

finding a place to eat

Can you recommend a ...?	Bạn có thể giới thiệu một ... không?	bạan ğó tẻ zer·eé tee·oọ mạwt ... kawm
bar	quán bar	ğwaán baa
café	quán càfê	ğwaán ğaà·fe
restaurant	nhà hàng	nyaà haàng
rice-and-noodle shop	quán ăn bình dân	ğwaán uhn bìng zuhn
Where would you go for (a) ...?	Những chỗ hay để ... ở đâu?	nyũhrng jãw hay để ... ẻr đoh
celebration	xem lễ hội	sam lẽ họy
cheap meal	ăn một bữa rẻ	uhn mạwt bũhr·uh zã
local specialities	đặc sản địa phương	đụhk saản đee·ụh fuhr·erng
I'd like to reserve a table for ...	Tôi muốn đặt bàn cho ...	doy moo·úhn đụht baàn jo ...
(two) people	(hai) người	(hai) nguhr·eè
(eight) o'clock	vào lúc (tám) giờ	vòw lúp (dúhm) zèr
I'd like a/the ...	Xin cho tôi ...	sin jo doy ...
children's menu	thực đơn cho trẻ em	tụhrk đern jo chả am
drink list	thực đơn đồ uống	tụhrk đern đàw oo·úhng
half portion	một nửa xuất	mạwt nủhr·uh swúht
menu (in English)	thực đơn (bằng tiếng Anh)	tụhrk đern (bùhng dee·úhng aang)
nonsmoking section	bàn trong khu không hút thuốc	baàn chom koo kawm hút too·úhk
smoking section	bàn có hút thuốc	baàn ğó hút too·úhk
table for (five)	một bàn cho (năm) người	mạwt baàn jo (nuhm) nguhr·eè

Are you still serving food?
Bạn còn bán hàng không?   bạạn ğòn baán haàng kawm

How long is the wait?
Phải đợi bao nhiêu lâu?   fai đer·ẹẹ bow nyee·oo loh

listen for ...

Đóng cửa rồi.	đóm ğủhr·uh zòy	**We're closed.**
Hết bàn rồi.	hét baàn zòy	**We're full.**
Đợi một lát.	đer·ẹẹ mạwt laát	**One moment.**
Bạn muốn	bạạn moo·úhn	**Where would**
ngồi ở đâu?	ngòy ểr đoh	**you like to sit?**
Bạn muốn	bạạn moo·úhn	**What can I**
ăn gì?	uhn zeè	**get for you?**
Thưa đây!	tuhr·uh đạy	**Here you go!**
Chúc ngon miệng.	júp ngon mee·ụhng	**Enjoy your meal.**

restaurant

nhà hàng

What would you recommend?
Bạn có giới thiệu   bạạn ğó zer·eé tee·oọ
những món gì?   nyũhrng món zeè

What's in that dish?
Có những gì ở trong   ğó nyũhrng zeè ểr chom
cái đĩa kia?   ğaí đeẽ·uh ğee·uh

What's that called?
Món đó tên gì?   món đó den zeè

I'll have that.
Tôi chọn món đó.   doy jọn món đó

Does it take long to prepare?
Món đó có mất thời   món đó ğó múht ter·eè
gian để làm không?   zaan đẻ laàm kawm

Is it self-serve?
Có thể tự phục vụ không?   ğó tẻ dụhr fụp voọ kawm

eating out

Is there a cover charge?

| *Có phải mất tiền* | ğó fai múht dee·ùhn |
| *vào cửa?* | vòw ğŭhr·uh |

Is service included in the bill?

| *Tiền boa có cộng* | dee·ùhn bo·uh ğó ğawm |
| *vào hoá đơn?* | vòw hwaá đern |

Are these complimentary?

| *Cái này có khuyến* | ğaí này ğó kwee·úhn |
| *mại không?* | maị kawm |

I'd like it	*Tôi muốn ăn*	doy moo·úhn uhn
with …	*nó với …*	nó ver·eé …
I'd like it	*Tôi muốn ăn*	doy moo·úhn uhn
without …	*nó không có …*	nó kawm ğó …
butter	*bơ*	ber
chilli (sauce)	*(tương) ớt*	(duhr·erng) ért
garlic	*tỏi*	dỏy
ketchup	*sốt cà chua*	sáwt ğaà joo·uh
MSG	*mì chính*	meè jíng
nuts	*hạt lạc*	haạt laạk
oil	*dầu ăn*	zòh uhn
pepper	*hạt tiêu*	haạt dee·oo
salt	*muối*	moo·eé
tomato sauce	*tương cà chua*	duhr·erng ğaà juhr·uh
vinegar	*dấm*	zúhm

For other specific meal requests, see **vegetarian & special meals**, page 163.

For other specific meal requests, see **vegetarian & special meals**, page 163.

---

listen for …

Bạn có thích …?	
bạan ğó tík …	**Do you like …?**
Tôi đề nghị …	
doy đè ngyeẹ …	**I suggest the …**
Bạn muốn nó nấu như thế nào?	
baạn moo·úhn nó	**How would you like**
nóh nyuhr té nòw	**that cooked?**

I'd like (a/the) ...	*Tôi muốn ...*	doy moo·úhn ...
chicken	*ăn thịt gà*	uhn tịt gaà
local	*món đặc sản*	món dụhk saản
speciality	*địa phương*	đee·ụh fuhr·erng
meal fit	*một bữa*	mạwt būhr·uh
for a king	*đàng hoàng*	đaang hwaàng
menu	*thực đơn*	tụhrk đern
sandwich	*bánh sandwich*	baáng saan·wit
that dish	*món kia*	món ğee·uh

look for ...

Phở	fér	Flat rice noodles
Bún	bún	Thin rice noodles
Mì	meè	Yellow egg noodles
Canh	ğaang	Soups
Cơm	ğerm	Rice dishes
Món thịt gà	món tịt gaà	Chicken dishes
Món thịt bò	món tịt bò	Beef dishes
Món thịt lợn/heo ⓝ/ⓢ	món tịt lẹrn/hay·oo ⓝ/ⓢ	Pork dishes
Món hải sản	món haỉ saản	Seafood dishes
Sa lát	saa laát	Salads
Món tráng miệng	món chaáng mee·ụhng	Desserts
Đồ uống	đàw oo·úhng	Drinks
Nước ngọt	nuhr·érk ngọk	Soft Drinks
Rượu	zee·ọo	Spirits
Bia	bee·uh	Beers
Rượu vang có ga	zee·ọo vaang ğó gaa	Sparkling Wines
Rượu vang trắng	zee·ọo vaang chaáng	White Wines
Rượu vang đỏ	zee·ọo vaang đỏ	Red Wines

For more words you might find on a menu, see the **menu decoder**, page 165.

eating out

at the table

Please bring (a/the) …	*Xin mang …*	sin maang …
bill	*hoá đơn*	hwaá đern
cloth	*khăn trải bàn*	kuhn chai baàn
(wine)glass	*một ly (rượu)*	mạwt lee (zee·oọ)
serviette	*một khăn ăn*	mạwt kuhn uhn

This is …	*Món này …*	món này …
(too) cold	*(quá) lạnh*	(ğwaá) lạạng
spicy	*cay quá*	ğay ğwaá
superb	*tuyệt ngon*	đwee·ụht ngon

I didn't order this.
Tôi không gọi món này. doy kawm gọy món này

There's a mistake in the bill.
Có sự nhầm lẫn trên hoá đơn. ğó sụhr nyùhm lũhn chen hwaá đern

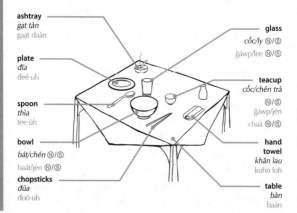

ashtray
gạt tàn
gaạt daàn

plate
đĩa
đeẽ·uh

spoon
thìa
tee·ùh

bowl
bát/chén Ⓝ/Ⓢ
baát/jén Ⓝ/Ⓢ

chopsticks
đũa
đoõ·uh

glass
cốc/ly Ⓝ/Ⓢ
ğáwp/lee Ⓝ/Ⓢ

teacup
cốc/chén trà
Ⓝ/Ⓢ
ğáwp/jén
chaà Ⓝ/Ⓢ

hand towel
khăn lau
kuhn loh

table
bàn
baàn

talking food

I love this dish.
Món này ngon thế.   món này ngon té

I love the local cuisine.
Tôi rất thích những   doy zúht tík nhũhrng
món ăn ở đây.   món uhn ẻr đay

That was delicious!
Ngon tuyệt!   ngon dwee·ụht

My compliments to the chef.
Đầu bếp thật tài ba.   đòh bép tụht dài baa

I'm full.
Tôi no rồi.   doy no zòy

methods of preparation

phương pháp nấu ăn

I'd like it …	*Tôi thích nó …*	doy tík nó …
I don't want it …	*Tôi không*	doy kawm
	thích nó …	tík nó …
boiled	*luộc*	loo·ụhk
broiled	*nướng*	nuhr·érng
deep-fried	*rán kỹ*	zaán ğeẽ
fried	*rán*	zaán
grilled	*nướng vỉ*	nuhr·érng veẻ
mashed	*nghiền*	nghyee·ùhn
medium	*vừa*	vuhr·ùh
rare	*tái*	daí
reheated	*làm nóng lại*	laàm nóm laị
steamed	*hấp*	húhp
well-done	*nhừ*	nyùhr
without …	*không có …*	kawm ğó …

bò bia   bò bee·uh   mini rice-paper rolls
These are filled with white radish, Chinese pork sausage, dried prawns and herbs. They're eaten with a rich dark sauce, laced with chilli and dried onions. Find a cart (perhaps by a park) and order them by the plateful!

bánh ngọt   baáng ngọt   cake
As you'd expect, there's an obvious French influence on Vietnamese cakes and pastries, from brioche-like croissants to light sponge cakes. Vendors push their cake carts around at all times of the day.

trái cây   chaí ğay   fruit
Don't miss a refreshing fruit fix from one of the refrigerated-with-a-block-of-ice carts that get around every town and city. Popular favourites include mango (*xoài* swai), watermelon (*dưa hấu* zuhr·uh hóh), pineapple (*dứa* zuhr·ùh), water apple (*mận* muhn), pomelo (*bưởi* búhr·ee) and papaya (*đu đủ* đoo đoỏ). Look out for the little dipping bag of chilli and salt (*ớt và muối* ért vaà moo·eé) which traditionally accompanies fresh fruit – a little strange, but possibly addictive. You're guaranteed to find a cart outside schools around 11am on school days.

nonalcoholic drinks

đồ uống

boiled water	*nước sôi*	nuhr·érk soy
hot water	*nước nóng*	nuhr·érk nóm
orange juice	*nước cam*	nuhr·érk ğaam
soft drink	*nước ngọt*	nuhr·érk ngọk
sparkling mineral water	*nước sô-đa*	nuhr·érk saw·đaa
still mineral water	*nước suối*	nuhr·érk soo·eé

(cup of) coffee ...	(một cốc) cà phê ...	(mạwt ğáwp) ğaà fe ...
(cup of) tea ...	(một cốc) trà ...	(mạwt ğáwp) chaà ...
with milk	có sữa	ğó sũhr·uh
without milk	không sữa	kawm sũhr·uh
without sugar	không có đường	kawm ğó đuhr·èrng
with sugar	có đường	ğó đuhr·èrng

Vietnamese coffee is a notoriously strong brew and, mixed with the high-sugar hit from a whack of condensed milk, a caffeine buzz is inevitable. Don't bother asking for it strong (*mạnh* maạng). You can try asking for it weak (*nhẹ* nyạ), but it's likely to get you bouncing all the same.

... coffee	cà phê ...	ğaà fe ...
black	đen	đan
iced black	đá	đaá
iced white	sữa đá	sũhr·uh đaá
strong	loại mạnh	lwại maạng
white	sữa	sũhr·uh

alcoholic drinks

các loại rượu

brandy	rượu branđi	zee·oọ braan·đee
champagne	rượu sâm banh	zee·oọ suhm baang
cocktail	côctai	ğawk·tai
a shot of ...	một ngụm rượu ...	mạwt ngụm zee·oọ ...
gin	gin	jin
rum	rom	zom
tequila	têquila	te·kee·laa
vodka	vốtka	váwt·ğaa
whisky	uytky	wit·ğee

a bottle/glass	một chai/cốc	mạwt jai/ğấwp
of ... wine	rượu vang ...	zee·oọ vaang ...
dessert	tráng miệng	chaáng mee·ụhng
red	đỏ	đỏ
sparkling	có ga	ğó gaa
white	trắng	chaáng
a ... of beer	một ... bia	mạwt ... bi·uh
glass	cốc/ly ⊗/⊚	ğấwp/lee ⊗/⊚
jug	bình	bìng
large bottle	chai to	jai do
small bottle	chai nhỏ	jai nyỏ

local drinks

bia tươi/ hơi ⊗/⊚	bee·uh duhr·ee/ her·ee ⊗/⊚	draught beer
nước dừa	nuhr·érk zuhr·ùh	coconut milk
nước mía	nuhr·érk mee·úh	sugar-cane juice
rượu nếp	zee·oọ nép	rice wine
rượu rắn	zee·oọ zúhn	snake wine

in the bar

tại quán bar

Excuse me!
Xin lỗi!   sin lōy

I'm next.
Đã đến lượt của tôi.   đaã đén luhr·ẹrt ğoỏ·uh doy

I'll have ...
Cho tôi ...   jo doy ...

Same again, please.
Cho một cái nữa.   jo mạwt ğaí nũhr·uh

No ice, thanks.
Đừng cho đá vào.   đùhrng jo đaá vòw

FOOD

158

I'll buy you a drink.
Cho tôi mua một   jo doy moo·uh mạwt
ly rượu cho bạn.   lee zee·oọ jo bạạn

What would you like?
Bạn thích uống gì?   bạạn tík oo·úhng zeè

I don't drink alcohol.
Tôi không biết uống   doy kawm bee·úht oo·úhng
rượu.   zee·oọ

It's my round.
Đến lượt của tôi,   đén luhr·ẹrt ğoỏ·uh doy
tôi phải trả.   doy fai chaả

How much is that?
Cái đó bao nhiêu?   ğaí đó bow nyee·oo

Do you serve meals here?
Có phục vụ đồ ăn   ğó fụp voọ đàw uhn
ở đây không?   ẻr đay kawm

Bạn uống gì?	bạạn oo·úhng zeè	**What are you having?**
Bạn đã uống quá nhiều rồi.	bạạn đaã oo·úhng ğwaá nyee·oò zòy	**I think you've had enough.**
Bạn say lắm rồi!	bạạn say lúhm zòy	**You're drunk!**

drinking up

uống mừng

A common toast you'll hear around drinking establishments is *Trăm phần trăm!* chuhm fùhn chuhm (lit: hundred percent), which is a call to empty your glass in one go.

Cheers!
Chúc sức khoẻ! júp súhrk kwả

This is hitting the spot.
Uống cái này ngon lắm! oo·úhng ğaí này ngon lúhm

I feel fantastic!
Tôi thấy mình vui vui! doy táy mìng voo·ee voo·ee

I think I've had one too many.
Tôi đã uống quá nhiều rượu rồi. doy đaã oo·úhng ğwaá nyee·oò zee·oọ zòy

I'm drunk.
Tôi say rồi. doy say zòy

Where's the toilet?
Nhà vệ sinh ở đâu? nyaà vẹ sing ẻr đoh

I'm tired, I'd better go home.
Tôi mệt rồi, tốt nhất là đi về thôi. doy mẹt zòy dawt nyúht laà đee về toy

I don't think you should drive.
Bạn không nên lái xe. bạạn kawm nen laí sa

Can you call a taxi for me?
Bạn có thể gọi taxi cho tôi được không? bạạn ğó tẻ gọy dúhk·see jo doy đuhr·ẹrk kawm

buying food

What's the local speciality?
Có những đặc sản gì ở đây?
ğó nhũhrng đụhk saản zeè èr đay

What's that?
Cái đó là cái gì?
ğaí đó laà ğaí zeè

Can I taste it?
Tôi có thể ăn thử được không?
doy ğó tẻ uhn tủhr đuhr·ẹrk kawm

How much is a kilo of (rice)?
Một cân (gạo) là bao nhiêu?
mạwt ğuhn (gọw) laà bow nyee·oo

Can I have a bag, please?
Cho tôi xin một cái túi?
jo doy sin mạwt ğaí doo·eé

I don't need a bag, thanks.
Tôi không cần bao.
doy kawm ğùhn bow

I'd like …	*Cho tôi …*	jo doy …
(200) grams	*(hai trăm) gam*	(hai chuhm) gaam
(two) kilos	*(hai) cân*	(hai) ğuhn
(three) pieces	*(ba) cái*	(baa) ğaí
a bottle	*một chai*	mạwt jai
a dozen	*một tá*	mạwt daá
a packet	*một gói*	mạwt góy
a tin	*một hộp*	mạwt hạwp
this/that one	*cái này/đó*	ğaí này/đó

---

listen for …

Bạn muốn mua gì?
  bạan moo·úhn moo·uh zeè   **What would you like?**

Hết rồi.
  hét zòy   **There isn't any.**

Less.	Ít hơn.	ít hern
A bit more.	Một chút nữa.	mạwt júp nhủr·uh
Enough.	Đủ rồi.	đoỏ zòy

Do you have ...?	Bạn có ... không?	baạn gó ... kawm
anything cheaper	cái gì rẻ hơn	ğaí zeè zả hern
other kinds	những loại khác	nhũhrng lwaị kaák

Where can I find the ... section?	Cho tôi biết chỗ bán ... ở đâu?	jo doy bee·úht jãw baán ... èr đoh
dairy	đồ sữa	đàw sũhr·uh
frozen goods	đồ ướp lạnh	đàw uhr·érp laạng
fruit and vegetable	rau và hoa quả	zoh vaà hwaa ğwaả
meat	thịt	tịt
seafood	đồ biển	đàw beẻ·uhn

cooking utensils

đồ dùng nấu ăn

I need a ...	Tôi cần một ...	doy ğùhn mạwt ...
chopping board	cái thớt	ğaí tért
frying pan	cái chảo rán	ğaí jỏw zaán
knife	con dao	ğon zow

For more cooking implements, see the **dictionary**.

how would you like that?

cooked	nấu sẵn	nóh sũhn
cured	ướp muối	uhr·érp moo·eé
dried	khô	kaw
fresh	tươi	duhr·ee
fried	rán	zaán
frozen	ướp lạnh	uhr·érp laạng
raw	sống	sáwm
smoked	hun khói	hun kóy

vegetarian & special meals
đồ ăn chay & đồ ăn kiêng

ordering food

Asking if something contains gluten or caffeine will more than likely get a blank look, particularly outside of restaurants catering to foreigners. It's best to work out beforehand which foods might have such elements and avoid them.

Is there a vegetarian restaurant near here?

Có nhà hàng đồ chay	ğó nyaà haàng đàw jay
nào gần đây không?	nòw gùhn đay kawm

Is it cooked in/with …?

Có … ở trong đó không?	ğó … ẻr chom đó kawm

Do you have … food?	*Bạn có làm món gì theo luật … không?*	bạạn ğó laàm món zeè tay·oo loo·uht … kawm
halal	*Hồi giáo*	hòy zów
kosher	*Do Thái*	zo taí

Could you prepare a meal without …?	*Bạn có thể chuẩn bị những món không có … được không?*	bạạn ğó tẻ joỏ·uhn beẹ nhũhrng món kawm ğó … đuhr·ẹrk kawm
butter	*bơ*	ber
eggs	*trứng*	chúhrng
fish stock	*nước hầm xương cá*	nuhr·érk hùhm suhr·erng gaá
meat	*thịt đỏ*	tịt đỏ
meat stock	*nước hầm xương thịt*	nuhr·érk hùhm suhr·erng tịt
MSG	*mì chính*	meè jíng
oil	*dầu ăn*	zòh uhn
pork	*thịt lợn/heo* ®/©	tịt lẹrn/hay·oo ®/©
poultry	*thịt gà hay vịt*	tịt gaà hay vịt

163

Is this ...?	*Cái này có ... không?*	ğái này ğó ... kawm
free-range (chicken)	*phải là (gà) ta*	fai laà (gaà) da
genetically modified	*dùng thực phẩm biến đổi gen*	zùm tụhrk fủhm bee·ửhn đỏy jen
low-fat	*ít chất béo*	ít júht bay·óó
low in sugar	*ít đường*	ít đuhr·èrng
organic	*phải là rau trồng hữu cơ*	fai laà zoh chòm hũhr·oo ğer

special diets & allergies

ăn kiêng & dị ứng

I'm on a special diet.
Tôi đang theo chế độ ăn kiêng.
doy đaang tay·oo jé đạw uhn ğee·uhng

I'm a vegan/vegetarian.
Tôi là người ăn chay.
doy laà nguhr·eè uhn jay

I'm allergic to ...	*Ăn ... làm cho tôi bị dị ứng nặng.*	uhn ... laàm jo doy beẹ zeẹ úhrng nụhng
dairy produce	*đồ làm từ sữa*	đàw laàm dùhr sũhr·uh
eggs	*trứng*	chúhrng
gelatine	*chất giêlatin*	júht ze·laa·teen
gluten	*chất glutên*	júht gloo·ten
honey	*mật ong*	mụht om
MSG	*mì chính*	meè jíng
nuts	*các loại hạt*	ğaák lwại haạt
peanuts	*hạt lạc*	haạt laạk
seafood	*đồ biển*	đàw beẻ·uhn
shellfish	*tôm cua sò hến*	dawm ğoo·uh sò hén

FOOD

164

menu decoder
thức ăn việt nam

This miniguide to Vietnamese cuisine lists both dishes and ingredients. It's designed to help you get the most out of your gastronomic experience by providing you with food terms that you may see on menus and in markets. The words are listed according to the Vietnamese alphabetical order (see the alphabet box below). The order of tone marks on the same vowel is: a, á, à, ả, ã, ạ. When we've given both the northern and the southern translation of a word, the two options are marked as Ⓝ and Ⓢ (for more details on regional variations, see **pronunciation**, page 15).

vietnamese alphabet

A a aa	Ă ă uh	Â â uh	B b be	C c se	D d ze	Đ đ de	E e a	Ê ê e
G g zhe	H h haat	I i ee	K k ğaa	L l e·luh	M m e·muh	N n e·nuh	O o o	Ó ó aw
Ơ ơ er	P p be	Q q koo	R r e·ruh	S s e·suh	T t de	U u u	Ư ư uhr	V v ve
X x ek·suh	Y y ee·gret							

A

anh đào aang dòw *cherry*
anh túc aang dúp *poppy seed*

B

bánh baáng *bread • bun • cake • pie pastry*
bánh chay baáng jay *boiled dumpling*
bánh chưng baáng juhrng
  *rice cake – boiled dumpling of glutinous
  rice wrapped in bamboo leaves*
bánh cốm baáng gǎwm
  green sticky rice cake
bánh cuốn baáng ğoo·úhn
  steamed roll made of rice flour
bánh dày baáng zàỵ *rice cake*
bánh đa baáng daa
  rice pancake • rice wafer

bánh giò baáng zò *meat pie*
bánh hấp baáng húhp *dumpling*
bánh hỏi baáng hoi *rice vermicelli*
bánh Huế baáng hwé *rice-flour pudding
  stuffed with minced shrimp*
bánh kẹp baáng ğẹp *pancake*
bánh khoai baáng kwai
  sweet-potato cake • sweet-potato crepe
bánh mì baáng meè *bread*
bánh mì kẹp baáng meè ğẹp *sandwich*
bánh mì nướng baáng meè nuhr·érng
  toast
bánh mì thịt baáng meè tịt
  meat (usually pork) roll with vegetables
bánh nậm baáng nyhm *sweet cake*
bánh ngô non baáng ngaw non
  steamed bread made of corn flour
bánh ngọt baáng ngọt *cake*
bánh nướng baáng nuhr·érng *pastry*
bánh phở baáng fér *flat rice noodles*

bánh phồng tôm baáng fòm dawm
prawn crackers • shrimp chips

bánh tráng baáng chaáng *rice paper*

bánh tráng nem baáng chaáng nam
rice wrapper

bánh tro baáng cho
*sweet cake made with the pits of
Japanese lily fruit, water, lime & rice*

bánh ướt baáng uhr·ért
*rice-noodle sheets usually cut up into
thin strands for soups & stir-fries*

bánh xèo baáng say·oò
*cross between an omelette & a crepe,
filled with pork & prawns & wrapped
in lettuce*

bánh xừng bò baáng sùhrng bò *croissant*

bào ngư bòw nguhr *abalone*

bạch hà baạk haà *mint • peppermint*

bạch tuột baạk doo·uht *octopus*

bắp búhp *corn*

bắp cải tàu búhp ğai dòw *Chinese cabbage*

bắp chuối búhp joo·eé *banana blossom*

bắp non búhp non *baby corn*

bắp rang búhp zaang *popcorn*

bia bi·uh *beer*

bia tươi/hơi Ⓝ/Ⓢ bi·uh duhr·ee/her·ee
draught beer

bí beé *squash*

bí xanh beé saang *courgette • zucchini*

bò lá lốt bò laá láwt *minced beef
wrapped in betel leaves & char-grilled*

bông cải xanh bawm ğai saang *broccoli*

bộ lòng baạw lòm *offal*

bột cà ri bạwt ğaà ree *curry powder*

bột lúa mì bạwt loo·úh meè
wholewheat flour

bột mì bạwt meè *flour*

bơ ber *butter • margarine*

bún bún *rice vermicelli*

bún bò bún bò
rice noodles with braised beef & chilli

bún bò Huế bún bò hwé
rice vermicelli soup with beef & chilli

bún ốc bún áwp
rice noodles with cooked snail meat

bưởi búhr·ee *pomelo*

C

cam thảo ğaam tỏw *liquorice*

canh ğaang *soup*

canh chua cá ğaang joo·uh ğaá
hot & sour fish soup

cá ğaá *fish*

cá hồi ğaá hòy *salmon*

cá mòi ğaá mòy *sardine*

cánh gà chiên ğaáng gaà jee·uhn
fried chicken wings

cá quả hấp với bia gia vị ğaá ğwaá
húhp ver·eé bee·uh zoh zaá veẹ
rock fish steamed in beer & seasoned

cà chua ğaà joo·uh *tomato*

càfê ğaà·fe *coffee*

càfê đá ğaà·fe daá *iced black coffee*

càfê đen ğaà·fe đan *black coffee*

càfê sữa ğaà·fe sũhr·uh *white coffee*

càfê sữa đá ğaà·fe sũhr·uh đaá
iced white coffee

cà ri ğaà ree *curry*

cà tím ğaà dím *aubergine • eggplant*

cải bắp ğai báhp *cabbage*

cải bẹ trắng ğai bẹ chúhng *bok choy*

cải bru xen ğai broo san *Brussels sprout*

cải hoa ğai hwaa *cauliflower*

cải tàu ğai dòw *mustard greens*

cải xanh ğai saang *cabbage*

chanh vàng jaang vaàng *lemon*

chanh xanh jaang saang *lime*

chay jay *vegetarian a*

cháo jów *congee (rice porridge)*

chả cá jaả ğaá *fish paste • fried fish*

chả cá lã vọng jaả ğaá laã vọm
*fried fish cooked with noodles & spring
onions in a charcoal brazier*

chả giò jaả zò *fried spring rolls wrapped
in a lettuce leaf with various herbs &
dipped in nước chấm*

chả lụa jaả loo·uh *ground pork sausage*

chạo tôm jọw dawm *minced shrimp
wrapped around a piece of sugar cane*

chân juhn *leg*

chân gà juhn gaà *chicken feet/legs*

chè jà *tea • dessert usually made from legumes*

chè bánh trôi jà baáng choy
pudding made of large & small round balls eaten with sweet sauce – the large balls are stuffed with cooked green beans

chè thái jà taí
Thai pudding' – tapioca pudding with banana & coconut cream

chè trôi nước jà choy nuhr·érk
sweet pudding

chim bồ câu jim bàw ğoh *pigeon*

chim cút jim ğút *quail*

chôm chôm jawm jawm *rambutan*

chuối joo·eé *banana*

con cá trích ğon ğaá chík *herring*

con mực ğon muhrk *squid*

con sò lò ğon sò lò *scallop*

cơm ğerm *meal • rice*

cơm chiên ğerm jee·uhn *fried rice*

cơm hương giang ğerm huhr·erng zaang
Hue rice with vegetables

cua ğoo·uh *crab*

củ cà rốt ğoó ğaà ráwt *carrot*

củ cải ğoó ğaí *turnip*

củ cải đỏ ğoó ğaí đỏ *radish*

củ cải trắng ğoó ğaí chúhng *daikon • turnip*

củ dền ğoó zèng *beetroot*

củ đậu ğoó đọh
jicama (brown-skinned root vegetable)

củ hành ğoó haàng *onion*

củ kiệu ğoó ğee·oọ *leek*

củ kiệu chua ğoó ğee·oọ joo·uh
pickled shallots

củ sen ğoó san *lotus root*

cừu ğuhr·oò *lamb*

D

dạ dày zaạ zày *tripe*

dâu zoh *berries*

dâu tằm zoh dùhm *mulberry*

dâu tây zoh day *strawberry*

dâu tím zoh dím *raspberry*

dấm zúhm *vinegar*

dầu zòh *oil*

dầu hào zòh hòw *oyster sauce*

dầu mè zòh mà *sesame oil*

dồi tiết zòy dee·úht
'blood pudding' – coagulated blood cubes (often in Hue-style noodle soup – bún Bò Huế)

dưa zuhr·uh *melon*

dưa chuột zuhr·uh joo·uht *cucumber*

dưa chuột xanh zuhr·uh joo·uht saang
gherkin

dưa đỏ zuhr·uh đỏ *cantaloupe*

dưa hấu zuhr·uh hóh *watermelon*

dưa leo zuhr·uh lay·oo *cucumber*

dưa vàng zuhr·uh vaàng *rockmelon*

dưa xanh zuhr·uh saang *chayote • choko*

dứa zuhr·úh *pineapple*

dừa zuhr·ùh *coconut*

Đ

đào đòw *peach*

đậu bắp đọh búhp *okra*

đậu đen đọh đan *black bean*

đậu đỏ đọh đỏ *red kidney bean*

đậu đũa đọh đoõ·uh *long bean*

đậu đũa ngắn đọh đoõ·uh ngúhn *snap pea*

đậu hòa lan xanh đọh hwaà laan saang
snow pea

đậu hũ đọh hoõ *bean curd • tofu*

đậu lăng đọh luhng *lentil*

đậu nành đọh naàng *soya bean*

đậu phọng đọh fọm *groundnut • peanut*

đậu phụ đọh foọ *see đậu hũ*

đậu que đọh ğwa *string bean*

đậu tằm đọh dùhm *broad bean*

đậu tây đọh day *haricot bean*

đậu thân leo đọh tuhn lay·oo
runner bean

đậu trắng đọh chaáng *butter bean*

đậu vườn tươi đọh vuhr·èrn duhr·ee
fresh garden pea

đậu xanh đọh saang *mung bean*

đinh hương đing huhr·erng *clove*

đu đủ đoo đoỏ *papaya • pawpaw*

đùi lợn muối đoo·eè lẹrn móy *ham*

đường đuhr·èrng *sugar*

Ê

ếch ék *frog*

G

gan gaan *liver*
gà gaà *chicken*
gà lôi gaà loy *pheasant*
gà tây gaà day *turkey*
gạo gow *uncooked rice*
gia cầm zaa gùhm *poultry*
giá zaá *bean sprouts*
gỏi cuốn goi ğoo·úhn *fresh rice-paper rolls*
gỏi ngó sen goi ngó san *lotus stem salad*
gừng gùhrng *ginger*

H

hải sản hai saản *seafood*
hạt điều hạat đee·oò *cashew*
hạt sen hạat san *lotus seed*
heo rừng hay·oo zùhrng *wild boar*
hẹ tây hạ day *shallot onion*
hến hén *mussel*
hồng hàwm *persimmon*
hột dẻ hạwt zé *chestnut*
hột vịt lộn hạwt vịt lạwn *boiled duck egg*

K

kem ğam *cream • ice cream*
kẹo ğay·oọ *candy • lollies • sweets*
khế ké *star fruit*
khoai lang kwai laang *sweet potato*
khoai mì kwai meè *cassava • manioc*
khoai môn kwai mawn *taro root*
khoai tây kwai day *potato*
khoai tây chiên kwai day jee·uhn
    chips • fries
khô bò kaw bò *beef jerky*
khổ qua kảw ğwaa *bitter melon (also
    called* mướp đắng*)*

L

lá lốt laá láwt *betel leaf*
lạp xưởng laạp suhr·ẻrng
    sweet Chinese pork sausage
lẩu lóh *hotpot*
lẩu dê lóh ze *lamb or goat hotpot*
lẩu lươn lóh luhr·ern *eel hotpot*
lê le *pears*
lòng lòm *giblets • offal*
lươn luhr·ern *eel*

M

măng cầu maãng ğòh *custard apple*
mắm nêm múhm nem *anchovy sauce*
mắm ruốc múhm roo·úhk *shrimp sauce*
măng muhng *bamboo shoots*
măng cụt muhng ğụt *mangosteen*
măng tây muhng day *asparagus*
mận mụhn *plum*
mật ong mụht om *honey*
me ma *tamarind*
men man *yeast*
mè mà *sesame seeds*
miến mee·úhn *vermicelli*
mía mee·úh *sugar cane*
mì meè *noodles*
mì ống meè áwm *pasta*
mít mít *jackfruit*
món ăn nhẹ món uhn nyạ *snack*
mơ mer *apricot*
mỡ lợn mẻr lẹrn *(pork) lard*
muối moo·eé *salt*
mù tạc moò dạak *mustard*
mướp đắng muhr·érp đủhng *bitter melon
    (also called* khổ qua*)*
mực mụhrk *squid*
mực khô mụhrk kaw *dried squid*
mứt múhrt
    jam • sugared dried fruits & vegetables
mứt mận khô múhrt mụhn kaw *prune*

N

nấm núhm *mushrooms*

nấm hương núhm huhr·erng
Chinese black mushrooms

nấm núhm may·oọ *tree ear mushrooms –
also called 'cloud ears' or 'wood ears'*

nấm rơm núhm zerm *straw mushrooms*

nem nam *ground pork sausage (cold
meat often used in sandwiches)*

nem nướng nam nuhr·érng *grilled meat-
balls eaten with rice noodles & fish sauce*

nem rán nam zaán
spring rolls (north Vietnam)

ngô ngaw *corn*

ngỗng ngãwm *goose*

nhãn nyuhn *longan*

nho nyo *grapes*

nước nuhr·èrk *water*

nước cam nuhr·èrk ğaam *orange juice*

nước chấm nuhr·èrk júhm
*dipping sauce made from fish sauce,
sugar, lime juice & chilli*

nước dừa nuhr·èrk zuhr·ùh *coconut milk*

nước mắm nuhr·èrk múhm *fish sauce*

nước mía zee·oọ mee·úh *sugar-cane juice*

nước ngọt nuhr·èrk ngọk *soft drink*

nước tương nuhr·èrk duhr·erng *soy sauce*

nước sô-đa nuhr·èrk saw·đaa
sparkling mineral water

nước suối nuhr·èrk soo·eé
still mineral water

Ô

ô mai aw mai *apricots (or other small
fruits) preserved in salt, licorice & ginger*

ốc áwp *snails*

ốc cuốn chả áwp ğoo·úhn jaả *rolled snails*

ốc hấp bia áwp húhp bee·uh
snails cooked with beer

ốc xào cả võ áwp sòw ğaả võ
stir-fried snails (still in their shells)

ổi åw·ee *guava*

Ơ

ớt ért *chilli*

ớt hiểm ért heẻ·uhm
'bird's eye chilli' – small, fiery chilli

ớt ngọt ért ngọk *capsicum*

ớt xanh ért saang
green capsicum • pepper (sweet)

P

phó mát fó maát *cheese*

phòng phong fòm fom *parsnip*

phở fér *noodle soup usually served with
beef or chicken*

phở bò fér bò *noodles served with beef*

phở gà fér ğaà *noodles served with
chicken*

Q

quả/trái bơ /Ⓢ ğwaả/chaí ber *avocado*

quít ğwít *mandarin • tangerine*

R

rau cải ngọt tây zoh ğaỉ ngọk day *spinach*

rau má zoh maá *pennywort*

rau muống zoh moo·úhng *water spinach*

rau mùi Ⓝ zoh moo·eè *cilantro • coriander*

rau ngò Ⓢ zoh ngò *spinach*

rau sống zoh sáwm *vegetables*

rau xanh zoh saang *greens*

rau xà lách zoh zaà laák *lettuce • salad*

râu giấm zoh zúhm *pickles*

rượu zee·oọ *wine*

rượu cần zee·oọ ğùhn *mild rice wine
drunk with a straw from the jar it's
brewed in*

rượu cồn zee·oọ ğàwn *spirits*

rượu nếp zee·oọ nép *rice wine*

rượu rắn zee·oọ zúhn *'snake wine' – rice
wine with a pickled snake floating in it*

rượu sâm banh zee·oọ suhm baang *champagne*
rượu vang có ga zee·oọ vaang ğó gaa *sparkling wine*
rượu vang đỏ zee·oọ vaang đỏ *red wine*
rượu vang trắng zee·oọ vaang chaáng *white wine*

S

sa lát saa laát *salad*
sà lách son saà laák son *watercress*
sầu riêng sòh zee·uhng *durian*
sò sò *mussel • oyster*
sô cô la saw ğaw laa *chocolate*
sữa sũhr·uh *milk*
sữa chua sũhr·uh joo·uh *yogurt*
sữa đậu nành sũhr·uh dọh nàang *soy milk*
sữa tươi không béo sũhr·uh duhr·ee kawm bay·oó *skim milk*
sườn suhr·èrn *ribs*

T

táo dów *apple*
thận tụhn *kidney*
thì là teè·laà *fennel*
thịt bê tịt be *veal*
thịt bò tịt bò *beef*
thịt chó tịt jó *dog meat*
thịt cừu tịt ğuhr·oò *lamb*
thịt heo hun khói tịt hay·oo hun kóy *bacon*
thịt kho nước dừa tịt ko nuhr·érk zuhr·ùh *pork braised in coconut milk*
thịt lợn/heo Ⓝ/Ⓢ tịt lẹrn/hay·oo *pork*
thịt nướng tịt nuhr·érng *grilled meat*
thịt rắn tịt zúhn *snake meat*
thỏ tỏ *rabbit*
tiêu dee·oo *pepper (spice)*
tim dim *heart*
tỏi doi *garlic*
tôm dawm *shrimp*
tôm đất dawm đúht *crayfish*

tôm hùm dawm hùm *lobster*
tôm khô dawm kaw *dried shrimp*
tôm to dawm do *prawn*
tôm xào hành nấm dawm sòw haàng núhm *shrimp with mushrooms*
trái bí đỏ chaí beé đỏ *pumpkin*
trái bưởi tây chaí bủhr·ee day *grapefruit*
trái cam chaí ğaam *orange*
trái cây chaí ğay *fruit*
trái chanh dây chaí jaang zay *passionfruit*
trái đậu chaí dọh *legume*
trái nho khô chaí nyo kaw *raisin*
trà chaà *tea*
trầu không chòh kawm *betel*
trứng chúhrng *egg*
trứng bóc vỏ luộc chúhrng bóp vỏ loo·uhk *poached egg*
trứng luộc chín chúhrng loo·uhk jín *hard-boiled egg*
trứng tráng chúhrng chaáng *omelette*
trứng vừa chín chúhrng vuhr·ùh jín *soft-boiled egg*
tương duhr·erng *soy sauce*
tương ớt duhr·erng ért *chilli sauce*

V

vải vaí *lychee*
vịt vịt *duck*

X

xá xíu saa see·oó *barbecue pork*
xả saả *lemon grass*
xì dầu seè zòh *soy sauce*
xoài swaì *mango*
xò nhỏ sò nyỏ *cockle*
xôi soy *glutinous rice*
xúc xích lợn súp sík lẹrn *pork sausage*
xúc xích Ý súp sík eé *salami*
xúp súp *soup*
xương sườn suhr·erng suhr·èrn *sparerib*

emergencies

trường hợp khẩn cấp

Help!	*Cứu tôi với!*	ğuhr·oó doy vér·ee
Stop!	*Dừng lại đi!*	zùhrng laị đee
Go away!	*Đi đi!*	đee đee
Thief!	*Cướp!*	ğuhr·érp
Fire!	*Cháy!*	jáy
Watch out!	*Cẩn thận!*	ğủhn tụhn

Call the police!
Gọi cảnh sát! — gọy ğaảng saát

Call a doctor!
Gọi bác sĩ! — gọy baák seẽ

Call an ambulance!
Gọi một xe cứu thương! — gọy mạwt sa ğuhr·oó tuhr·erng

It's an emergency.
Đó là một ca — đó laà mạwt ğaa
cấp cứu. — ğúhp ğhuhr·oó

There's been an accident.
Có một tai nạn. — ğó mạwt dai naạn

Can I use your phone?
Tôi có thể dùng điện thoại — doy ğó tẻ zùm đee·ụhn twaị
của bạn được không? — ğoỏ·uh baạn đuhr·ẹrk kawm

signs

Bệnh Viện	bẹng vee·ụhn	**Hospital**
Cảnh Sát	gaản saát	**Police**
Đồn Cảnh Sát	đàwn gaản saát	**Police Station**
Phòng Cấp Cứu	fòm ğúhp ğuhr·oó	**Emergency Department**

essentials

Could you please help?
   Làm ơn giúp đỡ?   laàm ern zúp đẽr

I'm lost.
   Tôi bị lạc.   doy beẹ laạk

Where are the toilets?
   Nhà vệ sinh ở đâu?   nyaà vẹ sing ẻr đoh

Is it safe …?	*Nó có an toàn … không?*	nó ǵó aan dwaàn … kawm
at night	*vào ban đêm*	vòw baan đem
for gay people	*cho những người lưỡng tính*	jo nyũhrng nguhr·eè lũhr·erng díng
for travellers	*cho khách du lịch*	jo kaák zoo lịk
for women	*cho phụ nữ*	jo foọ nũhr
on your own	*cho bản thân*	jo baản tuhn

police

cảnh sát

Where's the police station?
   Đồn cảnh sát ở đâu?   đàwn ǵaảng saát ẻr đoh

Please telephone the Tourist Police.
   Làm ơn gọi đến phòng   laàm ern gọy đén fòm
   Cảnh Sát Du Lịch.   ǵaảnh sát zoo lịk

I want to report an offence.
   Tôi muốn tường trình   doy moo·úhn duhr·èrng chìng
   một hành vi phạm tội.   mạwt haàng vee faạm dọy

It was him/her.
   Đó là anh/cô ấy.   đó laà aang/ǵaw áy

I have insurance.
   Tôi có bảo hiểm.   doy ǵó bỏw heẻ·uhm

I've been …	*Tôi đã từng bị …*	doy đaã dùhrng beẹ …
assaulted	*hành hung*	haàng hum
raped	*hiếp dâm*	hee·úhp zuhm
robbed	*ăn cướp*	uhn ǵuhr·érp

My ... was/were stolen.	... của tôi đã bị lấy cắp.	... ğoỏ·uh doy đaã beẹ láy ğúhp
credit card	Thẻ tín dụng	tả dín zụm
handbag	Túi sách tay	doo·eé saák day
papers	Giấy tờ	záy dèr
passport	Hộ chiếu	hạw chee·oó
wallet	Ví	veé

I've lost my ...	Tôi đã bị mất ...	doy đaã beẹ múht ...
backpack	ba lô	ba law
bags	túi sách	doo·eé saák
jewellery	trang sức	chaang súhrk
money	tiền	dee·ùhn
travellers cheques	séc du lịch	sák zoo lịk

What am I accused of?
Tôi bị kết tội gì? doy beẹ ğét dọy zeè

I didn't realise I was doing anything wrong.
Tôi không hề biết là tôi đã làm điều gì sai trái. doy kawm hè bee·úht laà doy đã laàm đee·oò zeè sai chaí

I didn't do it.
Tôi đã không làm điều đó. doy đaã kawm laàm đee·oò đó

Can I pay an on-the-spot fine?
Tôi có thể trả tiền phạt ngay ở đây được không? doy ğó tẻ chaả dee·ùhn faạt ngay ẻr đay đuhr·ẹrk kawm

Can I make a phone call?
Tôi có thể gọi điện thoại được không? doy ğó tẻ gọy đee·ụhn twaị đuhr·ẹrk kawm

Can I have a lawyer (who speaks English)?
Tôi có thể có một luật sư (nói tiếng Anh) được không? doy ğó tẻ ğó mọt lwụht suhr (nóy dee·úhng aang) đuhr·ẹrk kawm

This drug is for personal use.

Số ma tuý này là để   sáw maa dweé này laà đẻ
sử dụng cá nhân.   sủhr zụm ğaá nyuhn

I have a prescription for this drug.

Tôi có đơn thuốc cho   doy ğó đern too·úhk jo
loại thuốc này.   lwại too·úhk này

I want to contact   *Tôi muốn liên*   doy moo·úhn lee·uhn
my ...   *lạc với ...*   laạk ver·eé ...
   consulate   *phòng lãnh sự*   fòm laãng sụhr
   embassy   *đại sứ quán*   đại súhr gwaán

the police may say ...

Anh/Cô bị	ang/ğaw bẹe	**You're charged**
buộc tội về ... m/f	boo·uhk dọy vè ...	**with ...**
ăn cắp	uhn ğúhp	**shoplifting**
ăn trộm	uhn chạwm	**theft**
hành vi	haàng vee	**possession**
chiếm hữu	jee·úhm hũhr·oo	**of illegal**
tài sản trái phép	dài saản chaí fáp	**substances**
hành vi chống	haàng vee jóm	**anti-**
đối chính	đóy jíng	**government**
quyền	ğwee·ùhn	**activity**
không có thị	kawm ğó tẹe	**not having**
thực nhập cảnh	tụhrk nyụhp ğaảng	**a visa**
tội hành hung	dọy haàng hum	**assault**
tội quấy	dọy ğwáy	**disturbing**
rối trật tự	zaw·eé chụht dụhr	**the peace**
visa hết hạn	vee·saa hét haạn	**overstaying**
		your visa
Sẽ bị phạt	sã bẹe faạt	**It's a ... fine.**
tiền do ...	dee·ùhn zo ...	
đi xe quá tốc	đee sa ğwaá dáwp	**speeding**
độ cho phép	đạw jo fáp	
đỗ xe không	đãw sa kom	**parking**
đúng chỗ	đúm jãw	
quy định	ğwee địng	

doctor

bác sĩ

Where's the nearest ...?	... gần nhất ở đâu?	... gùhn nyút èr đoh
dentist	Phòng khám nha khoa	fòm kaám nyaa kwaa
doctor	Bác sĩ	baák seẽ
emergency department	Phòng cấp cứu	fòm ğúhp ğuhr·oó
hospital	Bệnh viện	bẹng vee·ụhn
medical centre	Trung tâm khám bệnh	chum duhm kaám bẹng
optometrist	Phòng khám thị lực	fòm kaám tẹę lụhrk
(night) pharmacist	(Đêm) Cửa hàng dược phẩm	(đem) ğủhr·uh haàng zuhr·ẹrk fủhm

I need a doctor (who speaks English).
Tôi cần một bác sĩ
(nói tiếng Anh).
doy ğùhn mạwt baák seẽ
(nóy dee·úhng aang)

Could I see a female doctor?
Tôi có thể gặp một bác
sĩ nữ được không?
doy ğó tẻ gụhp mạwt baák
seẽ nũhr đuhr·ẹrk kawm

Could the doctor come here?
Bác sĩ có thể đến đây
được không?
baák seẽ ğó tẻ đén đay
đuhr·ẹrk kawm

Is there an after-hours emergency number?
Trong trường hợp khẩn
cấp có số nào để gọi
ngoài giờ làm việc không?
chom chuhr·èrng hẹrp kủhn
ğúhp ğó sáw nòw đẻ gọy
ngwại zèr laàm vee·ụhk kawm

I've run out of my medication.
Tôi đã hết thuốc
điều trị.
doy đaã hét too·úhk
đee·oò chẹę

This is my usual medicine.

Đây là thuốc uống bình đay laà too·úhk oo·úhng bìng
thường của tôi. tuhr·èrng ğoỏ·uh doy

My child weighs (20) kilos.

Con tôi nặng ğon doy nựhng
(hai mươi) cân. (hai muhr·ee) ğuhn

My prescription is …

Đơn thuốc của tôi là … đern too·úhk ğoỏ·uh doy laà …

How much will it cost?

Cái đó là bao nhiêu? ğaí đó laà bow nyee·oo

Can I have a receipt for my insurance?

Cho xin hoá đơn để gửi jo sin hwaá đern đẻ gủhr·ee
cho công ty bảo hiểm jo ğom dee bỏw heẻ·uhm
được không? đuhr·ẹrk kawm

I don't want a blood transfusion.

Tôi không muốn doy kawm moo·úhn
truyền máu. chwee·ùhn móh

Please use a new syringe.

Xin hãy dùng ống sin hãy zùm áwm
tiêm mới. dee·uhm mer·eé

I have my own syringe.

Tôi có ống tiêm của doy ğó áwm dee·uhm ğoỏ·uh
mình rồi. mìng zaw·eè

I've been	*Tôi đã tiêm*	doy đaã dee·uhm
vaccinated	*vắc-xin*	vúhk·seen
against …	*phòng bệnh …*	fòm bẹng …
He/She has been	*Anh/Cô ấy đã*	aang/ğaw áy đaã
vaccinated	*tiêm vắc-xin*	dee·uhm vúhk·seen
against …	*phòng bệnh …*	fòm bẹng …
hepatitis	*viêm gan*	vee·uhm gaan
A/B/C	*A/B/C*	aa/be/se
tetanus	*uốn ván*	oo·úhn vaán
typhoid	*sốt thương hàn*	sáwt tuhr·erng haàn

I need new …	*Tôi cần … mới.*	doy ğùhn … mer·eé
contact lenses	*kính áp tròng*	ğíng úhp chòm
glasses	*kính*	ğíng

the doctor may say ...

Vietnamese	Pronunciation	English
Bạn có vấn đè gì?	bạan ğó vúhn đà zeè	**What's the problem?**
Bạn thấy đau ở chỗ nào?	bạan táy đoh ẻr jãw nòw	**Where does it hurt?**
Bạn có bị sốt không?	bạan ğó bẹẹ sáwt kawm	**Do you have a temperature?**
Bạn bị đau như thế này bao lâu rồi?	bạan bẹẹ đoh nyuhr té này bow loh zòy	**How long have you been like this?**
Bạn đã bị như thế này bao giờ chưa?	bạan đãã bẹẹ nyuhr té này bow zèr juhr·uh	**Have you had this before?**
Gần đây bạn đã có quan hệ tình dục với ai không?	gùhn đay bạan đãã ğó ğwaan hẹ dìng zụp ver·eé ai kawm	**Are you sexually active?**
Bạn đã bao giờ có quan hệ tình dục mà không dùng đến biện pháp an toàn chưa?	bạan đãã bow zèr ğó ğwaan hẹ dìng zụp maà kawm zùm đén bee·ụhn faáp aan dwaàn juhr·uh	**Have you had unprotected sex?**
Bạn có dùng ma tuý không?	bạan ğó zùm maa dweé kawm	**Do you take drugs?**
Bạn có hút thuốc lá không?	bạan ğó hút too·úhk laá kawm	**Do you smoke?**
Bạn có uống rượu không?	bạan ğó oo·úhng zee·ọọ kawm	**Do you drink?**
Bạn bị dị ứng cái gì không?	bạan bẹẹ zẹẹ úhrng ğaí zeè kawm	**Are you allergic to anything?**
Bạn đang dùng thuốc không?	bạan đaang zùm too·úhk kawm	**Are you on medication?**

Bạn định đi du lịch bao nhiêu lâu?
baạn dịng đee zoo lịk
bow nyee·oo loh
How long are you travelling for?

Bạn cần phải nhập viện.
baạn gùhn fai nyụhp
vee·ụhn
You need to be admitted to hospital.

Bạn nên đi khám lại khi bạn về nước.
baạn nen đee kaám laị
kee baạn vè nuhr·érk
You should have it checked when you go home.

Bạn nên đi về nước để điều trị bệnh luôn.
baạn nen đee vè
nuhr·érk để đee·oò
chee bẹng loo·uhn
You should return home for treatment.

Bạn là người mắc chứng nghi bệnh.
baạn laà nguhr·eè múhk
júhrng ngyee bẹng
You're a hypochondriac.

symptoms & conditions

triệu chứng & bệnh tật

I'm sick.	*Tôi bị ốm.*	doy bẹ áwm
My (child) is sick.	*(Con) của tôi đang bị ốm.*	(ğon) ğoỏ·uh doy đaang bẹ áwm
He/She is having a/an …	*Anh/Cô ấy đang …*	aang/ğaw áy đaang …
allergic reaction	*bị dị ứng*	bẹ zẹ úhrng
asthma attack	*bị cơn hen suyễn*	bẹ ğern han sweễ·uhn
baby (right now)	*đau đẻ*	đoh đả
epileptic fit	*bị cơn động kinh*	bẹ ğern đạwm ğing
heart attack	*bị cơn đau tim*	bẹ ğern đoh dim

I've been ...	Tôi bị ...	doy beẹ ...
He/She has been ...	Anh/Cô ấy bị ...	aang/ğaw áy beẹ ...
injured	chấn thương	júhn tuhr·erng
vomiting	nôn	nawn

I feel ...	Tôi cảm thấy ...	doy ğuhm táy ...
anxious	hồi hộp	hòy hạwp
better	tốt hơn	dáwt hern
depressed	trầm cảm	chùhm ğaảm
dizzy	choáng mặt	jwaáng mụht
hot and cold	vừa nóng	vuhr·ùh nóm
	vừa lạnh	vuhr·ùh laạng
nauseous	buồn nôn	boo·ùhn nawn
shivery	lạnh run	laạng zun
strange	lạ	laạ
weak	yếu	ee·oó
worse	đau hơn	đoh hern

It hurts here.
Nó đau ở chỗ này.   nó đoh ẻr jãw này

I'm dehydrated.
Tôi đang bị thiếu nước.   doy đaang beẹ tee·oó nuhr·érk

I can't sleep.
Tôi không ngủ được.   doy kawm ngoỏ đuhr·ẹrk

I think it's the medication I'm on.
Tôi nghĩ nó do thuốc   doy ngyeẽ nó zo too·úhk
mà tôi đang dùng.   maà doy đaang zùm

I'm on medication for ...
Tôi đang dùng thuốc   doy đaang zùm too·úhk
để điều trị bệnh ...   đẻ đee·oò cheẹ bẹng ...

He/She is on medication for ...
Anh/Cô ấy đang dùng   aang/ğaw áy đaang zùm
thuốc để điều   too·úhk đẻ đee·oò
trị bệnh ...   cheẹ bẹng ...

I have (a/an) ...
Tôi bị ...   doy beẹ ...

He/She has (a/an) ...
Anh/Cô ấy bị ...   aang/ğaw áy beẹ ...

asthma	bệnh hen suyễn	bẹng han swee·uhn
cold n	cảm	ğaảm
constipation	táo bón	dów bón
cough n	ho	ho
dengue fever	bệnh sốt xuất huyết	bẹng sáwt swúht hwee·úht
diabetes	bệnh tiểu đường	bẹng deẻ·oo đuhr·èrng
diarrhoea	tiêu chảy	dee·oo jảy
fever	sốt	sáwt
headache	đau đầu	đoh đòh
heat stroke	lả đi vì nóng	laả đee veè nóm
malaria	bệnh sốt rét	bẹng sáwt zát
nausea	buồn nôn	boo·ùhn nawn
pain	đau	đoh
rabies	bệnh dại	bẹng zại
sore throat	viêm họng	vee·uhm họm
sunburn	sự rám nắng	sụhr zúhm núhng

women's health

sức khoẻ của phụ nữ

(I think) I'm pregnant.
(Tôi nghĩ) Tôi có bầu.   (doy ngyeẽ) doy ğó bòh

I'm on the pill.
Tôi đang dùng thuốc tránh thai.   doy đaang zùm too·úhk chaáng tai

I haven't had my period for (six) weeks.
Hơn (sáu) tuần rồi tôi không bị hành kinh.   hern (sóh) dwaàn zòy doy kawm bẹ haàng ğing

I've noticed a lump here.
Tôi mới thấy tôi có u ở đây.   doy mer·eé táy doy ğó oo ẻr đay

Do you have something for (period pain)?
Bạn có thuốc gì để giảm (đau bụng hành kinh) không?   bạan ğó too·úhk zeè đẻ zaảm (đoh bụm haàng ğing) kawm

I have a ...	*Tôi đang bị ...*	doy đaang beẹ ...
urinary tract infection	*nhiễm trùng đường tiết niệu*	nyeẽ·uhm chum đuhr·èrng dee·úht nee·oọ
yeast infection	*bệnh phụ khoa*	bẹng foọ kwaa
I need ...	*Tôi cần ... thai.*	doy gùhn ... tai
contraception	*thuốc ngừa*	too·úhk nguhr·ùh
the morning-after pill	*thuốc tránh*	too·úhk chaáng
a pregnancy test	*khám*	kaám

allergies

dị ứng

I have a skin allergy.	*Tôi bị dị ứng ngoài da.*	doy beẹ zeẹ úhrng ngwaì zaa
I'm allergic to ...	*... làm tôi bị dị ứng.*	... laàm doy beẹ zeẹ úhrng
He/She is allergic to ...	*... làm anh/cô ấy bị dị ứng.*	... laàm aang/ğaw áy beẹ zeẹ úhrng
antibiotics	*Thuốc kháng sinh*	too·úhk kaáng sing
anti-inflammatories	*Thuốc chống viêm*	too·úhk jóm vee·uhm
aspirin	*Thuốc giảm đau*	too·úhk zaảm đoh
bees	*Con ong*	ğon om
codeine	*Thuốc côđêin*	too·úhk ğo·đeen
penicillin	*Thuốc pênicilin*	too·úhk pe·nee·see·lin
pollen	*Phấn hoa*	fúhn hwaa
sulphur-based drugs	*Thuốc có chất lưu huỳnh*	too·úhk ğó júht luhr·oo hwìng
antihistamines	*thuốc chống dị ứng phấn hoa*	too·úhk jóm zeẹ úhrng fúhn hwaa
inhaler	*ống xịt thuốc*	áwm sịt too·úhk
injection	*phát tiêm*	faát dee·uhm

For food-related allergies, see **vegetarian & special meals**, page 164.

---

the good oil

Everywhere you go in Vietnam, the traditional pain treatment of choice is a green oil found in a tiny bottle – *dầu xanh* zòh saang. It's a blend of camphor, menthol and eucalyptus that's applied to temples, joints and other sore spots. If nothing else, it certainly clears the head. A dab is also used beneath the nostrils to mask unpleasant odours.

parts of the body

My ... hurts.
... của tôi đang bị đau.
... ğoỏ·uh doy đaang beẹ đoh

I can't move my ...
... của tôi không vận
động được.
... ğoỏ·uh doy kawm vụhn
đạwm đuhr·ẹrk

I have a cramp in my ...
... bị chuột rút.
... beẹ joo·ụht zút

My ... is swollen.
... của tôi đang
bị sưng.
... ğoỏ·uh doy đaang
beẹ suhrng

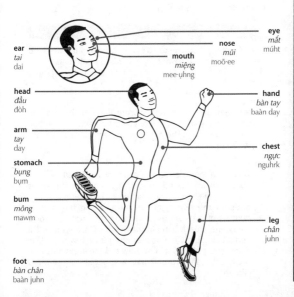

ear
tai
dai

eye
mắt
múht

nose
mũi
moõ·ee

mouth
miệng
mee·ụhng

head
đầu
đòh

hand
bàn tay
baàn day

arm
tay
day

chest
ngực
nguhrk

stomach
bụng
bụm

bum
mông
mawm

leg
chân
juhn

foot
bàn chân
baàn juhn

health

183

alternative treatments

I don't use (Western medicine).
Tôi không dùng (thuốc tây). doy kawm zùm (too·úhk day)

I prefer ...	*Tôi thích ... hơn.*	doy tík ... hern
Can I see	*Tôi có thể gặp*	doy ğó tẻ guhp
someone who	*bác sĩ chuyên*	baák seẽ jwee·uhn
practices ...?	*gia về ...?*	zaa vè ...
acupuncture	*chấm cứu*	júhm ğuhr·oó
herbal	*thuốc cổ*	too·úhk ğáw
medicine	*truyền*	jwee·ùhn
naturopathy	*thiên nhiên*	tee·uhn nyee·uhn
	liệu pháp (không	lee·oọ faáp (kawm
	dùng thuốc)	zùm too·úhk)
reflexology	*vật lý trị liệu*	zụht leé cheé lee·oọ

---

written on the skin

If you're not feeling a hundred per cent you might be inclined to try one of the following local medical treatments (these kinds of practices tend to have Chinese origins – *đông y* đawm ee).

cạo gió ğọw zó
An oil-dipped coin is used to score lines into the skin. The procedure is said to draw out illness and encourage balance in the body. The vivid, tell-tale welts take a few days to disappear.

giác zaák
This treatment is a form of acupressure. Small, heated, glass cups are placed on your skin where treatment is required, the heat causes suction and creates a vacuum, gripping the skin tight. On an area like the back, a number of cups are used while on the forehead, you'll enjoy one, smack-bang in the middle. Once removed, a perfect circular welt remains, often for a few days. Like coining, cupping is said to draw out the impurities that cause colds, flus, chronic pain and a grab bag of other ailments.

pharmacist

I need something for (a headache).
   Tôi cần thuốc (đau đầu).   doy ğùhn too·úhk (đoh đòh)

Do I need a prescription for (antihistamines)?
   Tôi có cần đơn thuốc   doy ğó ğùhn đern too·úhk
   cho (thuốc chống dị   jo (too·úhk jóm zẹe
   ứng phấn hoa)?   úhrng fúhn hwaa)

I have a prescription.
   Tôi có đơn thuốc đây.   doy ğó đern too·úhk đay

What's the correct dosage?
   Liều lượng chính   lee·oò luhr·ẹrng jín
   xác là gì?   saák laà zeè

How many times a day?
   Mấy lần một ngày?   máy lùhn mạwt ngày

Will it make me drowsy?
   Thuốc này có gây   too·úhk này ğó gay
   buồn ngủ không?   boo·ùhn ngoō kawm

antiseptic n	*thuốc diệt trùng*	too·úhk zee·ụht chùm
condoms	*bao cao su*	bow ğow soo
contraceptives	*thuốc tránh thai*	too·úhk chaáng tai
painkillers	*thuốc giảm đau*	too·úhk zaảm đoh
rehydration	*thuốc muối*	too·úhk moo·eé
salts	*hyđrat*	hee·đraa

dentist

I have a ...	Tôi bị ...	doy beẹ ...
broken tooth	gãy một cái răng	gãy mạwt gãí zuhng
cavity	sâu răng	soh zuhng
toothache	đau răng	đoh zuhng

My dentures are broken.
Bộ răng giả của tôi
bị hỏng.
bạw zuhng zaá ğoỏ·uh doy
beẹ hỏm

My gums hurt.
Lợi của tôi đang bị đau.   ler·eẹ ğoỏ·uh doy đaang beẹ đoh

I don't want it extracted.
Tôi không muốn
nhổ răng.
doy kawm moo·úhn
nyảw zuhng

I need a/an ...	Tôi cần ...	doy ğùhn ...
anaesthetic	thuốc gây tê	too·úhk gay de
filling	vật liệu	vụht lee·oọ
	trám răng	chaám zuhng

---

the dentist may say ...

Cái này chắc không đau.
ğaí này júhk kawm đoh
This won't hurt a bit.

Cứ cắn vào cái này.
ğuhr·oó ğǎhn vòw ğaí này
Bite down on this.

Cứ mở miệng rộng.
ğuhr·oó mẻr mee·ụhng zạwm
Open wide.

Đừng cử động.
đùhrng ğủhr đạwm
Don't move.

Súc miệng đi!
súp mee·ụhng đee
Rinse!

Lại đây, tôi chưa xong.
lạị đay doy juhr·uh som
Come back, I haven't finished.

In this dictionary, you'll find words marked with **n**, **a**, **adv**, **prep** and **v** (indicating noun, adjective, adverb, preposition and verb) where necessary. When we've given both the northern and the southern translation of a word, the two options are marked as Ⓝ and Ⓢ and separated with a slash (for more details on regional variations, see **pronunciation**, page 15). For food terms, see the **menu decoder**, page 165.

A

able *có thể* ğó tẻ
aboard (boat) *trên tàu* chen dòh
aboard (train) *xe* sa
abortion *sự phá thai* sụhr faá tai
about *gần* gùhn
above *ở trên* ẻr chen
abroad *nước ngoài sắp* nuhr·érk ngwài súhp
accept *nhận* nyụhn
accident *tai nạn* dai naạn
accommodation *chỗ ở* jãw ẻr
account *tài khoản* đại kwaản
across *từ bên này sang bên kia* dùhr ben này saang ben ğee·uh
activist *nhà hoạt động* nyaà hwaạt đạwm
actor *tài tử* dài dủhr
acupuncture *châm cứu* juhm ğúhr·óó
adaptor *ổ cắm điện* ảw ğúhm đee·ụhn
addiction *thói nghiện* tóy ngyee·ụhn
address n *địa chỉ* đẹe·uh jẻé
administration *hành chánh* haành jaáng
admission (price) *giá vé* zaá vá
admit *thú nhận* tóó nyụhn
adult n *người lớn* nguhr·eè lérn
advertisement *bài quảng cáo* baì ğwaảng ğów
advice *lời khuyên* ler·eè kwee·uhn
aerobics *thể dục thẩm mỹ* tẻ zụp túhm meẽ
aeroplane *máy bay* máy bay
afraid *sợ hãi* sẹr haĩ

Africa *Châu Phi* joh fee
after *sau* soh
afternoon *buổi chiều* boó·ee jee·oò
aftershave *nước hoa cho đàn ông* nuhr·érk hwaa jo đaàn awm
again *lại* laị
against *đối lập với* đóy lụhp ver·eé
age n *tuổi* doó·ee
ago *cách đây* ğaák đay
agree *đồng ý* đàwm eé
agriculture *nông nghiệp* nawm ngyee·ụhp
ahead *về phía trước* vè fee·úh chuhr·érk
AIDS *SIDA* see·đaa
air *không khí* lawm keé
air-conditioned *được không điều hòa nhiệt độ* đuhr·ẹrk kawm đee·oò hwaà nyee·ụht đạw
air conditioning *điều hòa* đee·oò hwaà
airline *hãng máy bay* haãng máy bay
airmail *đường hàng không* đuhr·èrng haàng kawm
airplane *máy bay* máy bay
airport *sân bay* suhn bay
airport tax *thuế hải quan* twé haỉ ğwaan
aisle (on plane) *lối đi* lóy đee
alarm clock *đồng hồ báo thức* đàwm hàw bów túhrk
alcohol *rượu* zee·oọ
all *tất cả* dúht ğaả
allergy *dị ứng* zeẹ úhrng
allow *cho phép* jo fáp
allowed *được phép* đuhr·ẹrk fáp
almost *gần như* sáp súhp
alone *một mình* mạwt mìng
already *rồi* zòy

also *cũng* ğũm
altar *bàn thờ* baàn tèr
altitude *độ cao* đạw ğow
always *luôn luôn* loo·uhn loo·uhn
ambassador *đại sứ* đaị súhr
ambulance *xe cấp cứu* sa ğúhp ğuhr·oó
American football *đá bóng Mỹ* đaá bóm meẽ
anaemia *bệnh thiếu máu* bẹng tee·oó móh
anarchist n *người tin vào thuyết vô chính phủ* nguhr·eè din vòw twee·úht vaw jíng foỏ
ancient *cổ* ğảw
and *và* vaà
angry *tức giận* dúhrk zụhn
animal *động vật* đạwm vụht
ankle *cổ chân* ğảw juhn
annual *hàng năm* haàng nuhm
another (different) *khác* kaák
another (more) *thêm* tem
answer n *câu trả lời* ğoh chaả ler·eè
ant *con kiến* ğon ğee·úhn
antibiotics *kháng sinh* kaáng sing
antigovernment (activity) *phản động* faản đáwm
antinuclear *chống hạt nhân* jáwm haạt nyuhn
antique n *đồ cổ* đàw ğảw
antiseptic n *khử trùng* koỏ chùm
any *mọi* mọy
apartment *căn phố* ğuhn fáw
appendix (body) *ruột dư* zoo·ụht zuhr
appointment *cái hẹn* ğaí hạn
April *tháng tư* taáng duhr
archaeological *liên quan đến khảo cổ học* lee·uhn ğwaan đén kỏw ğảw họp
architect *kiến trúc sư* ğee·úhn chúp suhr
architecture *khoa kiến trúc* kwaa ğee·úhn chúp
argue *cãi nhau* ğaĩ nyoh
arm *cánh tay* ğaáng day
arrest v *bắt* búht
arrivals (airport) *sự tới nơi* sụhr der·eé ner·ee
arrive *đến* đén
art *nghệ thuật* ngyẹ twụht
art gallery *phòng triển lãm* fòm cheẻ·uhn laãm
artist *họa sĩ* hwaạ seẽ
ashtray *cái gạt tàn thuốc* ğaí gaạt daàn too·úhk
Asia *Châu Á* joh aá
ask (a question) *hỏi* hỏy
ask (for something) *nhờ* nyèr
aspirin *thuốc nhức đầu* too·úhk nyúhrk đòh
asthma *bệnh suyễn* bẹng sweẽ·uhn
at *tại* daị
athletics *thể thao điền kinh* tẻ tow đee·uhn ğing
atmosphere *khí quyển* keé ğweẻ·uhn
August *tháng tám* taáng daám
aunt *dì* zeè
Australia *nước Úc* nuhr·érk úp
Australian Rules Football *đá banh Úc* đaá baang úp
automated teller machine (ATM) *máy rút tiền tự động* máy zút dee·ùhn dụhr đạwm
autumn *mùa thu* moo·ùh too
avenue *đại lộ* đaị lạw
awful *khủng khiếp* kủm kee·úhp

B

B&W (film) *phim đen trắng* feem đan chúhng
baby *em bé* am bá
baby food *đồ ăn trẻ con* đàw uhn chả ğon
baby powder *phấn trẻ em* fúhn chả am
babysitter *người giữ trẻ* nguhr·eè zũhr chả
back (body) *lưng* luhrng
back (position) *ở đằng sau* ẻr đùhng soh
backpack *ba lô* baa law
bad *xấu* sóh
badminton *cầu long* ğòh lom
bag *túi sách* doo·eé saák
baggage *hành lý* haàng leé
baggage allowance *hạn chế hành lý* haạn jé haàng leé
baggage claim *thu hành lý* too haàng leé
bakery *tiệm bánh mì* dee·ụhm baáng meè
balance (account) *quyết toán* ğwee·úht dwaán

balcony *bao lơn* bow lern
ball (sport) *quả bóng* ǧwaả bóm
ballet *múa ba lê* moo·úh baa le
bamboo *cây tre* ǧay cha
band (music) *ban nhạc* baan nyaạk
bandage *băng* buhng
Band-Aid *băng dán* buhng zaán
bank *ngân hàng* nguhn haàng
bank account *tài khoản nhà băng*
  daì kwaản nyaà buhng
banknote *tờ bạc giấy* dèr baạk záy
baptism *lễ rửa tội* lẽ zủh·uh dọy
bar *quầy rượu* ǧwày zee·oọ
barber *thợ hớt tóc* tẹr hért dóp
baseball *bóng chày* bóm jày
basket *cái rổ* ǧaí zảw
basketball *bóng rổ* bóm zảw
bath n *bồn tắm* bàwn dúhm
bathing suit *bộ quần áo tắm*
  bạw ǧwùhn ów dúhm
bathroom *phòng tắm* fòm dúhm
battery *pin* pin
bay *vịnh* vịng
be *là* laà
beach *bãi biển* baĩ beé·uhn
beach volleyball *bóng chuyền biển*
  bóm jwee·ùhn beé·uhn
beautiful *đẹp* đạp
beauty salon *thẩm mỹ viện*
  túhm meẽ vee·ụhn
because *bởi vì* bér·ee veè
bed *cái giường* ǧaí zuhr·èrng
bedding *chăn giường* juhn zuhr·èrng
bedroom *phòng ngủ* fòm ngoỏ
bee *con ong* ǧon om
beer *bia* bee·uh
before *trước đây* chuhr·érk đay
beggar *người ăn xin* nguhr·eè uhn xin
begin *bắt đầu* búht đòh
behind *đằng sau* đùhng soh
Belgium *nước Bỉ* nuhr·érk beẻ
below *phía dưới* fee·úh zuhr·eé
beside *bên cạnh* ben ǧaạng
best *tốt nhất* dáwt nyúht
bet n *đánh cá* đaáng ǧaá
better *tốt hơn* dáwt hern
between *ở giữa* ẻr zửh·uh
Bible *kinh Thánh* ǧing taáng

bicycle *xe đạp* sa đaạp
big *lớn* lérn
bigger *lớn nhất* lérn nyúht
biggest *lớn hơn* lérn hern
bike *xe đạp* sa đaạp
bike chain *xích xe đạp* sík sa đaạp
bike lock *ổ khóa xe đạp* ảw kwaá sa đaạp
bike path *đường xe đạp*
  đuhr·èrng sa đaạp
bike shop *quán xe đạp* ǧwaán sa đaạp
bill (restaurant) *hóa đơn* hwaá đern
binoculars *ống nhòm* áwm nyòm
bird *chim* jim
birth certificate *giấy khai sinh* záy kai sing
birthday *ngày sinh nhật* ngày sing nyụht
biscuit *bánh qui* baáng ǧwee
bite (dog) n *cắn* ǧúhn
bite (insect) n *chích* jík
bitter *đắng* đúhng
black *màu đen* mòh đan
black market *chợ đen* jẹr đan
bladder *bóng đái* bóm đaí
blanket *cái mền* ǧaí mèn
blind *mù* moò
blister *vết bỏng giập* vét bóm zụhp
blocked *kẹt* ǧẹt
blood *máu* móh
blood group *nhóm máu* nyóm móh
blood pressure *huyết áp* hwee·úht aáp
blood test *xét nghiệm mẫu máu*
  sát ngyee·ụhm mõh móh
blue *xanh da trời* saang zaa cher·eè
board (plane/ship) *lên* len
boarding house *nhà nghỉ* nyaà ngyeẻ
boarding pass *giấy lên máy bay*
  záy len máy bay
boat *thuyền* tee·ùhn
body *thân thể* tuhn té
boiled *sôi* soy
bombing *vụ nổ bom* voọ nảw bom
bone *xương* suhr·erng
book n *quyển sách* ǧweẻ·uhn saák
book (make a booking) v *giữ trước*
  zuhr chuhr·érk
booked out *hết chỗ* hét jãw
book shop *tiệm sách* dee·ụhm saák
boots *giày ống* zày áwm
border n *biên giới* bee·uhn zer·eé

bored *chán* jaán
boring *buồn tẻ* boo·ùhn dả
borrow *mượn* muhr·ẹrn
botanic garden *vườn bách thảo*
  vuhr·èrn baák tỏw
both *cả hai* ğaả hai
bottle *chai* jai
bottle opener *cái mở chai* ğaí mẻr jai
bottle shop *quán rượu* ğwaán zee·oọ
bottom (body) *mông* mawm
bottom (position) *đáy* đáy
bowl *chén* ján
box n *cái hộp* ğaí hậwp
boxer shorts *quần đùi* ğwùhn đoo·eè
boxing *quyền Anh* ğwee·ùhn aang
boy *con trai* ğon chai
boyfriend *bạn trai* bạạn chai
bra *áo ngực* ów nguhrk
brakes (car) *cái thắng xe* ğaí túhng sa
brandy *rượu brandi* zee·oọ braan·đee
brave *dũng cảm* zũm ğaảm
bread *bánh mì* baáng meè
break v *gẫy* gãy
break down (car) *hư* huhr
breakfast *ăn sáng* uhn saáng
breast (body) *vú* voó
breathe *hít* hít
bribe n *tiền hối lộ* dee·ùhn hóy lậw
bridge *cầu* ğòh
briefcase *cái cặp* ğaí ğụhp
bring *mang theo* maang tay·oo
brochure *cuốn giới thiệu đồ*
  ğoo·úhn zer·eé tee·oọ đàw
broken *bị gẫy* beẹ gãy
broken down (car) *bị hư* bee huhr
bronchitis *bệnh viêm cuống phối*
  bẹng vee·uhm ğoo·úhng fóy
brother (older) *anh trai* aang chai
brother (younger) *em trai* am chai
brown *màu nâu* mòh noh
bruise n *vết bầm* vét bùhm
brush n *bàn chải* baàn jai
bucket *thùng* tùm
Buddha's Birthday *ngày Lễ Phật Đản*
  ngày lễ fụht đaản
Buddhist n *Phật tử* fụht dủhr
budget *ngân sách* nguhn saák
buffalo *con trâu* ğon choh

bug *con rệp* ğon zẹp
build *xây dựng* say zụhrng
builder *thợ xây nhà* tẹr say nyaà
building *tòa nhà* dwaà nyaà
bumbag *bóp đeo bụng* bóp đay·oo bụm
bureaucracy *hệ thống hành chánh*
  hẹ táwm haàng jáang
Burma *nước Miến Điện*
  nuhr·érk mee·úhn đee·ụhn
burn n *vết bỏng* vét bỏm
burnt *bị cháy* beẹ jáy
bus *xe buýt* sa bwéet
business *buôn bán* boo·uhn baán
business card *danh thiếp* zaang tee·úhp
business class *thượng hạn*
  tuhr·ẹrng hạạn
businessperson *nhà kinh doanh*
  nyaà ğing zwaang
business trip *hợp tác kinh doanh*
  hẹrp daák ğing zwaang
bus station *bến xe buýt* bén sa bwéet
bus stop *trạm xe buýt* chụhm sa bwéet
busy *bận rộn* bụhn zạwn
but *nhưng mà* nyuhrng maà
butcher *người bán thịt* nguhr·eè baán tịt
butcher's shop *hàng bán thịt*
  haàng baán tịt
butter *bơ* ber
butterfly *con bướm* ğon buhr·érm
button *cái nút bấm* ğaí nút búhm
buy *mua* moo·uh

C

cable car *cáp treo* ğaáp chay·oo
café *quán càfê* ğwaán ğaà·fe
cake *cái bánh ngọt* ğaí baáng ngọk
cake shop *tiệm bánh ngọt*
  dee·ụhm baáng ngọk
calculator *máy tính* máy díng
calendar *quyển lịch* ğweẻ·uhn lịk
call v *kêu* ğay·oo
Cambodia *nước Kampuchia*
  nuhr·érk ğaam·poo·jee·uh
camera *máy chụp hình* máy júp hìng
camera shop *tiệm bán máy chụp hình*
  dee·ụhm baán máy júp hìng
camp v *cắm trại* ğúhm chaị

camping ground *bãi cắm trại*
baĩ ğuhm chaị

can (be able) *có thể* ğó tẻ

can (have permission) *được* đuhr·ẹrk

can (tin) n *lon* lon

Canada *nước Ca-na-đa*
nuhr·ẻrk ğaa·naa·đaa

cancel *hủy bỏ* hweẻ bỏ

cancer *bệnh ung thư* bẹng um túhr

candle *đèn cầy* đàn ğày

candy *kẹo* ğạy·oọ

caneware *đồ cây tre* đàw ğay cha

can opener *cái mở đồ hộp*
ğaí mẻr đàw hạwp

capitalism *chủ nghĩa tư bản*
joỏ ngyeẻ·uh duhr baản

car *xe hơi* sa her·ee

caravan *xe thùng* sa tùm

cardiac arrest *bệnh tim tạm ngừng*
bẹng dim đaạm ngừhrng

cards (playing) *con bài* ğon bài

care (for someone) *quan tâm*
ğwaan duhm

car hire *dịch vụ thuê xem* zịk voọ twe sam

car owner's title *giấy đăng bộ xe*
záy đung bạw sa

car park *bãi đậu xe* baĩ đọh sa

carpenter *thợ mộc* tẹr móp

car registration *đăng bộ xe* đuhng bạw sa

carry *mang* maang

cash n *tiền* dee·ùhn

cash (a cheque) v *đổi tiền séc*
đỏy dee·ùhn sák

cashier *thu ngân viên* too nguhn vee·uhn

cash register *máy tính tiền*
máy đúhng dee·ùhn

casino *sòng bạc của khách sạn*
sòm baạk ğoỏ·uh ğaák saạn

cassette *băng ghi âm* buhng gee uhm

castle *lâu đài* loh đaì

casual work *công việc tính giờ*
ğawm vee·ụhk díng zèr

cat *con mèo* ğon may·oò

cathedral *nhà thờ lớn* nyaà tèr lérn

Catholic n *theo đạo Thiên Chúa* tay·oo
đọw tee·uhn joo·úh

cave *hang động* haang đạwm

CD *CD* se·de

celebration *lễ kỷ niệm* lẽ ğeẻ nee·ụhm

cell phone *điện thoại di động*
đee·uhn twaị zee động

cemetery *nghĩa địa* ngyeẻ·uh đee·uh

cent *xu* soo

centimetre *phân* fuhn

centre n *trung tâm* chum duhm

ceramics *đồ gốm* đàw gáwm

cereal *ngu cốc* ngoo ğăwp

certificate *chứng chỉ* júhrng jeẻ

chain n *xích* sík

chair n *ghế* gé

champagne *rượu sâm banh*
zee·oọ suhm baang

championships *vô địch* vaw zịk

chance *sự ngẫu nhiên* sụhr ngõh nyee·uhn

change v *thay đổi* tau đỏy

change (coins) n *tiền lẻ* dee·ùhn lả

change (money) v *đổi* đỏy

changing room *phòng thay quần áo*
fòm tay ğwùhn ów

charming *hấp dẫn* húhp zũhn

chat up *tán tỉnh* daán díng

cheap *rẻ* zả

check v *kiểm tra* ğeẻ·uhm chaa

check (banking) n *tiền séc* dee·ùhn sák

check (bill) n *hóa đơn* hwaá đern

check-in (desk) n *quầy ghi danh*
ğwày gee zaang

checkpoint *trạm kiểm soát*
chụhm ğeẻ·uhm swaát

cheese *pho mát* fo maát

chef *thợ nấu ăn* tẹr nóh uhn

chemist (person) *dược sĩ* zuhr·ẹrk seẽ

chemist (shop) *tiệm thuốc tây*
dee·ụhm too·úhk day

cheque (banking) *tiền séc* dee·ùhn sák

chess *cờ tướng* ğèr duhr·érng

chessboard *bàn cờ* baàn ğèr

chest (body) *ngực* nguhrk

chewing gum *kẹo cao su*
ğay·oọ ğow soo

chicken *gà* gaà

chicken pox *bệnh thủy đậu*
bẹng tweẻ đọh

child *đứa trẻ* đuhr·úh chả

child-minding service *giữ trẻ* zũhr chả

children *trẻ em* chả am

child seat *ghế ngồi trẻ con*
gé ngòy chả ğonn

chilli *trái ớt* chaí ért

China *nước Trung Quốc*
nuhr·érk chum ğwáwk

chiropractor
y sĩ chữa bệnh đau cột sống
ee seĕ jühr·uh bệng doh ğawt sáwm

chocolate *sô cô la* saw ğaw laa

choose *chọn* jọn

chopping board *cái thớt* ğaí tért

chopsticks *đôi đũa* đoy đoo·uh

Christian n *người đạo Cơ đốc*
nguhr·eè đọy ğer dáwp

Christmas *Lễ Chúa Giáng Sinh*
lẽ joo·úh zaáng sing

Christmas Day *Ngày Chúa Giáng Sinh*
ngày joo·úh zaáng sing

Christmas Eve *Đêm Giáng Sinh*
đem zaáng sing

church *nhà thờ* nyaà tèr

cider *rượu táo* zee·ọọ taó

cigar *điếu xì ga* zee·oó seè gaa

cigarette *thuốc lá* too·úhk laá

cigarette lighter *cái bật lửa*
ğaí bụht lühr·uh

cigarette papers *giấy vấn thuốc*
záy vúhn too·úhk

cinema *rạp* zaạp

circus *đoàn xiếc* đwaàn see·úhk

citizenship *quyền công dân*
ğwee·ùhn ğawm zuhn

city *thành phố* taàng fáw

city centre *trung tâm thành phố*
chum duhm taàng fáw

city walls *vách tường thành*
vaák duhr·èrng taàng

civil rights *quyền tự do cá nhân*
ğwee·ùhn dụhr zo ğaá nyuhn

class (school) *lớp học* lérp họp

classical theatre *cái lương* ğaí luhr·erng

class system *tầng lớp xã hội*
dùhng lérp saã họy

clean a *sạch sẽ* saạk sã

clean v *làm sạch* laàm saạk

cleaning *lau dọn* loh zọn

client *khách hàng* kaák haàng

cliff *vách đá* vaák đaá

climb v *leo* lay·oo

cloakroom *phòng giữ mũ áo*
fòm zũhr moõ oó

clock *đồng hồ* đàwm hàw

close a *gần* gùhn

close v *đóng* đáwm

closed *đóng* đáwm

clothesline *giây phơi quần áo*
zay fer·ee ğwùhn óv

clothing *quần áo* ğwùhn óv

clothing store *tiệm quần áo*
dee·ụhm ğwùhn óv

cloud *mây* may

cloudy *mây mù* may moò

clutch (car) *cái côn* ğaí ğawn

coast *bờ biển* bèr beé·uhn

coat *áo choàng* óv jwaàng

cobra *con rắn mang bành*
ğon zúhn maang baàng

cocaine *cô kê* ğo ğe

cockfighting *cuộc thi đá gà*
ğoo·ụhk tee đaá gà

cockroach *con gián* ğon zaán

cocktail *rượu cốc tay* zee·ọọ ğáwp day

cocoa *ca cao* ğaa ğow

coffee *càfê* ğaà·fe

coins *tiền cắc* dee·ùhn ğúhk

cold (illness) n *cảm* ğaảm

cold a *lạnh* laạng

colleague *bạn đồng nghiệp*
baạn đàwm ngyee·ụhp

collect call *cú điện thoại người nhận trả*
tiền ğoó đee·ụhn twaị nguhr·eè nyụhn
chaả đee·ùhn

college *trường cao đẳng*
chuhr·èrng ğow đủhng

colour n *màu sắc* mòh súhk

comb n *cái lược* ğaí luhr·ẹrk

come *đến* đén

comedy *hài kịch* haì ğịk

comfortable *thoải mái* twaỉ maí

commission *tiền hoa hồng*
dee·ùhn hwaa hòm

communications (profession) *liên lạc*
giao thông lee·uhn laạk zow tawm

communion *lễ ban thánh thể*
lẽ baan taáng tẻ

192

communism *chú nghĩa cộng sản*
joó ngyeẽ·uh ğawm saán

communist n *cộng sản* ğawm saán

companion *bạn đường* baạn đuhr·èrng

company (business) *công ty* ğawm dee

compass *la bàn* laa baàn

complain *kêu ca* ğay·oo ğaa

complaint *lời kêu ca* ler·eè ğay·oo ğaa

complimentary (free) *khuyến mãi*
kwee·úhn maĩ

computer *mày vi tính* mày vee dính

computer game *trò chơi điện toán*
chò jer·ee đee·ụhn dwaán

concert *buổi hòa nhạc*
boó·ee hwaà nyaạk

concussion *chấn thương não*
júhn tuhr·erng nõw

conditioner (hair) *thuốc xả tóc*
too·úhk saả dóp

condom *bao cao su* bow ğow soo

conference (big) *hội nghị* họy ngyeẹ

conference (small) *cuộc họp*
ğoo·ụhk họp

confession *sự xưng tội* suhr suhrng dọy

confirm (a booking) *khẳng định*
kủhng địng

Confucianism *ý tưởng Công Phu Tứ*
eé dủhr·erng ğawm foo dúhr

congratulations *chúc mừng* júp mùhrng

conjunctivitis *viêm kết mạc*
vee·uhm ğét maạk

connection (transport) *chuyến* jwee·úhn

conservative n *bảo thủ* bỏw too

constipation *tình trạng bị táo bón*
dìng chaạng beẹ dów bón

consulate *tòa lãnh sự* dwaà laãng sụhr

contact lenses *kính áp tròng*
ğíng aáp chòm

contact lens solution
dung dịch ngâm bảo quản kính
zum zịk nguhm bỏw ğwaán ğíng

contraceptives *thuốc ngừa thai*
too·úhk nguhr·ùh tai

contract n *hợp đồng* hẹrp đàwm

convenience store *tiệm tạp hóa*
dee·ụhm duhp hwaá

convent *nữ tu viện* nũhr doo vee·ụhn

cook n *người nấu bếp* nguhr·eè nóh bép

cook v *nấu ăn* nóh uhn

cookie *bánh quy ngọt* baáng ğwee ngọk

cooking *sự nấu nướng*
suhr nóh nuhr·érng

cool (temperature) *mát* maát

corkscrew *cái khúi rượu* ğaí koỏ·ee zee·oọ

corn *trái bắp* chaí búhp

corner *góc* góp

corrupt *đồi bại* đòy baị

corruption *hối lộ* hóy laọ

cost n *gía* zaá

cotton *bông* bawm

cotton balls *bông gòn* bawm gòn

cotton buds *cây bông gòn* gay bawm gòn

cough v *chứng ho* júhrng ho

cough medicine *thuốc ho* too·úhk ho

count v *đếm* đém

counter (at bar) *quầy* gwày

country (nation) *quốc gia* ğwáwk zaa

country (rural) *miền quê* mee·ùhn ğwe

coupon *phiếu thưởng hiện vật*
fee·oó tủhr·erng hee·ụhn vụht

court (legal) *tòa án* dwaà aán

court (sport) *sân* suhn

cover charge *giá vé vào cửa*
zaá vá vòw ğủhr·uh

cow *con bò* ğon bò

cracker (biscuit) *bánh quy mạn*
baáng ğwee maạn

crafts *nghề thủ công* ngyè toỏ ğawm

crash (vehicle) n *nạn đụng xe*
naạn đụm sa

crazy *điên* dee·uhn

cream (cosmetics/food) *kem* ğam

crèche *nhà trẻ* nyaà chả

credit card *thẻ tín dụng* tả dín zụm

cricket (sport) *môn đánh banh bằng gậy*
mawn đaáng baang bùhng gạy

crocodile *con sấu* ğon sóh

crop n *mùa màng* moo·ùh maàng

cross n *cây thánh giá*
ğay taáng zaá

crowded *đông* đawm

cup *cái tách* ğaí daák

cupboard *tú nhà bếp* doó nyaà bép

currency exchange *dịch vụ đổi tiền*
zịk voọ đỏy dee·ùhn

current (electricity) *dòng zòm*

current affairs *những sự kiện quan trọng trên thế giới* nyũhrng sụhr ğee·ụhm ğwaan chọm chen té zer·eé

curry *cà ri* ğaà ree

custom *phong tục* fom dụp

customs (immigration) *hải quan* haỉ ğwaan

cut v *cắt* ğúht

cutlery *bộ dao nĩa* bạw zwaa neẽ·uh

CV *bản lý lịch* baản leé lịk

cycle v *đạp xe* đaạp sa

cycling *môn đi xe đạp* mawn đee sa đaạp

cyclist *người đi xe đạp* nguhr·eè đee sa đaạp

cyclo (pedicab) *xe xích lô* sa sík law

cystitis *viêm bọng đái* vee·uhm bọm đaí

D

dad *ba* baa

daily adv *hằng ngày* nùhng ngày

dairy products *phó phẩm làm từ sữa* fó fủhm laàm dùhr sũhr·uh

dance v *nhảy* nyảy

dancing *khiêu vũ* kee·oo voõ

danger *sự nguy hiểm* sụhr ngwee heẻ·uhm

dangerous *nguy hiểm* ngwee heẻ·uhm

dark (colour) *đậm* dụhm

dark (night) *tối* dóy

date (appointment) n *cái hẹn* ğaí hẹn

date (day) n *ngày tháng* ngày taáng

date (go out with) v *hẹn ngày đi chơi* hạn ngày đee jer·ee

date of birth *ngày sinh nhật* ngày sing nyụht

daughter *con gái* gon gaí

dawn *bình minh* bìng ming

day *ngày* ngày

day after tomorrow *ngày mốt* ngày máwt

day before yesterday *ngày hôm kia* ngày hawm ğee·uh

dead *chết* jét

deaf *điếc* đee·úhk

deal (cards) v *chia bài* jee·uh baì

December *tháng mười hai* taáng muhr·eè hai

decide *quyết định* ğwee·úht địng

deck (of ship) *sàn tàu* saàn dòw

deep *sâu* soh

deer *nai* nai

deforestation *sự phá rừng* sụhr faá zùhrng

degrees (temperature) *độ* đạw

delay n *sự chậm trễ* sụhr jụhm chẽ

delirious *mê sảng* me saảng

deliver *đưa* đuhr·uh

delta (river) *đồng bằng* đàwm bùhng

democracy *chế độ dân chủ* jé đạw zuhn joỏ

demonstration *sự biểu hiện* sụhr beẻ·oo hee·ựhn

dengue fever *bệnh sốt rét đăng ga* bẹng sáwt zét đuhng gaa

Denmark *nước Dan-mạch* nuhr·érk đaan·maạk

dental floss *sợi chỉ mềm làm sạch kẽ răng* ser·eẹ jeé mèm laàm saạk ğẽ zuhng

dentist *nha sĩ* nyaa seẽ

deny *từ chối* dùhr jóy

deodorant *chất khử mùi* júht kủhr moo·eè

depart *khởi hành* kẻr·ee haàng

department store *cửa hàng bách hóa* ğửhr·uh haàng baák hwaá

departure *sự khởi hành* sụhr kẻr·ee haàng

departure gate *cửa lên máy bay* ğửhr·uh len máy bay

deposit (on purchase) n *tiền đặt cọc* dee·ùhn đụht ğọp

derailleur *bộ phận sang số xe đạp* bạw fụhn saang sáw sa đaạp

descendent *người nối dõi* nguhr·eè nóy zõy

desert *sa mạc* saa maạk

design n *thiết kế* tee·úht ğé

dessert *món ăn tráng miệng* món uhn chaáng mee·ụhng

destination *nơi đến* ner·ee đén

destroy *phá hủy* faá hweẻ

details *chi tiết* jee dee·úht

diabetes *bệnh tiểu đường* bẹng đeẻ·oo đuhr·èrng

dial tone *tiếng phát ra trong máy điện thoại* dee·úhng faát za chom máy dee·uhn twại

diaper *cái tã* ğaí daã

diaphragm (medical) *mũ tử cung* moõ dúhr ğum

diarrhoea *bệnh tiêu chảy* bẹng deé·oo jảy

diary *sổ nhật ký* saw nyụt ğeé

dice n *xí ngầu súc sắc* seé ngòh súp súhk

dictionary *từ điển* dụhr dee·úhn

die *chết* jét

diet n *chế độ ăn uống* jé dạw uhn oo·úhng

different *khác* kaák

difficult *khó* kó

dining car *toa xe lửa phục vụ bữa ăn* dwaa sa lůhr·uh fụp voọ bữhr·uh uhn

dinner *buổi ăn tối* boỏ·ee uhn dóy

direct a *trực tiếp* chụrk dee·úhp

direct-dial *quay số điện thoại trực tiếp* ğway sáw dee·uhn twại chup dee·úhp

direction *hướng* huhr·érng

director (company) *giám đốc* zaám đáwp

dirty *dơ* der

disabled (person) *bất lực* búht lụhrk

disco *phòng nhạc disco* fòm nyạk dis·ko

discount n *giảm giá* zaảm zaá

discrimination *sự kỳ thị* sụhr ğeè tẹ

disease *bệnh tật* bẹng dụht

disk (CD-ROM) *cái đĩa* ğaí đeẽ·uh

disk (floppy) *cái đĩa mềm* ğaí đeẽ·uh mèm

diving *môn lặn* mawn lụhn

diving equipment *đồ lặn nước* đàw lụhn nuhr·érk

divorced *ly dị* lee zẹ

dizzy *chóng mặt* chóm mụht

do *làm* laàm

doctor *bác sĩ* baák seẽ

documentary *phim tài liệu* feem dài lee·oọ

dog *con chó* ğon jó

dole (unemployment benefit) *trợ cấp thất nghiệp* chẹr ğúhp túht ngyee·ụhp

doll *con búp bê* ğon búp be

dollar *tiền đô la* dee·ùhn đaw laa

dong (currency) *đồng* đàwm

door *cửa* ğúhr·uh

dope (drugs) *thuốc tê mê* too·úhk de me

double a *đôi* đọy

double bed *giường đôi* zuhr·èrng đọy

double room *phòng đôi* fòm đọy

down *xuống* soo·úhng

downhill *xuống dốc* soo·úhng záwp

dozen *một tá* mạwt daá

drama *kịch* ğịk

draught beer *bia hơi* bee·uh her·ee

dream n *mơ* mer

dress n *áo đầm* ów đùhm

dried *khô* kaw

dried fruit *trái khô* chaí kaw

drink (medicine) *thức uống* túhrk oo·úhng

drink v *uống* oo·úng

drink (alcoholic) n *rượu* zee·oọ

drive v *lái xe* laí sa

drivers licence *bằng lái xe* bùhng laí sa

drizzle n *mưa phùng* muhr·uh fùm

drug (medicine) *thuốc* too·úhk

drug addiction *sự nghiện ma túy* sụhr ngyee·uhn maa dweé

drug dealer *người bán ma túy* nguhr·eè baán maa dweé

drugs (illicit) *ma túy* maa dweé

drug trafficking *buôn bán thuốc lậu* boo·uhn baán too·úhk lọh

drug user *xì ke* seè ğa

drum (music) n *cái trống* ğaí cháwm

drunk a *bị say rượu* bẹe say zee·oọ

dry a *khô* kaw

dry (clothes) v *sấy* sáy

dry season *mùa khô* moo·ùh kaw

duck *con vịt* ğon vịt

dummy (pacifier) *núm vú giả* núm voó zaả

duty-free *hàng không đánh thuế* haàng kawm đaáng twé

DVD *đĩa DVD* đeê·uh de·ve·de

dynasty *triều vua* chee·oò voo·uh

E

each *mỗi* mõy

ear *cái tai* ğaí dai

early a *sớm* sérm

earn *kiếm được* ğee·úhm đuhr·ẹrk

earplugs *nút bít lỗ tai* nút bít lãw dai

earrings *bông tai* bawm dai
ears *tai* dai
Earth *quả đất* ğwaả đúht
earth (soil) *đất trồng trọt*
  đúht chàwm chọt
earthquake *động đất* đạwm đúht
east n *hướng đông* huhr·érng đawm
Easter *Lễ Phục Sinh* lẽ fụp sing
easy *dễ* zẽ
eat *ăn* uhn
economy *nền kinh tế* nèn ğing té
economy class *cấp thường*
  ğúhp tuhr·èrng
ecotourism *du lịch hợp với môi trường*
  zoo lịk hẹrp ver·eé moy chuhr·èrng
ecstacy (drug) *thuốc lậu ecstacy*
  too·úhk lọh ek·staa·see
eczema *bệnh chàm* bẹng jaàm
education *sự giáo dục* suhr zów zụp
egg *quả trứng* ğwaả chúhrng
election *cuộc tuyển cử*
  ğoo·ụhk dweẻ·uhn ğủhr
electrical store *tiệm đồ điện*
  dee·ụhm đàw dee·ụhn
electricity *điện lực* dee·ụhn lụhrk
elephant *con voi* ğon voy
elevator *thang máy* taang máy
email *email* ee·mayl
embarrassed *bối rối* bóy zóy
embassy *đại sứ* đại súhr
embroidery *đồ thêu* đàw tay·oo
emergency *cấp cứu* ğúhp ğuhr·oó
emotional *cảm động* ğaảm đạwm
employee *công nhân* ğawm nyuhn
employer *người chủ* nguhr·eè jỏo
empty a *trống rỗng* cháwm zãwm
end n *kết thúc* ğét túp
endangered species
  loài thú vật sắp tuyệt chủng
  lwai toó vụht súhp dwee·ụht júm
engaged (to marry) *đính hôn* đíng hawn
engagement (to marry) *sự hứa hẹn*
  suhr huhr·úh hạn
engine *máy móc* máy móp
engineer *kỹ sư* ğeẽ suhr
engineering *kỹ thuật xây dựng*
  ğeẽ twụht sạy zuhrng
England *nước Anh* nuhr·érk aang

English (language) *tiếng Anh*
  dee·úhng aang
English (people) *người Anh*
  nguhr·eè aang
enjoy (oneself) *thích thú* tík toó
enough *đủ* đoỏ
enter *đi vào* đee vòw
entertainment guide
  trang giới thiệu nơi giải trí
  chaang zer·eé tee·ọo ner·ee zaỉ cheé
entry *cửa vào* ğủhr·uh vòw
envelope *bì thư* beè tuhr
environment *môi trường* moy chuhr·èrng
epilepsy *động kinh* đạwm ğing
equality *sự bình đẳng* suhr bìng đủhng
equal opportunity *cơ hội bình đẳng*
  ğer họy bìng đủhng
equipment *dụng cụ* zụm ğọo
erosion (soil) *xoi lở đất* soy lẻr đúht
escalator *cầu thang máy* ğòh taang máy
estate agency *dịch vụ mua bán*
  zịk vọo moo·uh baán
euro *tiền euro* dee·ùhn oo·ro
Europe *Châu Âu* joh oh
euthanasia *sự chết không đau đớn*
  suhr jét kawm đoh đérn
evening *buổi tối* boỏ·ee dóy
every *mọi* mọy
every day *hằng ngày* hùhng ngày
everyone *mọi người* mọy nguhr·eè
everything *mọi thứ* mọy túhr
exactly *đúng* đúm
example *thí dụ* teé zọo
excellent *xuất sắc* swúht súhk
excess baggage *qua hạn hành lý*
  ğwaa hạan haàng leé
exchange n *sự trao đổi* suhr chao đỏy
exchange v *đổi* đỏy
exchange rate *tỷ lệ hối đoái*
  deẻ lẹ hóy đwaí
excluded *loại trừ* lwại chùhr
exhaust (car) *khói* kóy
exhibition *cuộc triển lãm*
  ğoo·ụhk cheẻ·uhn laãm
exit n *lối ra* lóy zaa
expensive *đắt tiền* đúht dee·ùhn
experience *kinh nghiệm* ğing ngee·ụhm
exploitation *sự khai thác* suhr kai taák

express a *tốc hành* đấwp haàng

express mail *chuyển phát nhanh* jweé·uhn faát nyaang

extension (visa) *thêm visa mới* tem vee·saa mer·eé

eye *con mắt* ğon múht

eye drops *thuốc nhỏ mắt* too·úhk nyảw múht

eyes *mắt* múht

F

fabric *vải* vai

face n *mặt* mụht

face cloth *khăn lau mặt* kuhn loh mụht

factory *hãng* haãng

factory worker *công nhân xí nghiệp* ğawm nyuhn seé ngyee·ụhp

fall (autumn) n *mùa thu* moo·ùh too

fall v *té* dá

family *gia đình* zaa đìng

family name *tên họ* den họ

famous *nổi tiếng* nỏy dee·úhng

fan (hand-held) *cái quạt* ğai ğwạat

fan (machine) *quạt máy* ğwạat máy

fan (sport) *người ái mộ* nguhr·eè aí mạw

fanbelt *dây kéo quạt* zay ğay·oó ğwạat

far adv *xa* saa

fare *giá vé* zaa vá

farm n *nông trại* nawm chại

farmer *nông dân* nawm zuhn

fashion *thời trang* ter·eè chaang

fast a *nhanh* nyaang

fat a *mập* mụhp

father *bố* báw

father-in-law (husband's father) *cha chồng* jaa jàwm

father-in-law (wife's father) *cha vợ* jaa vẹr

faucet *vòi nước* vòy nuhr·érk

fault (someone's) *lỗi lầm* lõy lùhm

faulty *có thiếu sót* ğó tee·oó sót

fax machine *máy fax* máy faak

fear n *sự sợ hãi* sụhr sẹr haĩ

February *tháng hai* taáng hai

feed v *cho ăn* jo uhn

feel (emotions) *cảm thấy* ğaảm táy

feel (touch) *sờ* ser

feelings *cảm giác* ğaảm zaák

female a *nữ* nũhr

fence n *hàng rào* haàng zòw

fencing (sport) *thuật đánh kiếm* twụht đaáng ğee·úhm

ferry n *chiếc pha* jee·úhk faa

festival *đại hội* đại họy

fever *cơn sốt* ğern sáwt

few *ít* ít

fiancé *chồng đính hôn* jàwm đíng hawn

fiancée *vợ đính hôn* vẹr đíng hawn

fiction *điều tưởng tượng* đee·oò dủhr·erng duhr·ẹrng

field *cánh đồng* ğaáng đàwm

fight n *đánh nhau* đaáng nyoh

fill *làm đầy* laàm đày

fillet *miếng thịt róc xương mỡ* mee·úhng tịt zóp suhr·erng mẽr

film (cinema) *phim* feem

film (for camera) *cuộn phim* ğoo·ụhn feem

film speed *tốc độ phim* đấwp đạw feem

filtered *lọc* lọp

find *tìm ra* đìm zaa

fine (penalty) n *tiền phạt* dee·ùhn fạat

fine (weather) a *nắng* núhng

finger *ngón tay* ngón day

finish n *sự kết thực* sụhr ğét tụhrk

finish v *kết thực* ğét tụhrk

Finland *nước Phin-lan* nuhr·érk fin·laan

fire n *lửa* lúhr·uh

firewood *củi đốt lò* ğoỏ·ee đấwt lò

first *đầu tiên* đòh dee·uhn

first-aid kit *hộp cứu thương* hạwp ğuhr·oó tuhr·erng

first class *hạng nhất* hạạng nyúht

first name *tên thánh* den taáng

fish n *cá* ğaá

fishing *đánh cá* đaáng ğaá

fishmonger *người bán cá* nguhr·eè baán ğaá

flag *lá cờ* laá ğèr

flashlight *cái đèn pin* ğaí dàn pin

flat a *bằng* bùhng

flat (apartment) n *căn phố* ğuhn fáw

flea *bọ chét* bọ ját

fleamarket *chợ trời* jẹr chèr·ee

flight *chuyến bay* jwee·uhn bay
flood n *nạn lụt* naạn luụt
floor (ground) *sàn nhà* saàn nyaà
floor (storey) *tầng* dùhng
florist (shop) *tiệm bán hoa* dee·yhm baán hwaa
flour *bột* baụwt
flower *bông hoa* bawm hwaa
flu *bệnh cảm cúm* beạng ğaảm ğúm
fly (insect) n *con ruồi* ğon zoo·eè
fly (plane) v *bay* bay
foggy *có xương mù* ğó suhr·erng moò
follow *đi theo* dee tay·oo
food *thức ăn* túhrk uhn
food supplies *thực phẩm* tuhrk fủhm
foot (body) *bàn chân* baàn juhn
football (soccer) *bóng đá* bávm đaá
footpath *đường mòn* đuhr·èrng mòn
foreign *nước ngoài* nuhr·érk ngwaì
forest *rừng* zùhrng
forever *mãi mãi* maĩ maĩ
forget *quên* ğwen
forgive *tha thứ* taa túhr
fork *cái nĩa* ğaí neẽ·uh
fortnight *hai tuần* hai dwùhn
fortune teller *thầy bói* tày bóy
foyer *tiền sảnh* dee·uhn saảng
fragile *dễ vỡ* zẽ vẽr
France *nước Pháp* nuhr·érk faáp
free (available) *rảnh* zaảng
free (gratis) *miễn phí* meẽ·uhn feé
free (not bound) *tự do* duụhr zo
freeze *đóng băng* đóm buhng
fresh *tươi* duhr·ee
Friday *thứ sáu* túhr sóh
fridge *tủ lạnh* doỏ laạng
fried chicken *chiên* jee·uhn
friend *bạn* baạn
from *từ* dùhr
frost *xương muối* suhr·erng moo·eé
frozen *đồng đá* đàwm đaá
fruit *trái cây* chaí ğay
fry *chiên* jee·uhn
frying pan *cái chảo chiên* ğaí jỏw jee·uhn
full *đầy* đày
full-time *nguyên ngày* ngwee·uhn ngày
fun a *vui đùa* voo·ee đoo·ùh
funeral *tang lễ* daang lẽ

funny *buồn cười* boo·ùhn ğuhr·eè
furniture *bàn ghế* baàn gé
future n *tương lai* duhr·erng lai

G

game *trò chơi* chò jer·ee
game (sport) *cuộc thi* ğoo·uhk tee
garage *nhà để xe* nyaà đé sa
garbage *rác* zaák
garbage can *thùng rác* tùm zaák
garden *vườn* vuhr·èrn
gardener *người làm vườn* nguhr·eè laàm vuhr·èrn
gardening *sự làm vườn* suụhr laàm vuhr·èrn
gas (for cooking) *hơi ga* her·ee gaa
gas (petrol) *xăng* suhng
gas cartridge *bình chứa ga* bìng juhr·úh gaa
gastroenteritis *bệnh la chảy* beạng eé·uh jảy
gate (airport, etc) *cổng* ğảwm
gauze *băng* buhng
gay (homosexual) a *pê đê* pe đe
Germany *nước Đức* nuhr·érk đúhrk
get *lấy* láy
get off (a train, etc) *xuống* soo·úhng
gift *quà* ğwaà
gig *buổi họp nhạc* boỏ·ee họp nyaạk
gin *rượu gin* zee·oọ jin
girl *con gái* ğon gaí
girlfriend *bạn gái* baạn gaí
give *cho* jo
glandular fever *bệnh sưng tuyến* beạng suhrng dwee·úhn
glass (drinking) *cốc/ly* ⑩/Ⓢ ğáwp/lee
glasses (spectacles) *cái kính* ğaí ğíng
gloves *găng tay* gaang day
glue *keo dán* ğay·oo zaán
go *đi* đee
goal (score) *gôn* gawn
goalkeeper *thú thành* toỏ taàng
god *thần* tùhn
goggles (skiing) *kính trượt tuyết* ğíng chuhr·ert dwee·úht
goggles (swimming) *kính bơi* ğíng ber·ee

gold n *vàng* vaàng
golf ball *bánh gôn* baáng gawn
golf course *sân gôn* suhn gawn
good *tốt* dáwt
goodbye *chào* jòw
go out *đi chơi* đee jer·ee
go out with *đi chơi với* đee jer·ee ver·eé
go shopping *đi chợ* đee jer
government *chính phủ* jíng fú
gram *gam* gaam
grandchild *cháu trai* jóh chai
grandfather (maternal) *ông ngoại*
   awm ngwại
grandfather (paternal) *ông nội* awm nọy
grandmother (maternal) *bà ngoại*
   baà ngwại
grandmother (paternal) *bà nội* baà nọy
grass *cỏ* ğó
grateful *biết ơn* bee·úht ern
grave n *mộ* mạw
great (fantastic) *hay* hay
green *màu xanh lá cây* mòh saang laá ğay
greengrocer *người bán rau quả*
   nguhr·eè baán zoh ğwaả
grey *màu xám* mòh saám
grocery (shop) *tiệm tạp hóa*
   dee·uhm dụhp hwaá
grow (plant) *giống* zàwm
guaranteed *bảo đảm* bỏw đaảm
guess v *đoán* đwaán
guesthouse *nhà nghỉ* nyaà ngyée
guide (audio) n *băng thu lời hướng dẫn*
   buhng too ler·eè huhr·érng zũhn
guide (person) n *người hướng dẫn*
   nguhr·eè huhr·érng zũhn
guidebook *sách hướng dẫn*
   saák huhr·érng zũhn
guide dog *chó hướng dẫn*
   jó huhr·érng zũhn
guided tour
   cuộc du lịch có người chỉ dẫn
   goo·uhk zoo lịk ğó nguhr·eè jeé zũhn
guided trek *cuộc hành trình có người
   hướng dẫn* ğoo·uhk haàng chìng ğó
   nguhr·eè huhr·érng zũhn
guilty *có tội* ğó dọy
guitar *ghi ta* gee daa
gum *kẹo cao su* kay·oọ ğow soo

gun *cái súng* ğaí súm
gym (place) *phòng tập thể dục*
   fòm dụhp tẻ zụp
gymnastics *môn nhào lộn*
   mawn nyòw lẹrn
gynaecologist *bác sĩ phụ khoa*
   baák seẽ foọ kwaa

H

hair *tóc* dóp
hairbrush *bàn chải tóc* baàn jaí dóp
haircut *hớt tóc* hért dóp
hairdresser *thợ hớt tóc* tẹr hért dóp
halal (food) *thức ăn Hồi giáo* túhrk uhn
   hòy zów
half n *nửa* núhr·uh
hallucination *ảo giác* ỏw zaák
ham *giăm bông* zuhm bawm
hammer *cây búa* ğay boo·úh
hammock *cái võng* ğaí võm
hand *bàn tay* baàn day
handbag *túi xách* doo·eé saák
handball *môn bóng ném* mawn bóm nám
handicraft *nghề thủ công* ngyè toỏ ğawm
handkerchief *khăn tay* kuhn day
handlebars *tay lái* day laí
handmade *làm bằng tay* laàm bùhng day
handsome *đẹp trai* đạp chai
happy *vui vẻ* voo·ee vả
harassment *sự quấy rầy* sụhr ğwáy zày
harbour *hải cảng* haỉ ğaảng
hard (not soft) *cứng* ğúhrng
hardware store *hàng đồ sắt*
   haàng đàw súht
hat *cái mu* ğaí moo
have *có* ğó
have a cold *bị cảm* beẹ ğaảm
have fun *để giải trí* đẻ zaí cheé
hay fever *bệnh dị ứng phấn hoa*
   bẹng zeẹ úhrng fuhn hwaa
he *ông ấy* awm áy
head *đầu* đòh
headache *nhức đầu* nyúhrk đòh
headlights *cái đèn xe* ğaí đàn sa
health *sức khỏe* súhrk kwả
hear *nghe* ngya
hearing aid *máy trợ tai* máy chẹr dai

heart *trái tim* chaí dim
heart attack *bệnh đau tim* bẹng đoh dim
heart condition *bệnh tim* bẹng dim
heat n *hơi nóng* her·ee nóm
heated *có lò sởi* ǧó lò sỏy
heater *máy sưởi* máy sửhr·ee
heating *nhiệt lò sởi* nyee·ụht lò sỏy
heavy *nặng* nụhng
helmet *mũ an toàn* moõ aan dwaàn
help n *giúp đỡ* zúp dẽr
help v *giúp* zúp
hepatitis *bệnh viêm gan*
  bẹng vee·uhm gaan
her (possessive) *của bà ấy* ǧoỏ·uh baà áy
herb *cỏ* ǧỏ
herbalist *nhà nghiên cứu dược thảo*
  nyaà ngyee·uhn ǧuhr·oó zuhr·ẹrk tỏw
herbal medicine *thuốc bắc* too·úhk búhk
herbicide *thuốc sát cỏ* too·úhk saát ǧỏ
here *đây* day
heroin *bạch phiến* bạak fe·ùhn
high *cao* ǧow
highchair *ghế ngồi ăn em bé*
  ǧé ngòy uhn am bá
high school *trường trung học*
  chuhr·èrng chum họp
highway *xa lộ* saa lụw
hike v *đi bộ đường dài*
  đee bạw đuhr·èrng zaì
hiking *môn thể thao đi bộ đường dài*
  mawn tẻ tow đee bạw đuhr·èrng zaì
hiking boots *giày đi bộ đường dài*
  zày đee bạw đuhr·èrng zaì
hiking route *lộ trình đi bộ đường dài*
  lạw chìng đee bạw đuhr·èrng zaì
hill *đồi* đòy
Hindu n *Ấn Độ Giáo* úhn đạw zów
hire v *thuê* twe
his *của ông ấy* ǧoỏ·uh awm áy
historical *cổ* ǧẳw
history *lịch sử* lịk súhr
hitchhike *đi nhờ xe người khác*
  đee nyèr sa nguhr·eè kaák
HIV *bệnh HIV* bẹng aych ai vee
hockey *môn khúc côn cầu*
  mawn kúp ǧawn ǧòh
holiday *ngày lễ* ngày lẽ
holidays *những ngày lễ* nyũhrng ngày lẽ

home *nhà* nyaà
homeless *vô gia cư* vaw zaa ǧuhr
homeopathy
  phép chữa vi lượng đồng căn
  fáp jũhr·uh vee luhr·ẹrng đàwm ǧuhn
homosexual n *đồng tình luyến ái*
  dàwm dìng lwee·úhn aí
honey *mật ong* mụht om
honeymoon *tuần trăng mật*
  dwùhn chuhng mụht
horoscope *tử vi* dủhr vee
horrible *khủng khiếp* kủm kee·úhp
horse *con ngựa* gon nguhr·ụh
horse riding *cưỡi ngựa* ǧũhr·ee nguhr·ụh
hospital *bệnh viện* bẹng vee·ụhn
hospitality *sự hiếu khách*
  sụhr hee·oó kaák
hot *nóng* nóm
hotel *khách sạn* kaák saạn
hot water *nước nóng* nuhr·érk nóm
hour *giờ* zèr
house *căn nhà* ǧuhn nyaà
housework *việc nhà* vee·ụhk nyaà
how *thế nào* té nòw
how many *bao nhiêu cái* bow nyee·oo kái
how much *bao nhiêu* bow nyee·oo
hug v *ôm chặt* awm jụht
huge *to* do
humanities *nhân văn học*
  nyuhn vuhn họp
human resources *nhân lực* nyuhn lụhrk
human rights *nhân quyền*
  nyuhn ǧwee·ùhn
humid *ẩm* ủhm
hundred *một trăm* mạwt chuhm
hungry *đói* dóy
hunting *săn* suhn
hurt v *đau* đoh
husband *chồng* jàwm

I

I *tôi* doy
ice *nước đá* nuh·érk đaá
ice cream *kem* ǧam
ice-cream parlour *quán kem* ǧwaán ǧam
identification *sự nhận dạng*
  sụhr nyụhn zaạng

identification card (ID) *giấy chứng minh* záy chúhrng ming

idiot *kẻ khờ dại* ğả kèr zaị

if *nếu* nay·óó

ill *đau ốm* đoh ấwm

immigration *sự nhập cư* sụhr nyụhp ğuhr

important *quan trọng* ğwaan chọm

impossible *không thể làm được* kawm tẻ laàm đụhr·ẹrk

in *trong* chom

in advance adv *trước* chuhr·érk

in a hurry *vội vàng* voỵ vaàng

included *bao gồm* bow gàwm

income tax *thuế thu nhập* twé too nyụp

India *nước Ấn Độ* nuhr·érk úhn đạw

indicator *vật chỉ thị* vụht jeẻ tẹ

indigestion *bệnh khó tiêu* bẹng kó dee·oo

indoor *trong nhà* chom nyaà

industry *công nghiệp* gawm ngyee·ụhp

inequality *sự bất bình đẳng* sụhr búht bìng đủhng

infection *viêm* vee·uhm

inflammation *vết viêm* vét vee·uhm

influenza *bệnh cảm cúm* bẹng ğaảm ğúm

information *thông tin* tawm din

in front of *ở trước* ẻr chuhr·érk

ingredient *nguyên liệu* ngwee·uhn lee·oọ

inject *chích* jík

injection *việc tiêm thuốc* vee·ụhk dee·uhm too·úhk

injured *bị thương* beẹ tuhr·ẹrng

injury *thương tích* tuhr·erng dík

inner tube *ruột xe* zoo·ụht sa

innocent *vô tội* vaw dọy

insect repellent *thuốc trừ sâu bọ tức* too·úhk chùhr soh bọ dúhrk

inside *bên trong* ben chom

instructor *nhân viên giảng huấn* nyuhn vee·uhn zaảng hwúhn

insurance *sự bảo hiểm* sụhr bỏw heẻ·uhm

interesting *thú vị* tóó veẹ

intermission *giờ giải lao* zèr zaỉ low

international *quốc tế* ğwáwk dé

Internet *mạng internet* maạng in·ter·net

Internet café *dịch vụ internet* zịk voọ in·ter·net

interpreter *thông ngon viên* tawm ngon vee·uhn

interview *cuộc phỏng vấn* ğoo·ụhk fỏm vúhn

invite *mời* mer·eè

Ireland *nước Ái-len* nuhr·érk aí·laan

iron (for clothes) n *là* laà

island *hòn đảo* hòn đỏw

Israel *nước Do Thái* nuhr·érk zo taí

it *cái đó* ğaí đó

IT *tin học* din họp

Italy *nước Ý* nuhr·érk eé

itch n *sự ngứa ngáy* sụhr nguhr·úh ngáy

itemised *ghi từng khoản* gee dùhrng kwaản

itinerary *hành trình* haàng chìng

IUD *vòng tránh thai* vòm chaáng tai

J

jacket *áo vét* ów vát

jail *nhà tù* nyaà doò

jam *mứt* múhrt

January *tháng giêng* taáng zee·uhng

Japan *nước Nhật* nuhr·érk nyụht

jar *bình* bìng

jaw *hàm* haàm

jealous *gềnh tị* gen teẹ

jeans *quần jean* ğwùhn jeen

jeep *xe díp* sa zeép

jet lag *hội chứng chệch múi giờ* hoỵ júhrng jẹk moo·eé zèr

jewellery *đồ trang sức* đàw xhaang súhrk

Jewish *thuộc Do Thái* too·ụhk zo taí

job *việc làm* vee·ụhk laàm

jogging *chạy bộ chơi* jạy bạw jer·ee

joke n *nói đùa* nóy đoo·ùh

journalist *nhà báo* nyaà bów

journey *cuộc hành trình* ğoo·ụhk haàng chìng

judge n *quan tòa* ğwaan twaà

juice *nước ép* nuhr·érk áp

July *tháng bảy* taáng bảy

jump *nhảy* nyảy

jumper (sweater) *áo len dài tay* ów lan zaì day

jumper leads *dây điện nối* zay đee·ụhn naw·eé

June *tháng sáu* taáng sóh

jungle *rừng* zùhrng

justice *công lý* ğawm leé

K

karaoke bar *quán ba karaoke*
ğwaán baa ğaa·raa·o·ğe
ketchup *xốt cà chua* sáwt ğaà joo·uh
key *chìa khóa* jee·ùh kwaá
keyboard *bàn chữ* baàn júhr
kick v *đá* đaá
kidney *trái thận* chaí tụhn
kill *giết* zét
kilogram *kí lô* ğee law
kilometre *cây số* ğay sáw
kind a *tử tế* dúhr dé
kindergarten *vườn trẻ* vuhr·èrn chả
king *vua* voo·uh
kiss n *nụ hôn* noọ hawn
kiss v *hôn* hawn
kitchen *nhà bếp* nyaà bép
knee *đầu gối* đòh góy
knife *con dao* ğon zow
know (someone) *quen* ğwan
know (something) *biết* bee·úht
kosher (food)
  thức ăn Do Thái túhrk uhn zo taí

L

labourer *công nhân* ğawm nyuhn
lace (shoe) *dây giấy* zay zày
lacquerware *đồ sơn mai* đàw sern mai
lake *cái hồ* ğaí hàw
land n *đất liền* đúht lee·ùhn
landlady *bà chú nhà* baà joó nyaà
landlord *ông chú nhà* awm joó nyaà
land mine *quá mìn* ğwaá mìn
language *ngôn ngữ* ngawn ngũhr
Laos *nước Lào* nuhr·érk lòw
laptop *máy vi tính sách tay*
  máy vee díng saák day
large *lớn* lérn
last (final) *cuối cùng* ğoo·eé ğùm
last (previous) *trước* chuhr·érk
late *trẻ* chễ
later *sau* soh
laugh v *cười* ğuhr·eè
launderette *tiệm giặt bằng máy*
  dee·ụhm zụht bùhng máy

laundry (clothes) n *quần áo bẩn*
  ğwùhn ów bủhn
laundry (place) *phòng giặt* fòm zụht
law (legislation) *luật* lwụht
law (professsion/study) *luật pháp*
  lwụht faáp
lawyer *luật sư* lwụht suhr
laxative *thuốc nhuận trường*
  too·úhk nyoo·ụhn chuhr·èrng
lazy *lười* luhr·eè
leader *người lãnh đạo* nguhr·eè laãng đọw
leaf *cái lá* ğaí laá
learn *học* họp
leather n *đồ da* đàw zaa
lecturer *giáo sư* zów suhr
left (direction) *phía trái* fee·úh chaí
left luggage *hành lý bị bỏ lại*
  haàng leé bẹẹ bỏ lại
left-luggage office *phòng giữ đồ*
  fòm zũhr đàw
left-wing *cánh hữu* ğaáng hũhr·oo
leg *chân* juhn
legal *theo luật* tay·oo lwụht
legislation *pháp luật* faáp lwụht
lemonade *nước chanh ga*
  nuhr·érk jaang gaa
lens *thấu kính thuỷ tinh thế*
  tóh ğíng tweé ding tế
lesbian n *phụ nữ đồng tính luyến ái*
  foọ nũhr đàwm díng lwee·úhn aí
less *ít hơn* ít hern
letter (mail) *thư* tuhr
liar *kẻ nói dối* ğẻ nóy zóy
library *thư viện* tuhr vee·ụhn
lice *con chí* ğon jeé
licence *giấy phep lái xe* zấy fạp laí sa
license plate number *số xe* sáw sa
lie (not stand) v *nằm* nùhm
lie (speak untruly) v *nói láo* nóy lów
life *cuộc sống* ğoo·ụhk sáwm
life jacket *áo pháo* ów fów
lift (elevator) *thang máy* taang máy
light n *ánh sáng* aáng saáng
light (not heavy) a *nhẹ* nyạ
light (of colour) a *sáng* saáng
light bulb *bóng đèn điện*
  bóm đàn đee·ụhn

lighter (cigarette) *cái bật lửa* gaí bụht lửhr·uh
light meter *thiết bị đo độ sáng* tee·úht bẹẹ đo dạw saáng
like v *thích* tík
lime (fruit) *trái chanh* chaí jaang
linen (material) *vải lanh* vaỉ laang
linen (sheets) *khăn giường* kuhn zuhr·èrng
lip balm *thuốc bôi môi* too·úhk boy moy
lips *môi* moy
lipstick *son tô môi* son daw moy
liquor store *hàng rượu* haàng zee·oọ
listen *nghe* ngya
little (not much) adv *một chút* mạwt jút
little (small) a *nhỏ* nyỏ
live (be alive) *sống* sáwm
live (somewhere) *ở* ẻr
liver *lá gan* laá gaan
lizard *con thằn lằn* ğon tùhng lùhng
local a *địa phương* đee·ụh fuhr·erng
location *vị trí* vẹ chée
lock n *ổ khóa* ảw kwaá
lock v *khóa* kwaá
locked *hóa* hwaá
lollies *kẹo ngọt* ğay·oọ ngọk
long *dài* zaì
long distance *đường dài* đuhr·èrng zaì
look *nhìn* nyìn
look after *trông nom* chawm nom
look for *tìm kiếm* đìm ğee·úhm
lookout *nơi ngắm cảnh* ner·ee ngúhm ğaảng
loose *lỏng* lỏm
loose change *tiền lẻ* dee·ùhn lẻ
lose (something) *mất* múht
lost *bị mất* bẹẹ múht
lost-property office *phòng đồ đạc bị thất lạc* fòm đàw đaạk bẹẹ túht laạk
(a) lot *nhiều* nyee·òò
loud *ầm ĩ* ùhm eẽ
love n *tình yêu* dìng ee·oo
love v *yêu* ee·oo
lover *người yêu* nguhr·eè ee·oo
low *thấp* túhp
lubricant *dầu xe* zòh sa
luck *sự may mắn* sụhr may múhn
lucky *may mắn* may múhn

luggage *hành lý* haàng leé
luggage lockers *tủ khóa đừng hành lý* doỏ kwaá đùhrng haàng leé
luggage tag *biên lai số hành lý* bee·uhn lai sáw haàng leé
lump *tảng* daảng
lunar calendar *âm lịch* uhm lịk
Lunar New Year *tết âm lịch* dét uhm lịk
lunch *bữa ăn trưa* bũhr·uh uhn chuhr·uh
lunchtime *giờ ăn trưa* zèr uhn chuhr·uh
lung *lá phổi* laá fỏy
luxury *sự xa hoa* sụhr saa hwaa

M

machine *máy móc* máy móp
made *làm bằng* laàm bùhng
magazine *tạp chí* daạp jeé
magician *ảo thuật gia* ỏw twụht zaa
mail (letters) *thư từ* tuhr đùhr
mail (postal system) *thơ* ter
mailbox *hộp thư* hạwp tuhr
main *chính* jíng
main road *đường chính* đuhr·èrng jíng
majority *phần lớn* fùhn lérn
make *làm* laàm
make-up *trang điểm* chaang đeé·uhm
malaria *bệnh sốt rét* bẹng sáwt zét
mammogram *chụp điện vú* jụp đee·ụhn voó
man *đàn ông* đaàn awm
manager (director) *giám đốc* zaám đáwp
manager (hotel/restaurant) *người quản lý* nguhr·eè ğwaản leé
mangrove forest *rừng cây đước* zùhrng gay đuhr·érk
manual worker *người lao động chân tay* nguhr·eè low đạwm juhn day
many *nhiều* nyee·òò
map *bản đồ* baản đàw
March *tháng ba* taáng baa
margarine *bơ* ber
marijuana *cần sa* ğùhn saa
marital status *tình trạng hôn nhân* dìng chaạng hawn nyuhn
market *chợ* jẹr
market (economy) *thị trường* tẹ chuhr·èrng

marmalade *mứt cam* múhrt ğaam
marriage *sự kết hôn* suhr·ğết hawn
married *lập gia đình rồi* luhp zaa đing zòy
marry *cưới* ğuhr·eé
martial arts *võ thuật* võ twụht
mass (Catholic) *lễ misa* lẽ mee·saa
massage n *xoa bóp* swaa bóp
masseur/masseuse *nhân viên xoa bóp*
  nyuhn vee·uhn swaa bóp
mat n *chiếu* jee·oó
match (sports) *cuộc thi đấu*
  ğoo·uhk tee đóh
matches (for lighting) *diêm quẹt*
  zee·uhm ğwạt
mattress *nệm* nẹm
May *tháng năm* taáng nuhm
maybe *có lẽ* ğó lã
mayor *thị trưởng* teẹ chúhr·erng
me *tôi* doy
meal *bữa ăn* bũhr·uh uhn
measles *bệnh sởi* bẹng sẻr·ee
meat *thịt* tịt
mechanic *thợ máy* tẹr máy
media *phương tiện thông tin đại chúng*
  fuhr·erng dee·uhn tawm din đại júm
medicine (medication) *thuốc* too·úhk
medicine (profession) *y học* ee họp
meditation *sự suy ngẫm* suhr swee ngũhm
meet *gặp* guhp
member *hội viên* họy vee·uhn
menstruation *kinh nguyệt*
  ğing ngwee·uht
menu *thực đơn* tụhrk đern
message *lời nhắn tin* ler·eè nyúhn din
metal n *kim loại* ğim lwại
metre *mét* mát
microwave (oven) *cái lò ve sóng*
  ğaí lò vee sóm
midday *mười hai giờ trưa*
  muhr·eè hai zèr chuhr·uh
midnight *nửa đêm* núhr·uh đem
migraine *chứng đau nửa đầu*
  júhrng đoh núhr·uh đòh
military n *quân đội* ğwuhn đọy
military service *nghĩa vụ quân sự*
  ngyeẽ·uh voọ ğwuhn sụhr
milk *sữa* sũhr·uh
millimetre *mi li mét* mee lee mát

million *triệu* chee·oọ
mince n *bằm* búhm
mind n *trí óc* cheé óp
mine (weapon) *quả mìn* ğwaả mìn
minefield *bãi mìn* baĩ mìn
mineral water *nước suối* nuhr·érk soo·eé
minibus *xe mini* sa mee·nee
minute *phút* fút
mirror *gương soi* guhr·erng soy
miscarriage *sự sẩy thai* suhr sảy tai
miss (feel absence of) *nhớ nhung*
  nyér nyum
mistake *sai lầm* sai lùhm
mix v *trộn* chạwn
mobile phone *điện thoại di động*
  đee·uhn twại zee đạwm
modem *mo·đam* mo·đam
modern *tối tân* dóy duhn
moisturiser *kem dưỡng da cho mướt*
  ğan zũhr·erng zaa jo muhr·ért
monastery *tu viện* doo vee·uhn
Monday *thứ hai* túhr hai
money *tiền* dee·ùhn
monk *nhà sư* nyaà suhr
monkey *con khỉ* ğon keẻ
monsoon *gió mùa* zó moo·ùh
month *tháng* taáng
monument *di tích lịch sử* zee dík lịk súhr
moon *mặt trăng* mụht chaang
more *nhiều hơn* nyee·oò hern
morning *buổi sáng* boỏ·ee saáng
morning sickness *thái nghén* taí ngán
mosque *thánh đường hồi giáo*
  taáng đùhr·èrng hòy zów
mosquito *con muỗi* ğon moõ·ee
mosquito coil *nhang muỗi*
  nyaang moõ·ee
mosquito net *cái màn* ğaí maàn
mother *mẹ* mạ
mother-in-law (husband's mother)
  mẹ chồng mạ jàwm
mother-in-law (wife's mother) *mẹ vợ*
  mạ vẹr
motorbike *xe môtô* sa maw·taw
motorboat *thuyền máy* twee·ùhn máy
motorcycle *xe môtô* sa maw·taw
motorcycle-taxi *xe ôm* sa awm

motorway (tollway) *xa lộ siêu tốc*
saa lạw see·oo đáwp
mountain *núi* noo·eé
mountain bike *xe đạp leo núi*
sa đaạp lay·oo noo·eé
mountaineering *môn thể thao leo núi*
mawn tẻ tow lay·oo noo·eé
mountain hut *túp lều trên núi*
dúp lay·oò chen noo·eé
mountain path *đường mòn trên núi*
đuhr·èrng mòn chen noo·eé
mountain range *dãy núi* zãy noo·eé
mouse *con chuột* ğon joo·ụht
mouth *cái miệng* ğaí mee·ụhng
movie *phim* feem
mud *bùn* bùn
mumps *bệnh quai bị* bẹng ğwai bẹ
murder n *vụ giết người* vọọ zét nguhr·eè
murder v *giết người* zét nguhr·eè
muscle *bắp thịt* búhp tịt
museum *viện bảo tàng*
vee·ụhn bỏw daàng
music *âm nhạc* uhm nyaạk
music shop *tiệm bán đĩa nhạc*
dee·ụhm baán đẽe·uh nyaạk
musician *nhạc sĩ* nyaạk seẽ
Muslim n *Hồi Giáo* hỳy zów
mute a *lặng câm* lụhng ğuhm
my *của tôi* ğoỏ·uh doy

N

nail clippers *cái cắt mong tay*
ğaí ğúht mom day
name n *tên* den
napalm *thuốc nổ napam*
too·úhk nảw naa·paam
napkin *khăn ăn* kuhn uhn
nappy *tã lót* daã lót
nappy rash *sảy do tã lót* sảy zo daã lót
national park *công viên quốc gia*
ğawm vee·uhn ğwáwk zaa
nationality *quốc tịch* ğwáwk dịk
nature *thiên nhiên* tee·uhn nyee·uhn
naturopathy *chữa bệnh theo phương
pháp dưỡng sinh* jũhr·uh bẹng tay·oo
fuhr·erng faáp zũhr·erng sing
nausea *buồn nôn* boo·ùhn nawn

near *gần* gùhn
nearby *gần bên* gùhn ben
nearest *gần nhất* gùhn nyúht
necessary *cần thiết* ğùhn tee·úht
necklace *chuỗi hạt đeo cổ*
joõ·ee haạt đay·oo ğảw
need v *cần* ğùhn
needle (sewing) *kim may* ğim may
needle (syringe) *kim chích* ğim jík
neither *không* kawm
net *mạng lưới* maạng luhr·eé
Netherlands *nước Hà-lan*
nuhr·érk haà·laan
never *không bao giờ* kawm bow zèr
new *mới* mer·eé
news *tin tức* din dúhrk
newsagency *thông tấn xã* tawm dúhn saã
newspaper *tờ báo* dèr bów
newsstand *tiệm tờ báo* dee·ụhm dèr bów
New Year's Day *ngày tết* ngày dét
New Year's Eve *đêm giao thừa*
đem zow tuhr·ùh
New Zealand *Tân Tây Lan* duhn day laan
next *tiếp* dee·úhp
next to *bên cạnh* ben ğaạng
nice *tứ tế* dúhr dé
nickname *biệt danh* bee·ụht zaang
night *ban đêm* naan đem
nightclub *hộp đêm* hạwp đem
night out *cuộc đi chơi ban đêm*
goo·ụhk đee jer·ee baan đem
no *không* kawm
noise *tiếng ồn ào* dee·úhng àwn òw
noisy *ồn ào* àwn òw
none *không có cái nào* kawm ğó ğaí nòw
nonsmoking *cấm hút thuốc lá*
ğúhm hút too·úhk laá
noodles *mì phở* meè fẻr
noon *buổi trưa* boỏ·ee chuhr·uh
north *hướng bắc* huhr·érng búhk
Norway *nước Na-uy* nuhr·érk naa·wee
nose *mũi* moõ·ee
not *không* kawm
notebook *sổ tay* sảw day
nothing *không có gì hết* kawm ğó zeẽ hét
November *tháng mười một*
taáng muhr·eè mạwt
now *bây giờ* bay zèr

nuclear energy *năng lượng hạt nhân* nuhng luhr·ẹrng haạt nyuhn

nuclear testing *thử bom hạt nhân* tủhr bom haạt nyuhn

nuclear waste *rác hạt nhân* zaák haạt nyuhn

number *số* sáw

numberplate *số xe* sáw sa

nun *nữ tu sĩ* nũhr doo seẽ

nurse *n y tá* ee daá

nut *hạt* haạt

O

oats *lúa mạch* loo·úh maạk

ocean *đại dương* đaị zuhr·erng

October *tháng mười* taáng muhr·eè

off (spoilt) *hư* huhr

offence *sự xúc phạm* sụhr súp faạm

office *văn phòng* vuhn fòm

office worker *nhân viên văn phòng* nyuhn vee·uhn vuhn fòm

often *thường* tuhr·èrng

oil (cooking) *dầu nấu ăn* zòh nóh uhn

oil (petrol) *dầu* zòh

old *già* zaà

Olympic Games *Thế Vận Hội* té vụhn hoỵ

omelette *trứng ốp lết* chúhrng áwp lét

on *trên* chen

once *một lần* mạwt lùhn

one-way ticket *vé một chiều* vá mạwt jee·oò

onion *hành* haàng

only *duy nhất* zwee nyúht

on time *đúng giờ* đúm zèr

open *a&v mở* mér

opening hours *giờ mở* zèr mér

opera *nhạc kịch opera* nyaạk gịk o·pa·raa

opera house *rạp opera* zaạp o·pa·raa

operation (action) *sự hoạt động* sụhr hwaạt đạwm

operation (medical) *cuộc giải phẫu* goo·ụhk zaỉ fóh

operator *người điều khiển* nguhr·eè đee·oò keẻ·uhn

opinion *ý kiến* eé·ğee·úhn

opposite *đối diện* đóy zee·ụhn

optometrist *người đo mắt* nguhr·eè đo múht

or *hoặc* hwụhk

orange (colour) *a màu cam* mòh ğaam

orange (fruit) *n trái cam* chaí ğaam

orange juice *nước cam* nuhr·érk ğaam

orchestra *ban nhạc hoà tấu* baan nyaạk hwaà dóh

orchid *hoa lan* hwaa laan

order *n đặt món ăn* đụht món uhn

order *v đặt hàng* đụht haàng

ordinary *thông thường* tawm tuhr·èrng

organise *tổ chức* dảw júhrk

orgasm *tình trạng bị kích động đến cực độ* dìng chaạng beẹ ğík đạwm dén ğụhrk đạw

original *a nguyên bản* ngwee·uhn baán

other *khác* kaák

our *của chúng tôi* ğoỏ·uh júm doy

out of order *bị hư* beẹ huhr

outside *bên ngoài* ben ngwaì

ovary *buồng trứng* boo·ùhng chúhrng

oven *cái lò* ğaí lò

over *prep ở trên* ér chen

overcoat *áo khoác* ów kwaák

overdose *n sự dùng thuốc quá liều* sụhr zùm too·úhk ğwaá lee·oò

overnight *suốt đêm* swúht đem

overseas *hải ngoại* haí ngwaị

overtake *qua mặt* ğwaa mụht

owe *nợ* nẹr

owner *người làm chủ* nguhr·eè laàm joỏ

oxygen *dưỡng khí* zũhr·erng keé

ozone layer *tầng ôzôn bao quanh trái đất* dùhng aw·zawn bow ğwaang chaí đúht

P

pacemaker *máy điện điều hòa tim* maý đee·ụhn đee·oò hwaà dim

pacifier (dummy) *núm vú giả* núm voó zaả

package *đóng gói* đóm góy

packet (general) *gói* góy

padlock *cái khóa móc* ğaí kwaá móp

paedophilia
  người lớn làm tình với trẻ em
  nguhr·eè lérn laàm dình ver·eé chả am
page *trang sách* chaang saák
pagoda *chùa* joo·ùh
pain *đau* đoh
painful *gây đau đớn* gay đoh dérn
painkiller *thuốc giảm đau*
  too·úhk zaảm đoh
painter (artist) *họa sĩ* hwaạ seẽ
painting (canvas) *bức tranh* búhrk chaang
painting (technique) *hội họa* hoỵ hwaạ
pair (couple) *một đôi* mạwt đoy
Pakistan *nước Pakixtan*
  nuhr·érk paa·kee·staan
palace *cung điện* ğum đee·yḥn
pan *chảo* jỏw
pants (trousers) *cái quần* ğaí ğwùhn
pantyhose *vớ quần* vér ğwùhn
panty liners
  miếng nhựa bỏ vào quần lót
  mee·úhng nyuhr·ụh bỏ vòw ğwùhn lót
pap smear *thử nghiệm ung thư tử cung*
  tủhr ngyee·ụhm um tuhr dủhr ğum
paper *giấy* záy
paperwork *hành chánh* haàng jaáng
paraplegic *bị chứng tê liệt*
  beẹ júhrng de lee·ụht
parcel *bưu kiện* buhr·oo ğee·ụhn
parents *cha mẹ* jaa mẹ
park n *công viên* ğawm vee·uhn
park (a car) v *đậu xe* đọh sa
parliament *nghị trường* ngyeẹ chuhr·èrng
part (component) *bộ phận* bạw fụhn
part-time *giờ ngắn* zèr ngúhn
party (night out) n *tiệc* dee·ụhk
party (politics) *đảng* đaảng
pass v *đi qua* đee ğwaa
passenger *hành khách* haàng kaák
passport *hộ chiếu* hạw jee·oó
passport number *số hộ chiếu*
  sáw hạw jee·oó
past n *quá khứ* ğwaá kúhr
pastry *các loại bánh tây*
  ğaák lwaị baáng day
path *đường mòn* đuhr·èrng mòn
patient a *nhẫn nại* nyũhn naị
pay v *trả* chaả

payment *sự chi trả* sụhr jee chaả
peace *thái bình* taí bìng
peak (mountain) *đỉnh cao* đỉng ğow
pedal *bàn đạp* baà đaạp
pedestrian *người đi bộ* nguhr·eè dee bạw
pedicab (cyclo) *xe xích lô* sa sík law
pen (ballpoint) *bút bi* bút bee
pencil *bút chì* bút jeè
penis *dương vật* zuhr·erng vụht
penknife *dao nhíp* zow nyíp
pensioner *người được hưởng lương*
  hưu hay trợ cấp nguhr·eè đuhr·ẹrk
  húhr·erng luhr·erng huhr·oo hay
  chẹr ğúhp
people *dân chúng* zuhn júm
pepper (bell) *trái ớt ngọt* chaí ért ngọk
pepper (spice) *hột tiêu* hạwt dee·oo
per (day) *một (ngày)* mạwt (ngày)
per cent *phần trăm* fùhn chuhm
perfect a *hoàn hảo* hwaàn hỏw
performance *cuộc biểu diễn*
  ğoo·ụhk beẻ·oo zeẽ·uhn
perfume *nước hoa* nuhr·érk hwaa
period pain *đau bụng lúc hành kinh*
  đoh bụm lúp haàng ğing
permanent *lâu dài* loh zaì
permission *sự cho phép* sụhr jo fáp
permit n *giấy phép* záy fáp
person *người* nguhr·eè
personality *nhân cách* nyuhn ğaák
petition *đơn xin* đern sin
petrol *xăng* suhng
petrol station *trạm xăng* chaạm suhng
pharmacist *dược sĩ* zuhr·ẹrk seẽ
pharmacy *hiệu thuốc* hee·oọ too·úhk
phone book *số điện thoại*
  sáw đee·ụhn twaị
phone box *phòng điện thoại*
  fòm đee·ụhn twaị
phonecard *thẻ điện thoại*
  té đee·ụhn twaị
photo *tấm hình* dúhm hìng
photographer *người chụp hình*
  nguhr·eè jụp hìng
photography *nghệ thuật chụp hình*
  ngyẹ twụht jụp hìng
phrasebook *cuốn sách chỉ dẫn câu nói*
  ğoo·úhn saák jeẻ zũhn ğoh nóy

pickaxe *cuốc chim* ğoo·úhk jim
picnic *píc níc* pík ník
piece *miếng* mee·úhng
pig *con heo* ğon hay·oo
pill *viên thuốc* vee·uhn too·úhk
(the) pill *thuốc ngừa thai*
   too·úhk nghur·ùh tai
pillow *gối* góy
pillowcase *áo gối* ów góy
pine n *cây thông* ğay tawm
pink *màu hồng* mòh hàwm
place n *chỗ* jãw
place of birth *nơi sinh* ner·ee sing
plane *máy bay* máy bay
planet *hành tinh* haàng ding
plant n *thực vật* tụhrk vụht
plant v *trồng* chàwm
plastic a *nhựa* nyuhr·ụh
plate *cái đĩa* ğaí đeẽ·uh
plateau *cao nguyên* ğow ngwee·uhn
platform *sân ga* suhn gaa
play (a game) v *chơi* jer·ee
play (cards) v *đánh bài* đáang bài
play (string instrument) v *đánh* đáang
play (wind instrument) v *thổi* tỏy
play (theatre) n *vở kịch* vẻr ğịk
plug (bath) n *nút chặn nước*
   nút juhn nuhr·érk
plug (electricity) n *cái phích cắm điện*
   ğaí fík ğúhm đee·ụhn
pluralism (politics)
   chế độ chính trị có nhiều đảng
   jé độ jíng chẹe ğó nyee·oò đaảng
pocket *túi* doo·eé
pocketknife *con dao bỏ túi*
   ğon zow bỏ doo·eé
poetry *thơ* ter
point v *chỉ* jeẻ
poisonous *độc* đạwp
police *cảnh sát* ğaảng saát
police officer *cảnh sát* ğaảng saát
police station *ty cảnh sát* dee ğaảng saát
policy *chính sách* jíng saák
politician *nhà chính trị* nyaà jíng chẹe
politics *chính trị* jíng chẹe
pollen *phấn hoa* fúhn hwaa
pollution *sự làm hư hỏng*
   sụhr laàm huhr hỏm

pool (game) *bi da lỗ* bee zaa lãw
pool (swimming) *hồ bơi* hàw ber·ee
poor *nghèo* ngyay·oò
popular *phổ thông* fảw tawm
port (sea) *hải cảng* haỉ ğaảng
possible *có thể có* ğó tẻ ğó
postage *bưu phí* buhr·oo feé
postcard *bưu ảnh* buhr·oo aảng
postcode *mã số bưu chính*
   maã sáw buhr·oo jíng
poster *bích chương quảng cáo*
   bík juhr·erng ğwaảng ğów
post office *bưu điện* buhr·oo đee·ụhn
pot (ceramics) *bình* bìng
pot (dope) *cần sa* ğùhn saa
pottery *đồ gốm thủ công*
   đàw ğáwm tỏ ğawm
pound (money) *bảng Anh* baang aang
pound (weight) *pao Anh* pow aang
poverty *sự nghèo khó* sụhr ngyay·oò kó
powder *phấn* fúhn
power *siêu lực* see·oo lụhrk
prayer *lời cầu nguyện*
   ler·eè ğòh ngwee·ụhn
prayer book *sách kinh* saák ğing
prefer *thích hơn* tík hern
pregnancy test kit *ống thử thai*
   áwm tủhr tai
pregnant *có thai* ğó tai
premenstrual tension *sự đảo lộn tâm*
   sinh lý trước kỳ kinh nguyệt sụhr đỏw
   lạwn duhm sing leé chuhr·érk ğeè ğing
   ngwee·ụht
prepare *chuẩn bị* joỏ·uhn beẹ
prescription *đơn thuốc* đern too·úhk
present (gift) n *món quà* mon ğwaà
present (time) n *hiện tại* hee·ụhn daị
president *chủ tịch* joỏ địk
pressure n *áp lực* aáp lụhrk
pretty *xinh* sing
price n *giá* zaá
priest *thầy tu* tày doo
prime minister *thủ trưởng chính phủ*
   toỏ chủhr·erng jíng foỏ
printer (computer) *máy in* máy in
prison *nhà tù* nyaà doò
prisoner *tù binh* doò bing
private *tư riêng* duhr zee·uhng

produce v *sản xuất* saán swúht
profit n *lợi ích* ler·eẹ ík
program n *chương trình*
chuhr·erng chìng
projector n *máy chiếu* máy jee·oó
promise v *hứa hẹn* huhr·úh hạn
prostitute n *gái điếm* ğaí đee·úhm
protect *bảo vệ* bów vẹ
protected species *sinh vật được bảo vệ*
sing vụht đuhr·ẹrk bów vẹ
protest n *sự phản đối* sụhr faản đóy
protest v *phản kháng* faản kaáng
Protestant *theo đạo Tin Lành*
tay·oo đọw din làạng
provisions *thực phẩm* tụhrk fủhm
pub (bar) *quán ba* ğwaán baa
public gardens *công viên công cộng*
ğawm vee·uhn ğawm ğạwm
public telephone *điện thoại công cộng*
đee·ụhn twại ğawm ğạwm
public toilet *nhà vệ sinh công cộng*
nyaà vẹ sing ğawm ğạwm
pull v *kéo* ğay·oó
pump n *máy bơm* máy berm
puncture *lỗ châm* lãw juhm
pure *nguyên chất* ngwee·uhn júht
purple *màu tím* mòh dím
purse *cái bóp nhỏ* ğaí bóp nyỏ
push v *đẩy* đảy
put *đặt* đụht
python *con trăn* ğon chuhn

Q

quadriplegic n *người tật tất cả tay chân*
nguhr·eè dụht dúht ğaả day juhn
qualifications *chứng chỉ* júhrng jeẻ
quality *chất lượng* júht lưr·ẹrng
quarantine *sự cách ly* sụhr ğaák lee
quarter n *một phần tư* mụht fùhn duhr
queen *nữ hoàng* nũhr hwaàng
question n *câu hỏi* ğoh hỏy
queue n *hàng* haàng
quick *nhanh* nyaang
quiet *yên lặng* ee·uhn lụhng
quit *nghỉ* ngyeẻ

R

rabbit *con thỏ* ğon tỏ
rabies *bệnh dại* bẹng zại
race (breed) *chủng tộc* júm dạwp
race (sport) *cuộc đua* ğoo·ụhk đoo·uh
racetrack *sân đua ngựa*
suhn đoo·uh nguhr·ụh
racism *nạn phân biệt chủng tộc*
naạn fuhn bee·ụht júm dạwp
racquet *vợt đánh banh* vẹrt đaáng baang
radiator *lò sưởi* lò sủhr·ee
radio *máy radiô* máy ra·dee·aw
railroad *đường xe lửa* đuhr·èrng sa lủhr·uh
railway station *ga xe lửa* gaa sa lủhr·uh
rain n *mưa* muhr·uh
raincoat *áo mưa* ów muhr·uh
rainy season *mùa mưa* moo·ùh muhr·uh
rally n *sự hội đại họy*
rape n *sự hãm hiếp* sụhr haãm hee·úhp
rape v *hãm hiếp* haãm hee·úhp
rare (food) *tái* daí
rare (uncommon) *hiếm có* hee·úhm ğó
rash (skin) *dị ứng da* zẹe úhrng zaa
rat *con chuột* ğon joo·ụht
rate of pay *mức lương* múhrk luhr·erng
raw *sống* sáwm
razor *dao cạo* zow ğọw
razor blade *lưỡi dao cạo* lũhr·ee zow ğọw
read *đọc* đọp
reading *bài đọc* baì đọp
ready *sẵn sàng* sũhn saàng
real estate agent *dịch vụ buôn bán đất*
zịk voọ boo·uhn baán dúht
realistic *thực tế* tụhrk dé
rear (seat etc) *sau* soh
reason n *lý do* leé zo
receipt n *biên nhận* bee·uhn nyụhn
receive *nhận* nyụhn
recently *mới* mer·eé
recommend *phó thác* fó taák
record v *ghi* gee
recording *ghi âm* gee uhm
recyclable *có thể tái chế* ğó tẻ daí jé
recycle *tái chế* daí jé
red *màu đỏ* mòh đỏ
referee *trọng tài* chọm daì
reference *sự giới thiệu*
sụhr zer·eé tee·oọ

reforestation *tái lập rừng* daí lụhp zùhrng
refrigerator *tú lạnh* doó laạng
refugee *người tị nạn* nguhr·eè dẹẹ naạn
refund v *trả lại tiền* chaá laị dee·ùhn
refuse v *từ chối* dùhr jóy
regional *địa phương* đee·ụh fuhr·erng
registered mail *thư báo đảm*
    tuhr bów đaảm
rehydration salts *thuốc tổng hợp*
    too·úhk dảwm hẹrp
relationship *quan hệ* ğwaan hẹ
relax *thoải mái* twai maí
relic *di tích cổ* zee dík ğảw
religion *tôn giáo* dawn zów
religious *sùng đạo* sùm dọw
remember *nhớ* nyér
remote *xa xăm* saa suhm
rent v *thuê* twe
repair *sửa chữa* súhr·uh jũhr·uh
repeat *lập lại* lụhp laị
repellent *thuốc trừ sâu bọ tức*
    too·úhk chùhr soh bọ dúhrk
republic *nền cộng hòa* nèn ğawm hwaà
reservation (booking) *sự giữ chỗ trước*
    sụhr zũhr jãw chuhr·érk
respect n *sự kính trọng* sụhr ğíng chọm
rest v *nghỉ ngơi* ngyeẻ nger·ee
restaurant *nhà hàng* nyaà haàng
résumé (CV) *lý lịch* leé lịk
retired *về hưu* vè huhr·oo
return (come back) v *trả lại* chaá laị
return ticket *vé khứ hồi* vá kúhr hòy
review n *sự xem lại* sụhr sam laị
rhythm *nhịp* nyịp
rib *xương sườn* suhr·ern suhr·èrn
rice (cooked) *cơm* ğerm
rice (uncooked) *gạo* ğọw
rice-and-noodle shop *quán cơm phở*
    ğwaán ğerm fér
rice bowl *bát cơm* baát ğerm
rice cooker *cái nồi cơm* ğaí nòy ğerm
rice field *ruộng* zoo·ụhng
rice wine *rượu cơm* zee·oọ ğerm
rich (wealthy) *giàu có* zòw ğó
ride n *chuyến đi xe* jwee·úhn đee sa
ride (horse) v *cỡi* ğẽr·ee
right (correct) *đúng* đúm
right (direction) *bên phải* ben fai

right now *ngay bây giờ* ngay bay zèr
right-wing *cánh phải* ğaáng faí
ring (jewellery) n *nhẫn* nyũhn
ring (phone) n *tiếng reo* dee·úhng zay·oo
ring (phone) v *reo* zay·oo
rip-off *vụ lợi dụng* voọ ler·eẹ zụm
risk n *sự mạo hiểm* sụhr mọw heẻ·uhm
river *con sông* ğon sawm
river delta *đồng bằng* đàwm bùhng
road *đường* đuhr·èrng
road map *bản đồ đi đường*
    baán đàw đee đuhr·èrng
roadworks *công trường* ğawm chuhr·èrng
rob *lấy trộm* láy chạwm
rock (music) *nhạc rock* nyaạk rok
rock (stone) *đá* đaá
rock climbing *môn thể thao leo núi*
    mawn tẻ tow lay·oo noo·eé
rock group *nhóm nhạc rốc*
    nyóm nyaạk ráwk
roll (bread) *ổ bánh mì* ảw baáng meè
rollerblading *đi giày pa tinh*
    đee zày pa ding
romantic *lãng mạn* laãng maạn
room *phòng* fòm
room number *số phòng* sáw fòm
rope *xấu* soh
round a *xung quanh* sum ğwaang
roundabout *bùng binh* bùm bing
route *con đường* ğon đuhr·èrng
rowing v *sự chèo thuyền*
    sụhr jay·oò twee·ùhn
rubbish *rác* zaák
rubella *bệnh sởi* bẹng sér
rug *thảm* taảm
rugby *môn banh bầu dục nước Anh*
    mawn baang bòh zụp nuhr·érk aang
ruins *sự đổ nát* sụhr đảw naát
rule n *điều lệ* đee·oò lẹ
rum *rượu rum* zee·oọ rum
run v *chạy* jạy
running *chạy bộ* jạy bạw
runny nose *chảy nước mui*
    jảy nuhr·érk moo·ee

S

sad *buồn* boo·ùhn
saddle *cái yến* ğaí ee·úhn

safe n *két sắt* ğat súht
safe a *an toàn* aan dwaàn
safe sex *sự an toàn về tình dục*
  suhr aan dwaàn về dìng zụp
sailboarding *môn lướt ván bườm*
  mawn luhr-ért vaán buhr-èrm
saint *thiêng liêng* tee-uhng lee-uhng
salad *món ăn rau sống chọn*
  món uhn zoh sáwm jọn
salary *tiền lương* dee-ùhn luhr-erng
sale *hạ giá* haạ zaá
sales tax *thuế trị giá gia tăng*
  twé cheẹ zaá zaa duhng
salt *muối* moo-eé
same *giống nhau* zảwm nyoh
sand *cát* ğaát
sandal *chiếc giầy xăng đan*
  jee-úhk záy suhng đan
sanitary napkin *băng vệ sinh*
  buhng vẹ sing
Saturday *thứ bảy* túhr bảy
sauce *nước xốt* nuhr-érk sáwt
saucepan *cái nồi* ğaí nòy
sauna *phòng tắm hơi* fòm dúhm her-ee
sausage *cái xúc xích* ğaí súp sík
say *nói* nóy
scale (climb) *leo trèo* lay-oo chay-oò
scalp *da đầu* zaa đòh
scarf *khăn quàng* kuhn ğwaàng
school *trường học* chuhr-èrng họp
science *ngành khoa học* ngaàng kwaa học
scientist *khoa học gia* kwaa họp zaa
scissors *cái kéo* ğaí ğay-oó
scooter *xe máy* sa máy
score v *ghi điểm thắng*
  gee đeé-uhm túhng
scoreboard *bảng ghi số điểm*
  baảng gee sáw đeé-uhm
Scotland *nước Tây Cốt Lan*
  nuhr-érk day ğáwt laan
sculpture *công trình điêu khắc*
  ğawm chìng đee-oo kúhk
sea *biển* beé-uhn
seafood *đồ ăn biển* đàw uhn beé-uhn
seasick *say sóng* say sóm
seaside *bờ biển* bèr beé-uhn
season *mùa* moo-ùh
seat (place) *chỗ ngồi* jãw ngòy

seatbelt *dây nịt an toàn vào chỗ ngồi*
  zay nịt aan dwaàn vòw jãw ngòy
second (time unit) *giây* zay
second (after first) a *thứ nhì* túhr nyeè
second class *cấp nhì* ğúhp nyeè
secondhand *đồ cũ* đàw ğoõ
secondhand shop *tiệm đồ cũ bán lại*
  tee-ụhm đàw ğoõ baán laị
secretary *thư ký* tuhr ğeé
see *nhìn thấy* nyìn táy
self-employed *tự làm chủ* duhr laàm joó
selfish *ích kỷ* ík ğeẻ
self-service *tự phục vụ* duhr fụp vọọ
sell *bán* baán
send *gởi* ğẻr-ee
sensible *nhạy cảm* nyaạy ğaảm
sensual *có tình cảm* ğó dìng ğaảm
sentence (prison) *sự tuyên án*
  suhr dwee-uhn aán
sentence (speech) *câu* ğoh
separate a *khác* kaák
September *tháng chín* taáng jín
serious *thành thật* taàng tụht
service *sự phục vụ* suhr fụp vọọ
service charge *phí dịch vụ* feé zịk vọọ
service station *trạm xăng* chaạm suhng
serviette *cái khăn ăn* ğaí kuhn uhn
several *một vài* mạwt vaì
sew *may* may
sex *giới tính* zer-eé díng
sexism *nạn thành kiến giới tính*
  naạn taàng ğee-úhn zer-eé díng
sexy *khiêu dâm* kee-oo zuhm
shade *chỗ râm mát* jãw zuhm maát
shadow *cái bóng* ğaí bóm
shampoo *dầu gội đầu* zòh gọy đòh
shape n *hình dạng* hìng zaạng
share (a dorm etc) *chia phòng nội trú*
  jee-uh fòm nọy choó
share (with) *chia sẻ* jee-uh sả
shave (a razor) v *cạo râu* ğaọ zoh
shaving cream *kem cạo rau* ğam ğọw zoh
she *bà ấy* baà áy
sheep *con cừu* ğon ğuhr-oò
sheet (bed) *tấm ra* dúhm zaa
sheet (of paper) *tờ giấy* dèr záy
shelf *kệ* ğẹ

shiatsu *thuật bấm huyết*
    thwụht búhm hwee·úht
shingles (illness) *bệnh zona* bẹng zo·naa
ship n *tàu thúy* dòh twée
shirt *áo sơ mi* ów ser mee
shoe *giày* zày
shoe shop *tiệm giày* dee·ụhm zày
shoes *đôi giày* doy zày
shoot v *bắn* búhn
shop n *cửa hàng* ğuhr·uh haàng
shop v *mua sắm* moo·uh súhm
shopping centre *trung tâm buôn bán*
    chum duhm boo·uhn baán
short (height/length) *thấp* túhp
shortage *sự thiếu thốn* sụhr tee·oó táwn
shorts *quần ngắn* ğwùhn ngúhn
shoulder *vai* vai
shout *la hét* laa hát
show n *cuộc triển lãm*
    ğoo·ụhk chee·ủhn laãm
show v *trưng bày* chuhrng bày
shower (bath) n *tắm vòi sen*
    dúhm vòy san
shrine *điện thờ* đee·ụhn tèr
shut a *đóng* đóm
shy *mắc cỡ* múhk ğẽr
sick *đau ốm* đoh áwm
side *cạnh* ğạang
sign n *bảng hiệu* baảng hee·ọọ
signature *chữ ký* jũhr ğeé
silk *lụa* loo·ụh
silver *bạc* bạak
similar *đồng dạng* đàwm zạạng
simple *đơn giản* đern zaản
since (time) *từ* dùhr
sing *hát* haát
Singapore *nước Sin-ga-pore*
    nuhr·érk sin·gaa·paw
singer *ca sĩ* ğaa seẽ
single (person) *độc thân* đạwp tuhn
single room *phòng đơn* fòm đern
singlet *áo lót* ów lót
sister (older) *chị* jẹẹ
sister (younger) *em* am
sit *ngồi* ngòy
size (clothes) *số* sáw
size (general) *kích thước* ğík tuhr·úhk
skate (ice) v *trượt đá* chuhr·ẹrt đaá

skateboarding *môn trượt ván*
    mawn chuhr·ẹrt vaán
skin *da* zaa
skirt *cái díp* ğaí zíp
skull *sọ* sọ
sky *bầu trời* bòh cher·eè
sleep v *ngủ* ngoỏ
sleeping bag *túi ngủ* doo·eé ngoỏ
sleeping berth *giường ngủ trên tàu*
    zuhr·èrng ngoỏ chen dòh
sleeping car *toa có giường ngủ*
    dwaa ğó zuhr·èrng ngoỏ
sleeping pills *thuốc ngủ* too·úhk ngoỏ
sleepy *buồn ngủ* boo·ùhn ngoỏ
slice n *miếng* mee·úhng
slide (film) *phim rọi* feem zọy
slow a *chậm* jụhm
slow down *đi chậm lại* đee jụhm lại
slowly *chậm* jụhm
small *nhỏ* nyỏ
smaller *nhỏ hơn* nyỏ hern
smallest *nhỏ nhất* nyỏ nyúht
smell n *mùi* moo·eè
smile v *mỉm cười* mỉm ğuhr·eè
smoke (cigarettes) v *hút thuốc lá*
    hút too·úhk laá
snack n *đồ ăn nhẹ* đàw uhn nyạ
snail *con ốc sên* ğon áwp sen
snake *con rắn* ğon zúhn
snake wine *rượu rắn* zee·ọọ zúhn
snorkelling *bơi lặn* ber·ee lụhn
snow n *tuyết* dwee·úht
soap *xà phòng* saà fòm
soap opera *vở kịch nhiều kỳ trên đài*
    vẻr ğịk nyee·oò ğeè chen đaì
soccer *bóng đá* bóm đaá
socialist a *người theo chủ nghĩa xã hội*
    nguhr·eè tay·oo joỏ ngyeẽ·uh saã họy
social sciences *khoa học xã hội*
    kwaa họp saã họy
social security *an sinh xã hội*
    aan sing saã họy
social welfare *phúc lợi xã hội*
    fúp ler·ẹẹ saã họy
socks *đôi vớ* đoy vér
soft drink *nước ngọt* nuhr·érk ngọk
soldier *người lính* nguhr·eè líng
some *một vài* mạwt vaì

someone *người nào đó*
nguhr-eè nòw đó

something *cái gì* ğaí zeè

sometimes *có khi* ğó kee

son *con trai* ğon chai

song *bài hát* bài haát

soon *sắp tới* súhp der-eé

sore *đau* đoh

sound *âm thanh* uhm taang

soup *súp* súp

south n *miền nam* mee-ùhn naam

souvenir *kỷ niệm* ğeé nee-yḥm

souvenir shop *cửa hàng bán đồ lưu niệm*
ğủhr-uh haàng baán đàw luhr-oo
nee-yḥm

space (room) *chỗ rộng* jãw zọm

Spain *nước Tây Ban Nha*
nuhr-érk day baan nyaa

sparkling wine *rượu văng có ga*
zee-oọ vuhng ğó gaa

speak *nói* nóy

special a *đặc biệt* đụhk bee-yḥt

specialist n *chuyên viên*
jwee-uhn vee-uhn

speed *tốc độ* đáwp đạw

speed limit *tốc độ giới hạn*
đáwp đạw zer-eé hạạn

speedometer *đồng hồ tốc độ*
đàwm hàw dóp đạw

spicy (hot) *cay* ğay

spider *con nhện* ğon nyẹn

spoilt (food) *hư* huhr

spoke *căm* ğuhm

spoon *cái muỗng* ğaí moõ-uhng

sport *thể thao* tẻ tow

sportsperson *người hâm mộ thể thao*
nguhr-eè huhm mạw tẻ tow

sports store *tiệm bán đồ thể thao*
dee-yḥm baán đàw tẻ tow

sprain *sự bong gân* sựhr bom guhn

spring (coil) *lò xo* lò so

spring (season) *mùa xuân* mo-ùh swuhn

square (town) *quảng trường*
ğwaảng chuhr-èrng

stadium *sân vận động* suhn vụhn đạwm

stairway *cầu thang* ğòh taang

stale (bread) *ôi* oy

stamp n *tem* dam

stand-by ticket *vé chờ chỗ trống*
vá jèr jãw cháwm

star *ngôi sao* ngoy sow

(four-)star *(bốn) sao (báwn)* sow

start v *bắt đầu* búht đòh

station (train) *nhà ga* nyaà gaa

stationer *cửa hàng văn phòng phẩm*
ğủhr-uh haàng vuhn fòm fủhm

statue *bức tượng* búhrk duhr-ẹrng

stay (at a place) *ở* ẻr

stay (in one place) *hoãn lại* hwaãn lạị

steak (beef) *thịt bít tết* tịt bít dét

steal *ăn cắp/trộm* Ⓝ/Ⓢ
uhn ğủhp/chạwm

steam n *hơi nước* her-ee nuhr-érk

steep *dốc* záwp

stereo *máy quay nhạc* máy ğway nyaạk

stock (food) *thực phẩm* tụhrk fủhm

stockings *vớ mặc váy* vér mụhk váy

stolen *bị ăn cắp* beẹ uhn ğủhp

stomach *bụng* bụm

stomachache *bị đau bụng* beẹ đoh bụm

stone n *đá* đaá

stoned (drugged) *bị say thuốc*
beẹ say too-úhk

stop (bus, tram etc) n *trạm xe* chụhm sa

stop (cease) v *dừng lại* zùhrng lạị

stop (prevent) v *ngăn cản* nguhn ğaản

stork *con cò* ğon ğò

storm *bão* bõw

story *câu chuyện* ğoh jwee-ụhn

stove *cái lò* ğaí lò

straight *thẳng* tủhng

strange *lạ* laạ

stranger *người lạ mặt* nguhr-eè laạ mụht

stream n *dòng suối* zòm soo-eé

street *phố/đường* Ⓝ/Ⓢ fáw/đuhr-èrng

street market *chợ trời* jẹr cher-eè

strength *sức mạnh* súhrk maạng

string n *dây* zay

stroke (health) *bệnh chấn thương sọ não*
bẹng juhn tuhr-erng sọ nõw

stroller *xe đẩy em bé* sa đảy am bá

strong *mạnh* maạng

stubborn *bướng bỉnh* buhr-érng bỉng

student *sinh viên* sing vee-uhn

studio (art) *xưởng vẽ* súhr-erng vã

stupid *ngu dại* ngoo zạị

style n *kiểu* ğeé·oo
subtitles *phụ đề* foo đè
suburb *ngoại thành* ngwaị taàng
sugar *đường* đuhr·èrng
suitcase *cái va li* ğaí vaa lee
summer *mùa hè* moo·ùh hà
sun *mặt trời* muht cher·eè
sunblock *kem chống nắng*
   ğam jáwm núhng
sunburn *sự rám nắng* suhr zúhm núhng
Sunday *ngày Chú Nhật* ngày joó nyụht
sunglasses *kính râm* ğíng zuhm
sunny *trời nắng* cher·eè núhng
sunrise *bình minh* bìng ming
sunset *hoàng hôn* hwaàng hawn
sunstroke *bệnh say nắng* bẹng say núhng
supermarket *siêu thị* see·oo teẹ
superstition *sự mê tín* suhr me dín
supporter (politics/sport) *người ủng hộ*
   nguhr·eè ủm hạw
surf v *trượt sóng biển*
   chuhr·ẹrt sóm beé·uhn
surface mail (land) *thư đường bộ*
   tuhr đuhr·èrng bạw
surface mail (sea) *thư đường biển*
   tuhr đuhr·èrng beé·uhn
surfboard *ván lướt sóng* vaán luhr·ért sóm
surfing *môn trượt sóng biển*
   mawn chuhr·ẹrt sóm beé·uhn
surname *tên họ* den họ
surprise *điều ngạc nhiên*
   đee·oò ngạgk nyee·uhn
survive *sống sót* sáwm sót
sweater *áo len dài tay* ów lan zaì day
Sweden *nước Thụy Điển*
   nuhr·érk twẹe đeẻ·uhn
sweet a *ngọt* ngọk
sweets *kẹo* ğay·oọ
swelling *vết sưng* vét suhrng
swim v *bơi* ber·ee
swimming *bơi lội* ber·ee lọy
swimming pool *hồ bơi* hàw ber·ee
swimsuit *bộ áo tắm* bạw ów dúhm
Switzerland *nước Thụy Sĩ*
   nuhr·érk twẹe seẽ
synagogue *hội đạo giáo đường Do Thái*
   họy đọw zów duhr·èrng zo taí

synthetic *nhân tạo* nyuhn dọw
syringe *ống tiêm* áwm dee·uhm

T

table *cái bàn* ğaí baàn
tablecloth *khăn giải bàn* kuhn zaỉ baàn
table tennis *bóng bàn* bóm baàn
tail *đuôi* đoo·ee
tailor *thợ may quần áo* tẹr may ğwùhn ów
take *lấy* láy
take a photo *chụp hình* jụp hìng
talk v *nói* nóy
tall *cao* ğow
tampon *nút bông vệ sinh*
   nút buhng vẹ sing
tanning lotion *thuốc chống nắng*
   too·úhk jóm núhng
Taoist *theo đạo Lão*
   tay·oo đọw lõw
tap *cái vòi nước* ğaí vòy nuhr·érk
tap water *nước máy* nuhr·érk máy
tasty *ngon* ngon
tax n *thuế* twé
taxi *xe taxi* sa dúhk·see
taxi stand *bến xe taxi* bén sa dúhk·see
tea *trà* chaà
teacher *giáo viên* zów vee·uhn
teaching *nghề dạy học* ngyè zạy họp
team *đội* đọy
tear n *nước mắt* nuhr·érk múht
teaspoon *muỗng nhỏ* moõ·uhng nyỏ
technique *kỹ thuật* ğeẽ twụht
teeth *răng* zuhng
telegram *bức điện tín* búhrk đee·ụhn dín
telephone n *điện thoại* đee·ụhn twaị
telephone v *gọi điện thoại*
   goỵ đee·ụhn twaị
telephone centre *văn phòng điện thoại*
   vuhn fòm đee·ụhn twaị
telescope *kính thiên văn*
   ğíng tee·uhn vuhn
television *vô tuyến truyền hình*
   vaw dwee·úhn chwee·ùhn hìng
tell *nói* nóy
temperature (fever) *độ nóng* đạw nóm
temperature (weather) *nhiệt độ*
   nyee·ụht đạw

temple *đền* đèn
tennis *ten-nít* de·nít
tennis court *sân ten-nít* suhn de·nít
tent *lều* lay·oò
tent peg *cọc lều* ɡọp lay·oò
terrible *kinh khủng* ɡing kúm
test n *thi* tee
Thailand *nước Thái Lan* nuhr·érk taí·laan
thank *cảm ơn* ɡảãm ern
that a *cái đó* ɡaí đó
theatre *rạp hát* zaạp haát
their *của họ* ɡoỏ·uh họ
there *đó* đó
thermometer *cặp nhiệt độ* ɡụhp
   nyee·ụht đạw
they *họ* họ
thick *dày* zày
thief *kẻ cắp/trộm* Ⓝ/Ⓢ ɡẻ ɡúhp/chạwm
thin *gầy ốm* gày áwm
think *nghĩ* ngyeẽ
third *thứ ba* túhr baa
thirsty *khát nước* kaát nuhr·érk
this a *cái này* ɡaí này
thread (sewing) *chỉ* jeé
throat *cuống họng* ɡoo·úhng họm
thrush (health) *bệnh tựa* bẹng duhr·ụh
thunderstorm *cơn mưa to có sấm sét*
   ɡern muhr·uh do ɡó súhm sát
Thursday *thứ năm* túhr nuhm
ticket *vé* vá
ticket collector *người soát vé*
   nguhr·eè swaát vá
ticket machine *máy mua vé*
   máy moo·uh vá
ticket office *phòng bán vé* fòm baán vá
tide *thủy triều* tweé chee·oò
tiger *con hổ* ɡon hảw
tight *chặt* jụht
time *thời gian* ter·eè zaan
time difference *giờ khác nhau*
   zèr kaák nyoh
timetable *thời dụng biểu*
   ter·eè zụm beẻ·oo
tin (can) *hộp thiếc* hạwp tee·úhk
tin opener *dụng cụ mở đồ hộp*
   zụm ɡọo mẻr đàw hạwp
tiny *tí* deé
tip (gratuity) n *tiền thưởng thêm*
   dee·ùhn túhr·erng tem

tire *lốp xe* láwp sa
tired *mệt* mẹt
tissues *giấy mỏng* záy mỏm
to *đến* đén
toast (food) n *bánh mì lát nướng*
   baáng meè laát nuhr·érng
toaster *máy nướng bánh mì*
   máy nuhr·érng baáng meè
tobacco *thuốc lá* too·úhk laá
tobacconist *quán bán thuốc lá*
   ɡwaán baán too·úhk laá
today *hôm nay* hawm nay
toe *ngón chân* ngón juhn
tofu *đậu phụ* đọh foọ
together *cùng nhau* ɡùm nyoh
toilet *nhà vệ sinh* nyaà vẹ sing
toilet paper *giấy vệ sinh* záy vẹ sing
tomato *trái cà chua* chaí ɡaà joo·uh
tomato sauce *xốt cà chua*
   sáwt ɡaà joo·uh
tomb *cái mộ* ɡaí mạw
tomorrow *ngày mai* ngày mai
tomorrow afternoon *chiều mai*
   jee·oò mai
tomorrow evening *tối mai* dóy mai
tomorrow morning *sáng mai* saáng mai
tonight *tối nay* dóy nay
too (also) *cũng như thế* ɡũm nyuhr té
too (expensive etc) *quá* ɡwaá
tooth *răng* zuhng
toothache *đau răng* đoh zuhng
toothbrush *bàn chải đánh răng*
   baàn jai đaáng zuhng
toothpaste *kem đánh răng*
   ɡam đaáng zuhng
toothpick *cái tăm* ɡaí duhm
torch (flashlight) *đèn pin* đàn pin
touch v *chạm* jụhm
tour n *cuộc đi du lịch*
   ɡoo·ụhk đee zoo lịk
tourist *khách du lịch* kaák zoo lịk
tourist office *văn phòng hướng dẫn*
   khách du lịch vuhn fòm huhr·érng
   zũhn kaák zoo lịk
towards *phía trước* fee·úh chuhr·érk
towel *khăn tắm* kuhn dúhm
tower *tháp* taáp

toxic waste *thải ra chất độc* tai zaa júht đạwp

toy shop *tiệm bán đồ chơi* dee·ụhm baán đàw jer·ee

track (path) *đường đi* đuhr·èrng đee

track (sport) *môn thể thao chạy đua* mawn tẻ tow jạy đoo·uh

trade n *nghiệp* ngyee·ụhp

trade union *công đoàn* ğawm đwaàn

tradesperson *người thợ* nguhr·eè tẹr

traffic *sự giao thông* sụhr zow tawm

traffic light *đèn giao thông* đàn zow tawm

trail *đường đi* đuhr·èrng đee

train *xe lửa* sa lủhr·uh

train station *ga xe lửa* gaa sa lủhr·uh

transit lounge *phòng đợi máy bay* fòm đer·ẹe máy bay

translate *phiên dịch* fee·uhn zịk

transport (vehicle) *chuyển chở* jwee·ủhn jẻr

travel a *du lịch* saák zoo lịk

travel v *đi du lịch* đee zoo lịk

travel agency *văn phòng đại lý du lịch* vuhn fòm đại leé zoo lịk

travellers cheque *séc du lịch* sák zoo lịk

travel sickness (boat) *bị say tàu* bẹẹ say dòh

travel sickness (car) *bị say xe* bẹẹ say sa

tree *cây* ğay

trek n&v *chuyến đi vất vả* jwee·úhn đee vúht vaả

trendy (person) *hợp thời trang* hẹrp ter·eè chaang

trip (journey) *chuyến đi* jwee·úhn đee

trolley *xe đẩy tay* sa đảy day

trousers *quần* ğwùhn

truck *xe chở hàng* sa jẻr haàng

trust v *tin cậy* din gay

truth *sự thật* sụhr tụht

try (attempt) v *cố gắng* ğó gúhng

try (test) v *thử* tủhr

T-shirt *áo lót ngắn tay* ów lót ngúhn day

tsunami *nạn nhân sóng thần* naạn nyuhn sóm tùhn

tube (tyre) *ruột xe* zoo·ụht sa

Tuesday *thứ ba* túhr baa

tumour *khối u* kóy oo

tuna *cá ngừ* ğaá ngùhr

turkey *con gà tây* ğon gaà day

turn v *rẽ/quẹo* ⓝ/ⓢ zã/ğway·oọ

TV *ti vi* dee vee

tweezers *cái nhíp* ğaí nyíp

twice *gấp hai* gúhp hai

twin beds *giường đôi* zuhr·èrng đoy

twins *sinh đôi* sing đoy

two *hai* hai

type n *đánh máy* đaáng máy

typhoon *cơn bão* ğern bõw

typical *tiêu biểu* dee·oo beé·oo

tyre *lốp xe* láwp sa

U

ultrasound *siêu âm* see·oo uhm

umbrella *cái dù* ğaí zoò

uncomfortable *khó chịu* kó jee·oọ

understand *hiểu* heẻ·oo

underwear *quần lót* ğwùhn lót

unemployed *người thất nghiệp* nguhr·eè túht ngyee·ụhp

unfair *bất công bằng* búht ğawm bùhng

uniform n *âu phục* oh fụp

universe *vũ trụ* võõ chọọ

university *trường đại học* chuhr·èrng đại họp

unleaded *không có chì* kawm ğó jeè

unsafe *không an toàn* kawm aan dwaàn

until *cho đến* jo đén

unusual *không bình thường* kawm bìng tuhr·èrng

up *ở trên* ẻr chen

uphill *dốc* záwp

urgent *khẩn cấp* kủhn ğúhp

urinary infection *bệnh viêm đường tiểu tiện* bẹng vee·uhm đuhr·èrng deẻ·oo dee·ụhn

USA *nước Mỹ* nuhr·érk meẽ

useful *có ích* ğó ík

V

vacancy *có phòng* ğó fòm

vacant *trống* cháwm

vacation *kỳ nghỉ* ğeè ngyeẻ

vaccination *sự chủng ngừa*
suhr jủm nguhr·ừh

vagina *âm đạo* uhm dọw

validate *chứng minh* júhrng ming

valley *thung lũng* tum lũm

valuable *có giá trị* ğó zaá chẹ

value (price) n *định giá* đing zaá

van *xe hàng* sa haàng

vegetable *rau củ* zoh ğỏo

vegetarian n *người ăn chay*
nguhr·eè uhn jay

vegetarian a *ăn chay* uhn jay

vegetation *cây cỏ* ğay ğỏ

vein *tĩnh mạch* dĩng maạk

venereal disease *bệnh hoa liễu*
bẹng hwaa leẽ·oo

venue *nơi gặp gỡ* ner·ee ğuhp ğẽr

very *rất* zúht

video recorder *máy thâu băng*
máy toh buhng

video tape *băng hình* buhng hìng

Vietnam *nước Việt Nam*
nuhr·érk vee·ụht naam

Vietnamese a *của Việt Nam*
ğỏo·uh vee·ụht naam

Vietnamese (language) n *tiếng Việt*
dee·úhng vee·ụht

Vietnamese (people) n *người Việt*
nguhr·eè vee·ụht

view n *cảnh* ğaảng

village *làng xã* laàng saã

vine *cây leo* ğay lay·oo

vinegar *giấm* zúhm

virus *vi khuẩn* vee kwủhn

visa *giấy xuất cảnh* záy swúht ğaảng

visit v *thăm* tuhm

vitamins *sinh tố* sing dáw

voice n *giọng nói* zọm nóy

volleyball *bóng chuyền* bóm jwee·ùhn

volume (capacity) *âm lượng*
uhm luhr·ẹrng

vote v *bầu cử* bòh ğủhr·oo

W

wage *tiền lương* dee·ùhn luhr·erng

wait *đợi* der·ẹẹ

waiter *người hầu bàn* nguhr·eè hòh baàn

waiting room *phòng đợi* fòm đer·ẹẹ

wake (someone) up *đánh thức dậy*
đaáng túhrk zạy

walk v *đi bộ* đee bạw

wall (inside) *tường* duhr·èrng

wall (outer) *thành* taàng

want *muốn* moo·úhn

war *chiến tranh* jee·úhn chaang

wardrobe *tủ quần áo* dỏỏ ğwùhn ów

warm a *ấm áp* úhm aáp

warn *cảnh cáo* ğaảng ğów

war veteran *cựu lính* ğuhr·oọ líng

wash (oneself) *tắm rửa* dúhm zủhr·uh

wash (something) *giặt* zụht

wash cloth *khăn lau mặt*
kuhn loh mụht

washing machine *máy giặt* máy zụht

watch n *đồng hồ đeo tay*
đàwm hàw đay·oo day

watch v *xem* sam

water *nước* nuhr·érk

waterfall *thác nước* taák nuhr·érk

waterproof *không thấm nước*
kawm túhm nuhr·érk

water puppet theatre *thuật rối nước*
twụht zóy nuhr·érk

water-skiing *môn trượt nước*
mawn chuhr·ẹrt nuhr·érk

wave *làn sóng* laàn sóm

way *đường đi* đuhr·èrng đee

we (excluding speaker) *chúng tôi*
júm doy

we (including speaker) *chúng ta*
júm daa

weak *yếu* ee·óó

wealthy *giàu có* zòh ğó

wear (clothes) *mặc* mụhk

weather *thời tiết* ter·eè dee·úht

wedding *lễ cưới* lẽ ğuhr·eé

Wednesday *thứ tư* túhr duhr

week *tuần* dwùhn

weekend *cuối tuần* ğoo·eé dwùhn

weigh *cân* ğuhn

weight *trọng lượng* chọm luhr·ẹrng

well (health) *khoẻ* kwẻ

west n *miền tây* mee·ùhn day

wet *ẩm ướt* ủhm uhr·ért

what *cái gì* ğaí zeè

wheel *bánh xe* baáng sa
wheelchair *xe lăn* sa luhn
when *khi nào* kee nòw
where *ở đâu* èr đoh
which *cái nào* ğaí nòw
white *màu trắng* mòh chúhng
who *ai* ai
why *tại sao* taj sow
wide *rộng lớn* zạwm lérn
wife *vợ* vẹr
wild animal *thú vật hoang dã* toó vụht hwaang zaã
win v *thắng* túhng
wind *gió* zó
window *cửa sổ* ğúhr·uh sáw
windscreen *kính chắn gió* ğíng júhn zó
wine *rượu nho* zee·ọọ nyo
wings *cánh* ğaáng
winner *người thắng cuộc* nguhr·èè túhng ğọo·ụhk
winter *mùa đông* moo·ùh đawm
wire n *dây kim loại* zay ğim lwaj
wish v *hy vọng* hee vọm
with *với* ver·eé
within (time) *trong vòng* chom vòm
without *không có* kawm ğó
wok *cái chảo* ğaí jỏw
woman *phụ nữ* fọọ nũhr
wonderful *tuyệt diệu* dwee·ụht zee·ọọ
wood *gỗ* ğáw
woodcarving *đồ gỗ khắc* đàw ğáw kúhk
wool *len* lan
word *từ* dùhr
work n *công việc* ğawm vee·ụhk
work v *làm việc* laàm vee·ụhk
workout *luyện tập thân thể với cường độ cao* lwee·ụhn dụhp tuhn tẻ ver·eé ğuhr·èrng đạụ ğow

work permit *giấy phép đi làm* záy fáp đee laàm
workshop *công xưởng* ğawm sủhr·erng
world *thế giới* té zer·eé
World Cup *cúp thế giới* ğúp té zer·eé
worms *giun* zun
worried *lo lắng* lo lúhng
worship v *sự tôn kính* sụhr dawn ğíng
worth a *đáng giá* đaáng zaá
wrist *cổ tay* ğảw day
write *viết* vee·úht
writer *tác giả* daák zaả
wrong *sai* sai

Y

year *năm* nuhm
yellow *màu vàng* mòh vaàng
yes *vâng* vuhng
yesterday *hôm qua* hawm ğwaa
yet *chưa* juhr·uh
yoga *thuyết yoga* twee·úht yo·gaa
yogurt *sữa chua* sũhr·uh joo·uh
you *bạn* baạn
young *trẻ* chả
your *của bạn* ğoó·uh baạn
youth n *thanh niên* taang nee·uhn
youth hostel *nhà nghỉ thanh niên* nyaà ngyeé taang nee·uhn

Z

zip/zipper *dây kéo* zay ğay·oó
zodiac *hoàng đạo* hwaàng đọ
zoo *vườn bách thú* vuhr·èrn baák toó

A

The words in this dictionary are listed according to the Vietnamese alphabetical order (see the alphabet box below). The order of tone marks on the same vowel is: *a, á, à, å, ã, ạ*. You'll find words marked with **n**, **a**, **adv**, **prep** and **v** (indicating noun, adjective, adverb, preposition and verb) where necessary. When we've given both the northern and the southern translation of a word, the two options are marked as ⓝ and ⓢ (for more details on regional variations, see **pronunciation**, page 15). For food terms, see the **menu decoder**, page 165.

vietnamese alphabet

A a aa	*Ă ă* uh	*Â â* uh	*B b* be	*C c* se	*D d* ze	*Đ đ* de	*E e* a	*Ê ê* e
G g zhe	*H h* haat	*I i* ee	*K k* ğaa	*L l* e·luh	*M m* e·muh	*N n* e·nuh	*O o* er	*Ô ô* aw
Ơ ơ er	*P p* be	*Q q* koo	*R r* e·ruh	*S s* e·suh	*T t* de	*U u* u	*Ư ư* uhr	*V v* ve
X x ek·suh	*Y y* ee·gret							

A

ai ai *who*
anh trai aang chai *older brother*
an sinh xã hội aan sing saã họy
   social security
an toàn aan dwaàn *safe* a
ánh sáng aáng saáng *light* n
áo choàng ów jwaàng *coat*
áo đầm ów đùhm *dress* n
áo gối ów góy *pillowcase*
áo khoác ów kwaák *overcoat*
áo len dài tay ów lan zaì day
   jumper (sweater)
áo lót ów lót *singlet*
áo lót ngắn tay ów lót ngúhn day *T-shirt*
áo mưa ów muhr·uh *raincoat*
áo ngực ów nguhrk *bra*
áo pháo ów fów *life jacket*
áo sơ mi ów ser mee *shirt*

áo vét ów vát *jacket*
áp lực aáp lụhrk *pressure* n
ảo giác ów zaák *hallucination*
áo thuật gia ów twụht zaa *magician*

Ă

ăn uhn *eat*
ăn cắp ⓝ uhn ğúhp *steal*
ăn chay uhn jay *vegetarian* a
ăn sáng uhn saáng *breakfast*
ăn trộm ⓢ uhn chạwm *steal*

Â

âm đạo uhm đọw *vagina*
âm lịch uhm lịk *lunar calendar*
âm lượng uhm luhr·ẹrng
   volume (capacity)

âm nhạc uhm nyaạk *music*
âm thanh uhm taang *sound* n
âu phục oh fụp *uniform* n
ấm áp úhm aáp *warm* a
ầm ĩ ùhm eẽ *loud*
ẩm úhm *humid*
ẩm ướt úhm uhr·ért *wet*
Ấn Độ Giáo úhn dạụ zów *Hindu* n

B

ba baa *dad*
ba lô baa law *backpack*
ban đêm naan đem *night*
bang Anh baang aang *pound (money)*
ban nhạc baan nyaạk *band (music)*
ban nhạc hoà tấu baan nyaạk hwaà dóh
  orchestra
bao cao su bow ḡow soo *condom*
bao gồm bow ḡàwm *included*
bao lơn bow lern *balcony*
bao nhiêu bow nyee·oo *how much*
bay bay *fly* v
bác sĩ baák seẽ *doctor*
bác sĩ phụ khoa baák seẽ fọọ kwaa
  gynaecologist
bán baán *sell*
bánh gôn baáng gawn *golf ball*
bánh mì baáng meè *bread*
bánh mì lát nướng
  baáng meè laát nuhr·érng *toast (food)* n
bánh qui baáng ḡwee *biscuit*
bánh quy mạn baáng ḡwee maạn *cracker*
bánh quy ngọt baáng ḡwee ngọk *cookie*
bánh xe baáng sa *wheel*
bát cơm baát ḡerm *rice bowl*
bà ấy baà áy *she*
bà chú nhà baà jóó nyaà *landlady*
bà nội baà nọy *paternal grandmother*
bà ngoại baà ngwaị
  maternal grandmother
bài đọc baì đọp *reading*
bài hát baì haát *song*
bài quảng cáo baì ḡwaảng ḡów
  advertisement
bàn chải baàn jaỉ *brush* n
bàn chải đánh răng
  baàn jaỉ đaáng zuhng *toothbrush*

bàn chải tóc baàn jaỉ dóp *hairbrush*
bàn chân baàn juhn *foot (body)*
bàn chữ baàn júhr *keyboard*
bàn cờ baàn ḡèr *chessboard*
bàn đạp baà đaạp *pedal* n
bàn ghế baàn gé *furniture*
bàn tay baàn day *hand*
bàn thờ baàn tèr *altar*
bản đồ baản đàw *map*
bản đồ đi đường
  baản đàw đee đuhr·èrng *road map*
bản lý lịch baản leé lịk *CV • résumé*
bảng ghi số điểm
  baảng gee sáw đeé·uhm *scoreboard*
bảng hiệu baảng hee·oọ *sign* n
bảo đảm bỏw đaảm *guaranteed*
bảo thủ bỏw toỏ *conservative* n
bảo vệ bỏw vẹ *protect*
bãi biển baĩ beé·uhn *beach*
bãi cắm trại baĩ ḡúhm chaị
  camping ground
bãi đậu xe baĩ dọh sa *car park*
bãi mìn baĩ mìn *minefield*
bão bõw *storm*
bạc baạk *silver* n
bạch phiến baạk fe·ùhn *heroin*
bạn baạn *friend • you*
bạn đồng nghiệp baạn đàwm ngyee·ụhp
  colleague
bạn đường baạn đuhr·èrng *companion*
bạn gái baạn gaí *girlfriend*
bạn trai baạn chai *boyfriend*
băng buhng *bandage • gauze*
băng dán buhng zaán *Band-Aid*
băng ghi âm buhng gee uhm *cassette*
băng hình buhng hìng *video tape*
băng thu lời hướng dẫn buhng too ler·eè
  huhr·érng zũhn *guide (audio)* n
băng vệ sinh buhng vẹ sing
  sanitary napkin
bắn búhn *shoot* v
bắp thịt búhp tịt *muscle*
bắt búht *arrest* v
bắt đầu búht đòh *begin • start* v
bằng bùhng *flat* a
bằng lái xe bùhng laí sa *drivers licence*
bây giờ bay zèr *now*
bằm bủhm *mince* v
bất công bằng búht ḡawm bùhng *unfair*

bất lực búht lụhrk **disabled** (person)
bầu cử bòh gủhr·oo **vote** v
bầu trời bòh cher·eè **sky**
bận rộn bụhn zạwn **busy**
bên cạnh ben ğạạng **beside • next to**
bên ngoài ben ngwaì **outside**
bên phải ben faỉ **right** (direction)
bên trong ben chom **inside**
bến xe buýt bén sa bwéét **bus station**
bến xe taxi bén sa dủhk·see **taxi stand**
bệnh cảm cúm bẹng ğảảm ğúm
   flu • influenza
bệnh chàm bẹng jaàm **eczema**
bệnh thương sọ não bẹng juhn
   tuhr·erng sọ nõw **stroke** (health)
bệnh dại bẹng zại **rabies**
bệnh dị ứng phấn hoa
   bẹng zẹe úhrng fuhn hwaa **hay fever**
bệnh đau tim bẹng đoh dim **heart attack**
bệnh hoa liễu bẹng hwaa leẽ·oo
   venereal disease
bệnh la chảy bẹng eé·uh jáy
   gastroenteritis
bệnh khó tiêu bẹng kó dee·oo
   indigestion
bệnh quai bị bẹng ğwai bẹe **mumps**
bệnh say nắng bẹng say núhng **sunstroke**
bệnh sốt rét bẹng sáwt zét **malaria**
bệnh sốt rét đăng ga
   bẹng sáwt zét đụhng gaa **dengue fever**
bệnh sở bẹng sẻr **rubella**
bệnh sởi bẹng sẻr·ee **measles**
bệnh suyễn bẹng sweẽ·uhn **asthma**
bệnh sưng tuyến bẹng suhrng dwee·úhn
   glandular fever
bệnh tật bẹng dụht **disease**
bệnh tiêu chảy bẹng deé·oo jáy **diarrhoea**
bệnh tiểu đường bẹng deé·oo đuhr·èrng
   diabetes
bệnh tim bẹng dim **heart condition**
bệnh tim tạm ngừng
   bẹng dim đạạm ngùhrng **cardiac arrest**
bệnh thiếu máu bẹng tee·oó móh
   anaemia
bệnh thủy đậu bẹng tweẻ đọh
   chicken pox
bệnh tưa bẹng duhr·ụh **thrush** (health)
bệnh ung thứ bẹng um tủhr **cancer**

bệnh viêm cuống phổi
   bẹng vee·uhm ğoo·úhng fỏy **bronchitis**
bệnh viêm gan bẹng vee·uhm gaan
   hepatitis
bệnh viện bẹng vee·ụhn **hospital**
bệnh zona bẹng zo·naa **shingles** (illness)
bia bee·uh **beer**
bia hơi bee·uh her·ee **draught beer**
bi da lổ bee zaa lãw **pool** (game)
biên giới bee·uhn zer·eé **border** n
biên lai số hành lý
   bee·uhn lai sáw haàng leé **luggage tag**
biên nhận bee·uhn nyụhn **receipt** n
biết bee·úht **know** (something)
biệt danh bee·ụht zaang **nickname**
biết ơn bee·úht ern **grateful**
biển beé·uhn **sea**
bích chương quảng cáo
   bík juhr·erng ğwảang ğów **poster**
bình bing **jar • pot** (ceramics)
bình chứa ga bìng juhr·úh gaa
   gas cartridge
bình minh bìng ming **dawn • sunrise**
bì thư bee tuhr **envelope**
bị ăn cắp bẹe uhn ğúhp **stolen**
bị cảm bẹe ğảảm **have a cold**
bị cháy bẹe jáy **burnt** (cooking)
bị chứng tê liệt bẹe júhrng de lee·ụht
   paraplegic n
bị đau bụng bẹe đoh bụm **stomachache**
bị gãy bẹe gãy **broken**
bị hư bẹe huhr **broken down • out of order**
bị mất bẹe múht **lost**
bị say rượu bẹe say zee·oọ **drunk** a
bị say tàu bẹe say đòh
   travel sickness (boat)
bị say thuốc bẹe say too·úhk
   stoned (drugged)
bị say xe bẹe say sa **travel sickness** (car)
bị thương bẹe tuhr·erng **injured**
bóng bàn bóm baàn **table tennis**
bóng chày bóm jày **baseball**
bóng chuyền bóm jwee·ùhn **volleyball**
bóng chuyền biển bóm jwee·ùhn
   beé·uhn **beach volleyball**
bóng đá báwm đaá **football** (soccer)
bóng đái bóm đaí **bladder**
bóng đèn điện bóm đàn dee·ụhn
   light bulb
bóng rổ bóm zảw **basketball**

bóp đeo bụng bóp đay·oo bụm *bumbag*
bọ chét bọ ját *flea*
bông bawm *cotton*
bông gòn bawm gòn *cotton balls*
bông hoa bawm hwaa *flower*
bông tai bawm dai *earrings*
bố báw *father*
bối rối bóy zóy *embarrassed*
bồn tắm bàwn dúhm *bath* n
bộ áo tắm bạw áo dúhm *swimsuit*
bộ dao nĩa bạw zwaa neẽ·uh *cutlery*
bộ phận bạw fụhn *part (component)*
bộ phận sang số xe đạp
  bạw fụhn saang sáw sa đaạp *derailleur*
bộ quần áo tắm bạw ğwùhn ów dúhm
  bathing suit
bột bawt *flour*
bơ ber *butter • margarine*
bơi ber·ee *swim* v
bơi lặn ber·ee lụhn *snorkelling*
bơi lội ber·ee lọy *swimming*
bờ biển bèr beẻ·uhn *coast • seaside*
bởi vì bér·ee veè *because*
buôn bán boo·uhn baán *business*
buôn bán thuốc lậu boo·uhn baán
  too·úhk lọh *drug trafficking*
buồn boo·ùhn *sad*
buồn cười boo·ùhn ğuhr·eè *funny*
buồn nôn boo·ùhn nawn *nausea*
buồn ngủ boo·ùhn ngoỏ *sleepy*
buồn tẻ boo·ùhn dẻ *boring*
buồng trứng boo·ùhng chúhrng *ovary*
buổi ăn tối boỏ·ee uhn đóy *dinner*
buổi chiều boỏ·ee jee·oò *afternoon*
buổi hòa nhạc boỏ·ee hwaà nyaạk
  concert
buổi họp nhạc boỏ·ee họp nyaạk *gig*
buổi sáng boỏ·ee saáng *morning*
buổi tối boỏ·ee dóy *evening*
buổi trưa boỏ·ee chuhr·uh *noon*
bút bi bút bee *ballpoint pen*
bút chì bút jeè *pencil*
bùn bùn *mud*
bùng binh bùm bing *roundabout*
bụng bụm *stomach*
bướng bỉnh buhr·érng bing *stubborn*
bưu ảnh buhr·oo aảng *postcard*
bưu điện buhr·oo dee·ụhn *post office*

bưu kiện buhr·oo ğee·ụhn *parcel*
bưu phẩm gửi bằng máy bay buhr·oo
  fủhm gủhr·ee bùhng máy bay *airmail*
bưu phí buhr·oo feé *postage*
bức điện tín búhrk đee·ụhn dín *telegram*
bức tranh búhrk chaang
  painting (canvas)
bức tượng búhrk duhr·ẹrng *statue*
bữa ăn bũhr·uh uhn *meal*
bữa ăn trưa bũhr·uh uhn chuhr·uh *lunch*

C

ca cao ğaa ğow *cocoa*
cao ğow *high • tall*
cao nguyên ğow ngwee·uhn *plateau*
ca sĩ ğaa seẽ *singer*
cá ğaá *fish* n
cay ğay *spicy (hot)*
các loại bánh tây ğaák lwại baáng day
  pastry
cái bánh ngọt ğaí baáng ngọk *cake*
cái bàn ğaí baàn *table*
cái bật lửa ğaí bụht lủhr·uh
  cigarette lighter
cái bóng ğaí bóm *shadow*
cái bóp nhỏ ğaí bóp nyỏ *purse*
cái cắt mong tay ğaí ğúht mom day
  nail clippers
cái cặp ğaí ğụhp *briefcase*
cái chảo ğaí jỏw *wok*
cái chảo chiên ğaí jỏw jee·uhn *frying pan*
cái côn ğaí ğawn *clutch (car)*
cái díp ğaí zíp *skirt*
cái dù ğaí zoò *umbrella*
cái đèn pin ğaí dàn pin *flashlight (torch)*
cái đèn xe ğaí dàn sa *headlights*
cái đĩa ğaí deẽ·uh *disk (CD-ROM) • plate*
cái đĩa mềm ğaí deẽ·uh mèm *floppy disk*
cái đó ğaí đó *it • that* a
cái gang tay ğaí gaang day *glove*
cái gạt tàn thuốc ğaí gạat daàn too·úhk
  ashtray
cái gì ğaí zeè *something • what*
cái giường ğaí zuhr·èrng *bed*
cái hẹn gặp ğaí hạn gụhp *appointment • date* n
cái hồ ğaí hàw *lake*
cái hộp ğaí hạwp *box* n

cái kéo ğaí ğay·oó *scissors*
cái khăn ăn ğaí kuhn uhn *serviette*
cái khóa móc ğaí kwaá móp *padlock*
cái khui rượu ğaí koó·ee zee·oọ *corkscrew*
cái kính ğaí ğíng *glasses (spectacles)*
cái lá ğaí laá *leaf*
cái lò ğaí lò *oven • stove*
cái lò ve sóng ğaí lò ve vee sóm *microwave (oven)*
cái lược ğaí luhr·erk *comb* n
cái lương ğaí luhr·erng *classical theatre*
cái màn ğaí maàn *mosquito net*
cái mền ğaí mèn *blanket*
cái miệng ğaí mee·uhng *mouth*
cái mộ ğaí maw *tomb*
cái mở chai ğaí mèr jai *bottle opener*
cái mở đồ hộp ğaí mér đàw hawp *can opener*
cái mu ğaí moo *hat*
cái muỗng ğaí moõ·uhng *spoon*
cái nào ğaí nòw *which*
cái này ğaí này *this* a
cái nĩa ğaí neẽ·uh *fork*
cái nón ğaí nón *conical hat*
cái nồi ğaí nòy *saucepan*
cái nồi cơm ğaí nòy ğerm *rice cooker*
cái nút bấm ğaí nút búhm *button*
cái níp ğaí nýíp *tweezers*
cái phích cắm điện ğaí fík ğúhm đee·uhn *plug (electricity)* n
cái quạt ğaí ğwạt *fan (hand-held)*
cái quần ğaí ğwùhn *pants (trousers)*
cái rổ ğaí zảw *basket*
cái súng ğaí súm *gun*
cái tai ğaí dai *ear*
cái tách ğaí daák *cup*
cái tã ğaí daã *diaper (nappy)*
cái tăm ğaí duhm *toothpick*
cái thắng xe ğaí túhng sa *brakes (car)*
cái thớt ğaí tért *chopping board*
cái trống ğaí cháwm *drum (music)*
cái va li ğaí vaa lee *suitcase*
cái vòi nước ğaí vòy nuhr·érk *tap*
cái võng ğaí vỏm *hammock*
cái xúc xích ğaí súp sík *sausage*
cái yên ğaí ee·uhn *saddle* n
cá ngừ ğaá ngùhr *tuna*

cánh ğaáng *wings*
cánh đồng ğaáng đàwm *field*
cánh hữu ğaáng hũhr·oo *left-wing*
cánh phải ğaáng faỉ *right-wing*
cánh tay ğaáng day *arm*
cáp treo ğaáp chay·oo *cable car*
cát ğaát *sand*
càfê ğaà·fe *coffee*
cà ri ğaà ree *curry*
cả hai ğaả hai *both*
cảm ğaảm *cold (illness)*
cảm động ğaảm đạwm *emotional*
cảm giác ğaảm zaák *feelings*
cảm ơn ğaảm ern *thank*
cảnh ğaảng *view* n
cảnh cáo ğaảng ğów *warn*
cảnh sát ğaảng saát *police • police officer*
cãi nhau ğaĩ nyoh *argue*
cạnh ğaạng *side*
cạo râu ğọw zoh *shave* v
căm ğuhm *spoke* n
căn nhà ğuhn nyaà *house*
căn phố ğuhn fáw *apartment • flat* n
cắm trại ğúhm chại *camp* v
cắn ğúhn *bite (dog)* n
cắt ğúht *cut* v
cân ğuhn *weigh*
câu ğoh *sentence (speech)*
câu chuyện ğoh jwee·uhn *story*
câu hỏi ğoh hỏy *question* n
câu trả lời ğoh chaả ler·eè *answer* n
cây ğay *tree*
cây bông gòn gay bawm gòn *cotton buds*
cây búa gay boo·úh *hammer*
cây cỏ ğay ğỏ *vegetation*
cây leo gay lay·oo *vine*
cây số gay sáw *kilometre*
cây thánh giá gay taáng zaá *cross* n
cây thông gay tawm *pine* n
cây tre ğay cha *bamboo*
cấm hút thuốc lá ğúhm hút too·úhk laá *nonsmoking*
cấp cứu ğúhp ğuhr·oó *emergency*
cấp nhì ğúhp nyeè *second class*
cấp thường ğúhp tuhr·èrng *economy class*
cần ğùhn *need* v

cần sa ğùhn saa *marijuana • pot (dope)*

cần thiết ğùhn tee·úht *necessary*

cầu ğòh *bridge*

cầu long ğòh lom *badminton*

cầu thang ğòh taang *stairway*

cầu thang máy ğòh taang máy *escalator*

cha chồng jaa jàwm
    father-in-law (husband's father)

chai jai *bottle*

cha mẹ jaa mạ *parents*

cha vợ jaa vẹr *father-in-law (wife's father)*

chán jaán *bored*

cháu trai jóh chai *grandchild*

chào jòw *goodbye*

cháo jów *pan*

chảy nước mui jày nhr·érk moo·ee
    runny nose

chạm juhm *touch* v

chạy jạy *run* v

chạy bộ jạy bạw *running*

chạy bộ chơi jạy bạw jer·ee *jogging*

chăn giường juhn zuhr·èrng *bedding*

chặt juht *tight*

châm cứu juhm ğuhr·oó *acupuncture*

chân juhn *leg*

Châu Á joh aá *Asia*

Châu Âu joh oh *Europe*

Châu Phi joh fee *Africa*

chấn thương não júhn tuhr·erng nõw
    concussion

chất khử mùi júht kủhr moo·eè
    deodorant

chất lượng júht luhr·ẹrng *quality*

chậm juhm *slow • slowly*

chén ján *bowl*

chế độ ăn uống jé đạw uhn oo·úhng *diet*

chế độ chính trị có nhiều đảng
    jé đạw jíng chẹe ğó nyee·où đaảng
    political pluralism

chế độ dân chủ jé đạw zuhn joỏ
    democracy

chết jét *dead* a • *die* v

chia bài jee·uh baì *deal (cards)*

chia phòng nội trú jee·uh fòm nọy choó
    share (a dorm etc)

chia sẻ jee·uh sả *share (with)*

chiên jee·uhn *fried • fry*

chiếc giấy xăng đan
    jee·úhk záy suhng đan *sandal*

chiếc pha jee·úhk faa *ferry* n

chiến tranh jee·úhn chaang *war*

chiếu jee·oó *mat*

chiều jee·oò *afternoon*

chim jim *bird*

chi tiết jee dee·úht *details*

chích jík *bite (insect)* n • *inject* v

chính jíng *main*

chính phủ jíng fủ *government*

chính sách jíng saák *policy*

chính trị jíng chẹe *politics*

chìa khóa jee·ùh kwaá *key*

chỉ jeẻ *point* v • *thread (sewing)* n

chị jẹe *older sister*

cho jo *give*

cho ăn jo uhn *feed*

cho đến jo đén *until*

cho phép jo fáp *allow*

chó hướng dẫn jó huhr·érng zũhn
    guide dog

chóng mặt chóm mụht *dizzy*

chọn jọn *choose*

chống hạt nhân jáwm hạat nyuhn
    antinuclear

chồng jàwm *husband*

chồng đính hôn jàwm đing hawn *fiancé*

chỗ jãw *place* n

chỗ ngồi jãw ngòy *seat (place)*

chỗ ở jãw ẻr *accommodation*

chỗ râm mát jãw zuhm maát *shade* n

chỗ rộng jãw zọm *space (room)*

chơi jer·ee *play (a game)* v

chợ jẹr *market*

chợ đen jẹr đan *black market*

chợ trời jẹr chèr·ee
    fleamarket • street market

chuẩn bị joỏ·uhn bẹ *prepare*

chuỗi hạt đeo cổ joõ·ee hạat đay·oo ğảw
    necklace

chuyên viên jwee·uhn vee·uhn
    specialist n

chuyến bay jwee·úhn bay *flight*

chuyến đi jwee·úhn đee *journey • trip*

chuyến đi vất vả jwee·úhn đee vúht vaả
    trek n&v

chuyến đi xe jwee·úhn đee sa *ride* n

chuyển chở jweé·uhn jér *transport (vehicle)*

chuyến jweé·uhn *connection (bus)*

chúc mừng júp mùhrng *congratulations*

chúng ta júm daa *we (including speaker)*

chúng tôi júm doy *we (excluding speaker)*

chùa joo·ùh *pagoda*

chủ nghĩa cộng sản
  joỏ ngyeẽ·uh ğawm saán *communism*

chủ nghĩa tư bản
  joỏ ngyeẽ·uh duhr baán *capitalism*

chủ tịch joỏ dịk *president*

chủng tộc júm dạwp *race (breed)*

chụp điện vú jup dee·ụhn voó *mammogram*

chụp hình jup hìng *take a photo*

chưa juhr·uh *(not) yet*

chương trình chuhr·erng chìng *program* n

chứng chl júhrng jeẻ
  certificate • qualifications

chứng đau nửa đầu
  júhrng đoh núhr·uh đòh *migraine*

chứng ho júhrng ho *cough* v

chứng minh júhrng ming *validate*

chữ ký jũhr ğeé *signature*

con bài ğon baì *playing cards*

con bò ğon bò *cow*

con búp bê ğon búp be *doll*

con bướm ğon buhr·érm *butterfly*

con cá trích ğon ğaá chík *herring*

con chí ğon jeé *lice*

con chó ğon jó *dog*

con chuột ğon joo·ụht *mouse • rat*

con cò ğon ğò *stork*

con cừu ğon ğuhr·oò *sheep*

con dao ğon zow *knife*

con dao bỏ túi ğon zow bỏ doo·eé
  pocketknife

con đường ğon đuhr·èrng *route*

con gà tây ğon ğaà day *turkey*

con gái ğon ğaí *daughter • girl*

con gián ğon zaán *cockroach*

con heo ğon hay·oo *pig*

con hổ ğon hảw *tiger*

con khl ğon keẻ *monkey*

con kiến ğon ğee·úhn *ant*

con mắt ğon múht *eye*

con mèo ğon may·oò *cat*

con muỗi ğon moõ·ee *mosquito*

con ngựa ğon nguhr·ụh *horse*

con nhện ğon nyẹn *spider*

con ong ğon om *bee*

con ốc sên ğon áwp sen *snail*

con rắn ğon zúhn *snake*

con rắn mang bành
  ğon zúhn maang baàng *cobra*

con rệp ğon zẹp *bug*

con ruồi ğon zoo·eè *fly (insect)* n

con sấu ğon sóh *crocodile*

con sông ğon sawm *river*

con thằng lằng ğon tùhng lùhng *lizard*

con thỏ ğon tỏ *rabbit*

con trai ğon chai *boy • son*

con trăn ğon chuhn *python*

con trâu ğon choh *buffalo*

con vịt ğon vịt *duck*

con voi ğon voy *elephant*

có ğó *have*

có giá trị ğó zaá chẹ *valuable*

có ích ğó ík *useful*

có khi ğó kee *sometimes*

có lẽ ğó lã *maybe*

có lò sỏi ğó lò sỏy *heated*

có phòng ğó fòm *vacancy*

có tình cảm ğó dìng ğaảm *sensual*

có tội ğó dọy *guilty*

có thai ğó tai *pregnant*

có thể ğó tẻ *be able • can*

có thể có ğó tẻ ğó *possible*

có thể tái chế ğó tẻ daí jé *recyclable*

có thiếu sót ğó tee·oó sót *faulty*

có xương mù ğó suhr·erng moò *foggy*

cỏ ğỏ *grass • herb*

cọc lều ğọp lay·oò *tent peg*

cô kê ğo ğe *cocaine*

công đoàn ğawm đwaàn *trade union*

công lý ğawm leé *justice*

công nghiệp ğawm ngyee·ụhp *industry*

công nhân ğawm nyuhn
  employee • labourer

công nhân xí nghiệp ğawm nyuhn seé
  ngyee·ụhp *factory worker*

công trình điêu khắc
  ğawm chìng đee·oo kúhk *sculpture*

công trường ğawm chuhr·èrng
  roadworks
công ty ğawm dee *company (business)*
công việc ğawm vee·uhk *work* n
công việc tính giờ ğawm vee·uhk díng zèr
  casual work
công viên ğawm vee·uhn *park* n
công viên công cộng ğawm vee·uhn
  ğawm ğawm *public gardens*
công viên quốc gia ğawm vee·uhn
  ğwáwk zaa *national park*
công xưởng ğawm sưhr·èrng *workshop*
cốc [] ğáwp *glass (drinking)*
cố gắng ğó gúhng *try (attempt)* v
cổ ğảw *ancient • historical*
cổ chân ğảw juhn *ankle*
cổng ğảwm *gate (airport, etc)*
cổ tay ğảw day *wrist*
cộng sản ğawm saán *communist* n
cơ hội bình đẳng ğer họy bìng đủhng
  equal opportunity
cơm ğerm *rice (cooked)*
cơn bão ğern bõw *typhoon*
cơn mưa to có sấm sét ğern muhr·uh do
  ğó súhm sát *thunderstorm*
cơn sốt ğern sáwt *fever*
cờ tướng ğèr duhr·érng *chess*
cỡi ğẽr·ee *ride (horse)* v
cung điện ğum đee·uhn *palace*
cuộc biểu diễn ğoo·uhk beé·oo zeẽ·uhn
  performance
cuốc chim ğoo·úhk jim *pickaxe*
cuộc đi chơi ban đêm
  ğoo·uhk đee jer·ee baan đem *night out*
cuộc đi du lịch ğoo·uhk đee zoo lịk
  tour n
cuộc đua ğoo·uhk đoo·uh *race (sport)*
cuộc giải phẫu ğoo·uhk zaỉ fõh
  operation (medical)
cuộc hành trình ğoo·uhk haàng chìng
  journey
cuộc họp ğoo·uhk họp *small conference*
cuộc phỏng vấn ğoo·uhk fỏm vúhn
  interview
cuộc sống ğoo·uhk sáwm *life*
cuộc thi ğoo·uhk tee *game (sport)*
cuộc thi đá gà ğoo·uhk tee đaá gà
  cockfighting

cuộc thi đấu ğoo·uhk tee đóh
  sports match
cuộc triển lãm ğoo·uhk cheẻ·uhn laãm
  exhibition • show n
cuộc tuyển cử ğoo·uhk dweẻ·uhn ğủhr
  election
cuối cùng ğoo·eé gùm *last (final)*
cuối tuần ğoo·eé đwùhn *weekend*
cuốn giới thiệu đồ
  ğoo·úhn zer·eé tee·oọ đàw *brochure*
cuống họng ğoo·úhng họm *throat*
cuốn sách chỉ dẫn câu nói ğoo·úhn saák
  jee zũhn ğoh nóy *phrasebook*
cuộn phim ğoo·uhn feem
  film (for camera)
cùng nhau ğùm nyoh *together*
của bà ấy ğoó·uh baà áy *her (possessive)*
của bạn ğoó·uh bạn *your*
của chúng tôi ğoó·uh júm doy *our*
của họ ğoó·uh họ *their*
của ông ấy ğoó·uh awm áy *his*
của tôi ğoó·uh doy *my*
của Việt Nam ğoó·uh vee·uht naam
  Vietnamese a
củi đốt lò ğoó·ee đáwt lò *firewood*
cũng ğũm *also*
cũng như thế ğũm nyuhr té *too (also)*
cưới ğuhr·eé *marry*
cười ğuhr·èi *laugh* v
cưỡi ngựa ğũhr·ee nguhr·uh *horse riding*
cứng ğúhrng *hard (not soft)*
cửa ğủhr·uh *door*
cửa hàng ğủhr·uh haàng *shop* n
cửa hàng bách hóa ğủhr·uh haàng baák
  hwaá *department store*
cửa hàng văn phòng phẩm ğủhr·uh
  haàng vuhn fòm fủhm *stationer*
cửa lên máy bay ğủhr·uh len máy bay
  departure gate
cửa sổ ğủhr·uh sảw *window*
cửa vào ğủhr·uh vòw *entry*
cựu lính ğuhr·oọ líng *war veteran*

D

da zaa *skin*
da đầu zaa đòh *scalp*
danh thiếp zaang tee·úhp *business cards*

dao cạo zow ğọw *razor*

dao nhíp zow nyíp *penknife*

dài zài *long*

dày zày *thick*

dãy núi zãy noo·eé *mountain range*

dân chúng zuhn júm *people*

dây zay *string* n

dây điện nối zay đee·uhn naw·eé *jumper leads*

dây giày zay zày *shoe lace*

dây kéo zay ğay·oó *zip · zipper*

dây kéo quạt zay ğay·oó ğwạt *fanbelt*

dây kim loại zay ğim lwại *wire*

dây nịt an toàn vào chỗ ngồi zay nịt aan dwaàn vòw jãw ngòy *seatbelt*

dầu zòh *oil (petrol)*

dầu gội đầu zòh gọy đòh *shampoo*

dầu nấu ăn zòh nów uhn *oil (cooking)*

dầu xe zòh sa *lubricant*

dễ zễ *easy*

dễ vỡ zễ vễr *fragile*

diêm quẹt zee·uhm ğwạt *matches (for lighting)*

diếu xì ga zee·oó seè gaa *cigar*

di tích cổ zee đík ğǎw *relic*

di tích lịch sử zee đík lịk súhr *monument*

dì zeè *aunt*

dịch vụ buôn bán đất zịk voọ boo·uhn baán đúht *real estate agent*

dịch vụ đổi tiền zịk voọ đỏy đee·ùhn *currency exchange*

dịch vụ internet zịk voọ in·ter·net *Internet café*

dịch vụ mua bán zịk voọ moo·uh baán *estate agency*

dịch vụ thuê xem zịk voọ twe sam *car hire*

dị ứng zeẹ úhrng *allergy*

dị ứng da zeẹ úhrng zaa *skin rash*

dòng zòm *current (electricity)*

dòng suối zòm soo·eé *stream*

dốc záwp *steep · uphill*

dơ der *dirty*

du lịch saák zoo lịk *travel* a

du lịch hợp với môi trường zoo lịk hẹrp ver·eé moy chuhr·èrng *ecotourism*

duy nhất zwee nyúht *only*

dũng cảm zũm ğaảm *brave*

dụng cụ zụm ğoọ *equipment*

dụng cụ mở đồ hộp zụm ğoọ mểr đàw hạwp *can opener*

dương vật zuhr·erng vụht *penis*

đường xe đạp đuhr·èrng sa đaạp *bike path*

dưỡng khí zữhr·erng keé *oxygen*

dược sĩ zuhr·ẹrk seẽ *pharmacist*

dừng lại zùhrng lại *stop (cease)* v

Đ

đau đoh *hurt* v · *pain · sore*

đau bụng lúc hành kinh đoh bụm lúp haàng ğing *period pain*

đau ốm đoh áwm *ill · sick*

đau răng đoh zuhng *toothache*

đá đaá *kick* v · *rock · stone*

đáng giá đaáng zaá *worth* n

đánh bài đaáng bài *play cards* v

đánh cá đaáng ğaá *bet* n · *fishing*

đánh máy đaáng máy *type* n

đánh nhau đaáng nyoh *fight* v

đánh thức dậy đaáng túhrk zạy *wake (someone) up*

đáy đáy *bottom (position)*

đàn ông đaàn awm *man*

đảng đaảng *party (politics)*

đại dương đại zuhr·erng *ocean*

đại hội đại họy *festival · rally* n

đại lộ đại lạw *avenue*

đại sứ đại súhr *ambassador · embassy*

đạo giáo của Lão Tử đọw zów ğoỏ·uh lõw đủhr *Taoism*

đạo Tin Lành đọw din laàng *Protestantism*

đạp xe đaạp sa *cycle* v

đăng bộ xe đuhng bạw sa *car registration*

đắng đúhng *bitter*

đắt tiền đúht dee·ùhn *expensive*

đằng sau đùhng soh *behind*

đặc biệt đụhk bee·ụht *special* a

đặt đụht *put*

đặt hàng đụht haàng *order* v

đặt món ăn đụht món uhn *order* n

đây day *here*

đất liền đúht lee·ùhn *land* n

đất trồng trọt đúht chàwm chọt *earth (soil)*

đầu đòh *head*
đầu gối đòh góy *knee*
đầu tiên đòh dee·uhn *first*
đầy dày *full*
đẩy dảy *push* v
đậm dụhm *dark (of colour)*
đậu phụ dọh fọo *tofu*
đậu xe dọh sa *park (a car)* v
đèn cầy dàn gày *candle*
đèn giao thông dàn zow tawm *traffic light*
đèn pin dàn pin *torch (flashlight)*
đẹp dạp *beautiful*
đẹp trai dạp chai *handsome*
Đêm Giáng Sinh dem zaáng sing
    Christmas Eve
đêm giao thừa dem zow tuhr·ùh
    New Year's Eve
đếm dém *count* v
đến dén *arrive • come • to*
đền dèn *temple*
để giải trí dẻ zai chéé *have fun*
đi dee *go*
đi bộ dee bạw *walk* v
đi bộ đường dài
    dee bạw đuhr·èrng zài *hike* v
đi chậm lại dee jụhm lại *slow down*
đi chơi (với) dee jer·ee (ver·eé)
    go out (with)
đi chợ dee jẹr *go shopping*
đi du lịch dee zoo lịk *travel* v
điên dee·uhn *crazy*
điếc dee·úhk *deaf*
điều hòa dee·oò hwaà *air conditioning*
điều lệ dee·oò lẹ *rule* n
điều ngạc nhiên dee·oò ngạạk nyee·uhn
    surprise n
điều tưởng tượng
    dee·oò dủhr·erng đuhr·ẹrng *fiction*
điện lực dee·uhn lụhrk *electricity*
điện thoại dee·uhn twại *telephone* n
điện thoại công cộng dee·uhn twại
    ğawm ğạwm *public telephone*
điện thoại di động dee·uhn twại zee
    dạwm *cell/mobile phone*
điện thờ dee·uhn tèr *shrine*
đi giày pa tinh dee zày pa ding
    rollerblading

đi nhờ xe người khác
    dee nyèr sa ngựhr·eè kaák *hitchhike*
đi qua dee ğwaa *pass* v
đi theo dee tay·oo *follow*
đi vào dee vòw *enter*
đính hôn díng hawn *engaged (to marry)*
đỉnh cao đỉng ğow *mountain peak*
địa chỉ dẹ·uh jeé *address* n
địa phương dẹ·uh fuhr·erng
    local a • *regional*
định giá ding zaá *value (price)* n
đoán dwaán *guess* v
đoàn xiếc dwaàn see·úhk *circus*
đó dó *there*
đói dóy *hungry*
đóng dáwm *close* v • *closed* • *shut*
đóng băng dóm buhng *freeze*
đóng gói dóm góy *package*
đọc dọp *read*
đôi doy *double*
đôi đũa doy doo·uh *chopsticks*
đôi giày doy zày *shoes*
đôi vớ dọy vér *socks*
đông dawm *crowded*
đối diện dóy zee·uhn *opposite*
đối lập với dóy lụhp ver·eé *against*
đồ ăn biển dàw uhn beé·uhn *seafood*
đồ ăn nhẹ dàw uhn nyạ *snack* n
đồ ăn trẻ con dàw uhn chả ğọn
    baby food
đồ cây tre dàw ğay cha *caneware*
đồ cổ dàw ğảw *antique* n
đồ cũ dàw ğoõ *secondhand*
đồ da dàw zaa *leather* n
đồ gỗ khắc dàw ğaw kúhk *woodcarving*
đồ gốm dàw ğáwm *ceramics*
đồ gốm thủ công dàw ğáwm toỏ ğawm
    pottery
đồi dòy *hill*
đồi bại dòy bại *corrupt*
đồ lặn nước dàw lụhn nuhr·érk
    diving equipment
đồng dàwm *dong (currency)*
đồng bằng dàwm bùhng *river delta*
đồng dạng dàwm zạạng *similar*
đồng đá dàwm daá *frozen*
đồng hồ dàwm hàw *clock*

đồng hồ báo thức đàwm hàw bów túhrk
alarm clock
đồng hồ đeo tay đàwm hàw đay·oo day
watch n
đồng hồ tốc độ đàwm hàw dóp đạw
speedometer
đồng tình luyến ái
đàwm dìng lwee·úhn aí *homosexual* n
đồng ý đàwm eé *agree*
đồ sơn mai đàw sern mai *lacquerware*
đồ thêu đàw tay·oo *embroidery*
đồ trang sức đàw xhaang súhrk *jewellery*
đổi tiền đỏy dee·ùhn *(ex)change money* v
đổi tiền séc đỏy dee·ùhn sák
cash (a cheque) v
độ đạw *degrees (temperature)*
độc đạwp *poisonous*
độ cao đạw ğow *altitude*
độc thân đạwp tuhn *single (person)*
đội đọy *team*
động đất đạwm đúht *earthquake*
động kinh đạwm ğing *epilepsy*
động vật đạwm vụht *animal*
độ nóng đạw nóm *temperature (fever)*
đơn giản đern zaản *simple*
đơn thuốc đern too·úhk *prescription*
đơn xin đern sin *petition*
đợi đer·eẹ *wait* v
đuôi đoo·ee *tail*
đường đuhr·èrng *road*
đúng đúm *exactly • right (correct)*
đúng giờ đúm zèr *on time*
đủ đoỏ *enough*
đưa đuhr·uh *deliver*
đường đuhr·èrng *sugar*
đường Ⓢ đuhr·èrng *street*
đường chính đuhr·èrng jíng *main road*
đường dài đuhr·èrng zaì
long distance
đường đi đuhr·èrng dee *track • trail • way*
đường máy bay đuhr·èrng máy bay
aisle (on plane)
đường mòn đuhr·èrng mòn
footpath • path
đường mòn trên núi đuhr·èrng mòn
chen noo·eé *mountain path*
đường xe lửa đuhr·èrng sa lủhr·uh
railroad

được đuhr·ẹrk *can (have permission)*
được không điều hòa nhiệt độ đuhr·ẹrk
kawm đee·oò hwaà nyee·ụht đạw
air-conditioned
được phép đuhr·ẹrk fáp *allowed*
đứa trẻ đuhr·úh chả *child*

E

em am *younger sister*
email ee·mayl *email*
em bé am bá *baby*
em trai am chai *younger brother*

G

gam gaam *gram*
gang tay gaang day *gloves*
ga xe lửa gaa sa lủhr·uh *train station*
gái điếm ğaí đee·úhm *prostitute* n
gà gaà *chicken*
gặp guhp *meet*
gây đau đớn gay đoh đérn *painful*
gấp hai gúhp hai *twice*
gần gùhn *about • close a • near*
gần bên gùhn ben *nearby*
gần nhất gùhn nyúht *nearest*
gầy ốm gày áwm *thin*
gẫy gãy *break* v
ghen tị gen tẹ *jealous*
ghế gé *chair* n
ghế ngồi ăn em bé gé ngòy uhn am bá
highchair
ghế ngồi trẻ con gé ngòy chả ğon
child seat
ghi gee *record* v
ghi âm gee uhm *recording*
ghi điểm thắng gee đeé·uhm túhng
score v
ghi ta gee daa *guitar*
ghi từng khoản gee dùhrng kwaản
itemised
gía zaá *cost* n • *price* n
gia đình zaa đìng *family*
giám đốc zaám đáwp
director (company) • manager
giáo sư zów suhr *lecturer*
giáo viên zów vee·uhn *teacher*

giá vé zaá vá *admission (price)* • *fare*

giá vé vào cửa zaá vá vòw ğűhr·uh *cover charge*

già zaà *old*

giàu có zòw ğó *rich* • *wealthy*

giày zày *shoe*

giày đi bộ đường dài zày đee bạw đuhr·rèrng zai *hiking boots*

giày ống zày áwm *boots*

giảm giá zaám zaá *discount* n

giảm bông zuhm bawm *ham*

giặt zụht *wash (something)*

giây zay *second (time unit)* n

giây phơi quần áo zay fer·ee ğwùhn ów *clothesline*

giấm zúhm *vinegar*

giấy záy *paper*

giấy chứng minh záy chúhrng ming *identification card (ID)*

giấy đăng bộ xe záy đuhng bạw sa *car owner's title*

giấy khai sinh záy kai sing *birth certificate*

giấy lên máy bay záy len máy bay *boarding pass*

giấy mỏng záy móm *tissues*

giấy phép záy fáp *permit* n

giấy phép đi làm záy fáp đee laàm *work permit*

giấy phep lái xe záy fap laí sa *licence*

giấy vấn thuốc záy vúhn too·úhk *cigarette papers*

giấy vệ sinh záy vẹ sing *toilet paper*

giấy xuất cảnh záy swúht ğaảng *visa*

giết zét *kill*

giết người zét nguhr·eè *murder* v

gió zó *wind*

gió mùa zó moo·ùh *monsoon*

giọng nói zọm nóy *voice*

giống nhau závm nyoh *same*

giồng zàwm *grow (plant)*

giới tính zer·eé díng *sex*

giờ zèr *hour*

giờ ăn trưa zèr uhn chuhr·uh *lunchtime*

giờ giải lao zèr zaỉ low *intermission*

giờ khác nhau zèr ğaák nyoh *time difference*

giờ mở zèr mẻr *opening hours*

giờ ngắn zèr ngúhn *part-time*

giun zun *worms*

giúp zúp *help* v

giúp đỡ zúp đẽr *help* n

giường đôi zuhr·èrng đoy *double bed* • *twin beds*

giường ngủ trên tàu zuhr·èrng ngoó chen dòh *sleeping berth*

giữ trẻ zũhr chả *child-minding service*

giữ trước zuhr chuhr·érk *book (make a booking)* v

góc góp *corner*

gói góy *packet (general)*

gọi điện thoại gọy đee·ụhn twại *telephone* v

gôn gawn *goal (score)*

gối góy *pillow*

gỗ gãw *wood*

gởi gér·ee *send*

gương soi guhr·erng soy *mirror*

H

hai hai *two*

hai tuần hai dwùhn *fortnight*

hang động haang đạwm *cave* n

hay hay *great (fantastic)*

hát haát *sing*

hài kịch haì ğịk *comedy*

hàm haàm *jaw*

hàng haàng *queue* n

hàng bán thịt haàng baán tịt *butcher's shop*

hàng đồ sắt haàng đàw súht *hardware store*

hàng không đánh thuế haàng kawm đaáng twé *duty-free*

hàng năm haàng nuhm *annual*

hàng rào haàng zòw *fence*

hàng rượu haàng zee·oọ *liquor store*

hành haàng *onion*

hành chánh haàng jaáng *administration* • *paperwork*

hành khách haàng kaák *passenger*

hành lý haàng leé *luggage*

hành lý bị bỏ lại haàng leé bẹ bỏ lại *left luggage*

hành tinh haàng ding *planet*

hành trình haàng chìng *itinerary*

hải cảng haj ğaảng *harbour • port (sea)*
hải ngoại haj ngwaj *overseas*
hải quan haj ğwaan
   customs (immigration)
hãm hiếp haảm hee·úhp *rape* v
hãng haãng *factory*
hãng máy bay haãng máy bay *airline*
hạ giá haạ zaá *sale*
hạn chế hành lý haạn jé haàng leé
   baggage allowance
hạng nhất haạng nyúht *first class*
hạt haạt *nut (seed)*
hằng ngày nùhng ngày
   daily • every day
hấp dẫn húhp zũhn *charming*
hẹn ngày đi chơi haạn ngày đee jer·ee
   date (go out with) v
hết chỗ hét jãw *booked out*
hết phòng hét fòm *no vacancy*
hệ thống hành chánh
   hẹ táwm haàng jaáng *bureaucracy*
hiếm có hee·úhm ğỏ *rare (uncommon)*
hiểu heé·oo *understand*
hiện tại hee·ụhn dạj *present (time)* n
hiệu thuốc hee·ọo too·úhk *pharmacy*
hít hít *breathe*
hình dạng hìng zạạng *shape* n
hoa lan hwaa laan *orchid*
hoàng đạo hwaàng đọạ *zodiac*
hoàng hôn hwaàng hawn *sunset*
hoàn hảo hwaàn hỏw *perfect* a
hoãn lại hwaãn lạj *stay (in one place)*
hoặc hwụhk *or*
hóa hwaá *locked*
hóa đơn hwaá đern
   bill (restaurant) • check (restaurant) n
hòn đảo hòn đỏw *island*
hỏi hỏy *ask (a question)*
họ họ *they*
họa sĩ hwaạ seẽ *artist • painter*
học họp *learn*
hôm nay hawm nay *today*
hôm qua hawm ğwaa *yesterday*
hôn hawn *kiss* v
hối lộ hóy lạw *corruption*
hồ bơi hàw ber·ee *swimming pool*
Hồi Giáo hòy zów *Muslim* n
hộ chiếu hạw jee·óó *passport*

hội chứng chệch múi giờ
   họy júhrng jẹk moo·eé zèr *jet lag*
hội họa họy hwaạ *painting (technique)*
hội nghị họy ngyẹẹ *big conference*
hội viên họy vee·uhn *member*
hộp cứu thương hạwp ğuhr·oó tuhr·erng
   first-aid kit
hộp đêm hạwp đem *nightclub*
hộp thiếc hạwp tee·úhk *tin • can*
hộp thư hạwp tuhr *mailbox*
hột tiêu hạwt dee·oo *pepper (spice)*
hơi ga her·ee gaa *gas (for cooking)*
hơi nóng her·ee nóm *heat* n
hơi nước her·ee nuhr·érk *steam* n
hớt tóc hért dóp *haircut*
hợp đồng hẹrp đàwm *contract* n
hợp tác kinh doanh
   hẹrp daák ğing zwaang *business trip*
hợp thời trang hẹrp ter·eè chaang
   trendy (person)
huyết áp hwee·úht aáp *blood pressure*
hút thuốc lá hút too·úhk laá
   smoke (cigarettes) v
hủy bỏ hweé bỏ *cancel*
hư huhr *break down • off (spoilt)*
hướng huhr·érng *direction*
hướng bắc huhr·érng búhk *north*
hướng đông huhr·érng đawm *east*
hứa hẹn huhr·úh hạn *promise* v
hy vọng hee vọm *wish* v

I

ích kỷ ík ğeẻ *selfish*
ít ít *few*
ít hơn ít hern *less*

K

kem ğam *cream • ice cream*
kem cạo râu ğam ğọw zoh
   shaving cream
kem chống nắng ğam jáwm núhng
   sunblock
kem đánh răng ğam đaáng zuhng
   toothpaste
keo dán ğay·oo zaán *glue*
kéo ğay·oó *pull* v

K

kết sắt ǧắt súht *safe* n
kẻ cấp ⓝ ǧé ǧúhp *thief*
kẻ khờ dại ǧả kèr zại *idiot*
kẻ nói dối ǧẻ nóy zóy *liar*
kẻ trộm ⓢ ǧẻ chạwm *thief*
kẹo ǧay·oọ *candy · sweets*
kẹo cao su ǧay·oọ ǧow soo
   chewing gum
kẹo ngọt ǧay·oọ ngọk *lollies*
kẹt ǧẹt *blocked*
kêu ǧay·oo *call* v
kêu ca ǧay·oo ǧaa *complain*
kết thúc ǧét túp *end* n
kết thực ǧét tụhrk *finish* v
kệ ǧẹ *shelf*
khác kaák *another · different · separate* a
khách du lịch kaák zoo lịk *tourist*
khách hàng kaák haàng *client*
khách sạn kaák sạan *hotel*
kháng sinh kaáng sing *antibiotics*
khát nước kaát nuhr·érk *thirsty*
khăn giải bàn kuhn zại baàn *tablecloth*
khăn giường kuhn zuhr·èrng
   linen (sheets etc)
khăn lau mặt kuhn loh mụht
   face cloth · wash cloth
khăn quàng ǧwaàng *scarf*
khăn tay kuhn day *handkerchief*
khăn tắm kuhn dúhm *towel*
khẩn cấp kúhn ǧúhp *urgent*
khẳng định kúhng dịng
   confirm (a booking)
khiêu dâm kee·oo zuhm *sexy*
khiêu vũ kee·oo voõ *dancing*
khi nào kee nòw *when*
khí quyển keé ǧwee·uhn *atmosphere*
khoa học gia kwaa học zaa *scientist*
khoa học xã hội kwaa học saã họy
   social sciences
khoa kiến trúc kwaa ǧee·úhn chúp
   architecture
khoẻ kwả *well (health)*
khó kó *difficult*
khóa kwaá *lock* v
khó chịu kó jee·oọ *uncomfortable*
khói kóy *exhaust (car)*
khô kaw *dried · dry* a
không kawm *neither · no · not*

không an toàn kawm aan dwaàn *unsafe*
không bao giờ kawm bow zèr *never*
không bình thường kawm bìng tuhr·èrng
   unusual
không có kawm ǧó *without*
không có cái nào kawm ǧó ǧại nòw *none*
không có chì kawm ǧó jeè *unleaded*
không có gì hết kawm ǧó zeè hét
   nothing
không khí lawm keé *air*
không thấm nước kawm túhm nuhr·érk
   waterproof
không thể làm được
   kawm tẻ laàm đuhr·ẹrk *impossible*
khối u kóy oo *tumour*
khởi hành kẻr·ee haàng *depart · leave*
khu vực dùng để cắm trại
   koo vụhrk zùm đẻ ǧúhm chại *camp site*
khuyên mãi kwee·uhn maĩ
   complimentary (free)
khủng khiếp kúm kee·úhp
   awful · horrible
khử trùng koỏ chùm *antiseptic* n
kiếm được ǧee·úhm đuhr·ẹrk *earn*
kiến trúc sư ǧee·úhn chúp suhr *architect*
kiểm tra ǧeé·uhm chaa *check* v
kiểu ǧeé·oo *style*
kim chích ǧim jík *needle (syringe)*
kim loại ǧim lwại *metal* n
kim may ǧim may *needle (sewing)*
kinh khủng ǧing kúm *terrible*
kinh nghiệm ǧing ngyee·ụhm *experience*
kinh nguyệt ǧing ngwee·ụht
   menstruation
kích thước ǧík tuhr·úhk *size (general)*
kí lô ǧee law *kilogram*
kính áp tròng ǧíng aáp chòm
   contact lenses
kính bơi ǧíng ber·ee *goggles (swimming)*
kính chắn gió ǧíng júhn zó *windscreen*
kính râm ǧíng zuhm *sunglasses*
kinh Thánh ǧing taáng *Bible*
kính thiên văn ǧíng tee·uhn vuhn
   telescope
kính trượt tuyết ǧíng chuhr·ẹrt dwee·úht
   goggles (skiing)
kịch ǧịk *drama*
ký ǧeé *kilo*

kỳ nghỉ ğee ngyeé *vacation*
ký niệm ğeé nee·ụhm *souvenir*
ký sư ğeé suhr *engineer*
kỹ thuật ğeé tẉụht *technique*
kỹ thuật xây dựng ğeé tẉụht say zụhrng *engineering*

L

la bàn laa baàn *compass*
la hét laa hát *shout*
lau dọn loh zọn *cleaning*
lá cờ laá ğèr *flag*
lá gan laá gaan *liver*
lái xe laí sa *drive* v
lá phổi laá fỏy *lung*
là laà *be*
làm laàm *do · make*
làm bằng laàm bùhng *made*
làm bằng tay laàm bùhng day *handmade*
làm đầy laàm đày *fill*
làm sạch laàm sạak *clean* v
làm việc laàm vee·ụhk *work* v
làng xã laàng saã *village*
làn sóng laàn sóm *wave* n
là laà *iron (for clothes)* n
lãng mạn laãng mạạn *romantic* a
lạ laa *strange*
lại lại *again*
lạnh laạng *cold* a
lặng câm lụhng ğuhm *mute*
lâu dài loh zai *permanent*
lâu đài loh đaì *castle*
lấy láy *get · take*
lấy trộm láy chạwm *rob*
lập gia đình rồi lụhp zaa đìng zòy *married*
lập lại lụhp lại *repeat*
len lan *wool*
leo lay·oo *climb* v
leo trèo lay·oo chay·oò *scale (climb)*
lên máy len máy *board (plane)*
lên tàu bay len dòh bay *board (ship)*
lều lay·oò *tent*
lễ ban thánh thể lẽ baan taáng tẻ *communion*
lễ cưới lẽ ğuhr·eé *wedding*
Lễ Chúa Giáng Sinh lẽ joo·úh zaáng sing *Christmas*

lễ kỷ niệm lẽ ğeẻ nee·ụhm *celebration*
lễ misa lẽ mee·saa *mass (Catholic)*
Lễ Phục Sinh lẽ fụp sing *Easter*
lễ rửa tội lẽ zủhr·uh dọy *baptism*
liên lạc giao thông lee·uhn laạk zow tawm *communications (profession)*
liên quan đến khảo cổ học lee·uhn ğwaan đén kỏw ğảw họp *archaeological*
lịch sử lịk sủhr *history*
loài thú vật sắp tuyệt chủng lwaì toó vụht súhp dwee·ụht júm *endangered species*
loại trừ lwại chùhr *excluded*
lo lắng lo lúhng *worried*
lon lon *can · tin* n
lò sưởi lò súhr·ee *radiator*
lò xo lò so *spring (coil)*
lỏng lỏm *loose*
lọc lọp *filtered*
lối ra lóy zaa *exit* n
lốp xe láwp sa *tire (tyre)*
lỗ châm lãw juhm *puncture*
lỗi lầm lõy lùhm *(someone's) fault*
lộ trình đi bộ đường dài lạw chìng đee baạy đuhr·èrng zaì *hiking route*
lớn lérn *big · large*
lớn hơn lérn hern *biggest*
lớn nhất lérn nyúht *bigger*
lớp học lérp họp *class (school)*
lời cầu nguyện ler·eè ğòh ngwee·ụhn *prayer*
lời kêu ca ler·eè ğay·oo ğaa *complaint*
lời khuyên ler·eè kwee·uhn *advice*
lời nhắn tin ler·eè nyúhn din *message*
lợi ích ler·eẹ ík *profit* n
luật lwụht *law (legislation)*
luật pháp lwụht faáp *law (professsion)*
luật sư lwụht suhr *lawyer*
luôn luôn loo·uhn loo·uhn *always*
lúa mạch loo·úh mạạk *oats*
lụa loo·ụh *silk*
lưng luhrng *back (body)*
lười luhr·eè *lazy*
lưỡi dao cạo lũhr·ee zow ğọw *razor blade*
lửa lủhr·uh *fire*
ly Ⓢ lee *glass (drinking)*

ly dị lee zee *divorced*
lý do leé zo *reason*
lý lịch leé lịk *résumé (CV)*

M

mang maang *carry*
mang theo maang tay·oo *bring*
ma túy maa dweé *drugs (illicit)*
may may *sew*
may mắn may múhn *lucky*
mát maát *cool*
máu móh *blood*
máy bay máy bay *aeroplane*
máy bơm máy berm *pump* n
máy chiếu máy jee·oó *projector*
máy chụp hình máy júp hìng *camera*
máy điện điều hòa tim máy đee·uhn
    dee·oò hwaà dim *pacemaker*
máy fax máy faak *fax machine*
máy giặt máy zụht *washing machine*
máy in máy in *printer (computer)*
máy móc máy móp *engine • machine*
máy mua vé máy moo·uh vá
    ticket machine
máy nướng bánh mì
    máy nuhr·érng baáng meè *toaster*
máy quay nhạc máy ğway nyaạk *stereo*
máy radiô máy ra·dee·aw *radio*
máy rút tiền tự động
    máy zút dee·ùhn dụhr đạwm
    automated teller machine (ATM)
máy sưởi máy sủhr·ee *heater*
máy thâu băng máy toh buhng
    video recorder
máy tính máy díng *calculator*
máy tính tiền máy díng dee·ùhn
    cash register
máy trợ tai máy chẹr dai *hearing aid*
máy vi tính sách tay
    máy vee díng saák day *laptop*
màu cam mòh ğaam *orange (colour)* a
màu đen mòh đan *black*
màu đỏ mòh đỏ *red*
màu hồng mòh hàwm *pink*
màu nâu mòh noh *brown*
màu sắc mòh súhk *colour* n
màu tím mòh dím *purple*

màu trắng mòh chúhng *white*
màu vàng mòh vaàng *yellow*
màu xanh lá cây mòh saang laá ğay
    green
màu xám mòh saám *grey*
mày vi tính mày vee díng *computer*
mãi mãi maĩ maĩ *forever*
mã số bưu chính maã sáw buhr·oo jíng
    postcode
mạng internet maạng in·ter·net *Internet*
mạng lưới maạng luhr·eé *net*
mạnh maạng *strong*
mắc cỡ múhk ğẻr *shy*
mắt múht *eyes*
mặc múhk *wear (clothes)*
mặt mụht *face* n
mặt trăng mụht chaang *moon*
mặt trời mụht cher·eè *sun*
mây may *cloud*
mây mù may moò *cloudy*
mất múht *lose (something)*
mập mụhp *fat* a
mật ong mụht om *honey*
mét mát *metre*
mẹ mạ *mother*
mẹ chồng mạ jàwm
    mother-in-law (husband's mother)
mẹ vợ mạ vẹr
    mother-in-law (wife's mother)
mê sảng mê saáng *delirious*
mệt mẹt *tired*
miếng mee·úhng *piece • slice* n
miếng thịt róc xương mỡ
    mee·úhng tịt zóp suhr·erng mẽr *fillet*
miền nam mee·ùhn naam *south*
miền quê mee·ùhn ğwe *country (rural)*
miền tây mee·ùhn day *west*
miễn phí meẽ·uhn feé *free (gratis)*
mi li mét mee lee mát *millimetre*
mì phở mee fẻr *noodles*
mỉm cười mím ğuhr·eè *smile* v
modem mo·dam *modem*
mon quà mon ğwaà *present (gift)* n
món ăn rau sống chọn
    món uhn zoh sáwm jọn *salad*
món ăn tráng miệng
    món uhn chaáng mee·ụhng *dessert*
mọi mọy *any • every*

mọi người mọy nguhr·eè *everyone*

mọi thứ mọy túhr *everything*

môi mọy *lips*

môi trường mọy chuhr·èrng *environment*

môn bóng ném mawn bóm nám *handball*

môn đánh banh bằng gậy mawn đaáng baang bùhng gạy *cricket*

môn đi xe đạp mawn đee sa đạạp *cycling*

mông mawm *bottom (body)*

môn khúc côn cầu mawn kúp ğawn ğòh *hockey*

môn lặn mawn lụhn *diving*

môn lướt ván bườm mawn luhr·ért vaán buhr·èrm *sailboarding*

môn nhào lộn mawn nyòw lẹrn *gymnastics*

môn thể thao chạy đua mawn tẻ tow jạy đoo·uh *track (sport)*

môn thể thao đi bộ đường dài mawn tẻ tow đee bạw đuhr·èrng zài *hiking*

môn thể thao leo núi mawn tẻ tow lay·oo noo·eé *mountaineering • rock climbing*

môn trượt nước mawn chuhr·ẹrt nuhr·érk *water-skiing*

môn trượt sóng biển mawn chuhr·ẹrt sóm beé·uhn *surfing*

môn trượt ván mawn chuhr·ẹrt vaán *skateboarding*

mỗi mõy *each*

mộ mạw *grave*

một chút mạwt jút *little (not much)*

một đôi mạwt đoy *pair (couple)*

một lần mạwt lùhn *once*

một mình mạwt mìng *alone*

một (ngày) mạwt (ngày) *per (day)*

một phần tư mạwt fùhn duhr *quarter*

một tá mávt daá *dozen*

một trăm mạwt chuhm *hundred*

một vài mạwt vài *several • some*

mơ mer *dream* n

mới mer·eé *new • recently*

mời mer·eè *invite*

mở mér *open* a&v

mua moo·uh *buy*

mua sắm moo·uh súhm *shop* v

muà mưa moo·ùh muhr·uh *rainy season*

muối moo·eé *salt*

muốn moo·úhn *want*

muỗng nhỏ moõ·uhng nyỏ *teaspoon*

múa ba lê moo·úh baa le *ballet*

mù moò *blind*

mùa moo·ùh *season*

mùa đông moo·ùh đawm *winter*

mùa hè moo·ùh hà *summer*

mùa khô moo·ùh kaw *dry season*

mùa màng moo·ùh maàng *crop* n

mùa thu moo·ùh too *autumn (fall)*

mùa xuân mo·ùh swuhn *spring (season)*

mùi moo·eè *smell* n

mũ an toàn moõ aan đwaàn *helmet*

mũi moõ·ee *nose*

mũ tử cung moõ dúhr ğum *diaphragm (medical)*

mưa muhr·uh *rain* n

mưa phùng muhr·uh fùm *drizzle*

mười hai giờ trưa muhr·eè hai zèr chuhr·uh *midday*

mượn muhr·ẹrn *borrow*

mức lương múhrk luhr·erng *rate of pay*

mứt múhrt *jam*

mứt cam múhrt ğaam *marmalade*

N

nai nai *deer*

nạn đụng xe nạạn đụm sa *crash (vehicle)* n

nạn lụt nạạn lụt *flood* n

nạn nhân sóng thần nạạn nyuhn sóm tùhn *tsunami*

nạn phân biệt chủng tộc nạạn fuhn bee·ụht jủm đạwp *racism*

nạn thành kiến giới tính nạạn taàng ğee·úhn zer·eé đíng *sexism*

năm nuhm *year*

năng lượng hạt nhân nuhng luhr·ẹrng hạạt nyuhn *nuclear energy*

nắng núhng *fine (weather)* a

nằm nùhm *lie (not stand)* v

nặng nụhng *heavy*

nấu ăn nóh uhn *cook* v

nếu nay·oó *if*

nền cộng hòa nèn ğạwm hwaà *republic*

nền kinh tế nèn ğing té *economy*
nệm nẹm *mattress*
ngay bây giờ ngay bay zèr *right now*
ngành khoa học ngaàng kwaa học
    science
ngày ngày *day*
Ngày Chúa Giáng Sinh
    ngày joo·úh zaáng sing *Christmas Day*
ngày Chủ Nhật ngày joỏ nnyụht *Sunday*
Ngày Đầu Năm (Tết)
    ngày đòh nuhm (dét) *New Year's Day*
ngày hôm kia ngày hawm ğee·uh
    day before yesterday
ngày lễ ngày lễ *holiday*
ngày Lễ Phật Đản ngày lễ fụht đaản
    Buddha's Birthday
ngày mai ngày mai *tomorrow*
ngày mốt ngày mấwt *day after tomorrow*
ngày sinh nhật ngày sing nyụht
    birthday • date of birth
ngày tháng ngày taáng *date (day)* n
ngăn cản nguhn ğaản *stop (prevent)* v
ngân hàng nguhn haàng *bank*
ngân sách nguhn saák *budget*
nghe nya *hear • listen*
nghèo ngyay·oò *poor*
nghề dạy học ngyè zạy học *teaching*
nghề thủ công ngyè toỏ ğawm
    crafts • handicraft
nghệ thuật ngyẹ twụht *art*
nghệ thuật chụp hình
    ngyẹ twụht jụp hìng *photography*
nghĩa địa ngyeẽ·uh đee·ụh *cemetery*
nghỉ ngyeẽ *quit*
nghỉ ngơi ngyeẻ nger·ee *rest* v
nghĩ ngyeẽ *think*
nghĩa vụ quân sự ngyeẽ·uh voọ ğwuhn
    sụhr *military service*
nghị trường ngyẹ chuhr·èrng *parliament*
ngoại thành ngwại taàng *suburb*
ngon ngon *tasty*
ngón chân ngón juhn *toe*
ngón tay ngón day *finger*
ngọt ngọk *sweet* a
ngôi sao ngoy sow *star*
ngôn ngữ ngawn ngũhr *language*
ngồi ngòy *sit*

ngũ cốc ngoo ğấwp *cereal*
ngu dại ngoo zại *stupid*
nguyên bản ngweê·uhn baản *original* a
nguyên chất ngwee·uhn júht *pure*
nguyên liệu ngwee·uhn lee·oọ *ingredient*
nguyên ngày ngwee·uhn ngày *full-time*
nguy hiểm ngwee heé·uhm *dangerous*
ngủ ngoỏ *sleep* v
người nguhr·eè *person*
người Anh nguhr·eè aang
    English (people) n
người ái mộ nguhr·eè aí mạw *fan (sport)*
người ăn chay nguhr·eè uhn jay
    vegetarian n
người ăn xin nguhr·eè uhn xin *beggar*
người bán cá nguhr·eè baán ğaá
    fishmonger
người bán ma túy
    nguhr·eè baán maa dweé *drug dealer*
người bán rau quả
    nguhr·eè baán zoh ğwaả *greengrocer*
người bán thịt nguhr·eè baán tịt *butcher*
người chủ nguhr·eè joỏ *employer*
người chụp hình nguhr·eè jụp hìng
    photographer
người Do Thái nguhr·eè zo taí *Jewish*
người đạo Cơ-đốc
    nguhr·eè dọw ğer·đấwp *Christian* n
người đi bộ nguhr·eè đee bạw
    pedestrian
người điều khiển
    nguhr·eè đee·oò keẻ·uhn *operator*
người đi xe đạp nguhr·eè đee sa đaạp
    cyclist
người đo mắt nguhr·eè đo múht
    optometrist
người giữ trẻ nguhr·eè zũhr chả
    babysitter
người hâm mộ thể thao nguhr·eè huhm
    mạw tẻ tow *sportsperson*
người hầu bàn nguhr·eè hòh baàn *waiter*
người hướng dẫn nguhr·eè huhr·érng
    zũhn *guide (person)* n
người lao động chân tay nguhr·eè low
    dạwm juhn day *manual worker*
người làm chủ nguhr·eè laàm joỏ *owner*
người làm vườn nguhr·eè laàm vuhr·èrn
    gardener

người lãnh đạo nguhr·eè laãng dọw
leader

người lạ mặt nguhr·eè laạ mụht *stranger* n

người lính nguhr·eè líng *soldier*

người lớn nguhr·eè lérn *adult* n

người nào đó nguhr·eè nòw dó *someone*

người nấu bếp nguhr·eè nóh bép *cook* n

người nối dõi nguhr·eè nóy zõy
descendent

người quản lý nguhr·eè ğwaán leé
manager (hotel/restaurant)

người soát vé nguhr·eè swaát vá
ticket collector

người tật tất cả tay chân nguhr·eè dụht
dúht ğaả day juhn *quadriplegic* n

người thắng cuộc
nguhr·eè túhng ğoo·ụhk *winner*

người thất nghiệp
nguhr·eè túht ngyee·ụhp *unemployed*

người theo chủ nghĩa xã hội nguhr·eè
tay·oo jơò ngyeẽ·uh saã họy *socialist* a

người thợ nguhr·eè tẹr *tradesperson*

người tin vào thuyết vô chính phủ
nguhr·eè din vòw twee·úht vaw jíng foỏ
anarchist n

người tị nạn nguhr·eè deẹ naạn *refugee*

người Việt nguhr·eè vee·ụht
Vietnamese (people) n

người yêu nguhr·eè ee·oo *lover*

người ủng hộ nguhr·eè ủm hạw
supporter (politics/sport)

ngực nguhrk *chest (body)*

nhang muỗi nyaang moõ·ee
mosquito coil

nhanh nyaang *fast • quick*

nha sĩ nyaa seẽ *dentist*

nhà nyaà *home*

nhà báo nyaà bów *journalist*

nhà bếp nyaà bép *kitchen*

nhà chính trị nyaà jíng chẹe *politician*

nhà để xe nyaà dẻ sa *garage*

nhà ga nyaà gaa *train station*

nhà hàng nyaà haàng *restaurant*

nhà hoạt động nyaà hwaạt dạwm
activist

nhà kinh doanh nyaà ğing zwaang
businessperson

nhà nghiên cứu dược thảo
nyaà ngyee·uhn ğuhr·oó zuhr·ẹrk tỏw
herbalist

nhà nghỉ nyaà ngyeẻ
boarding house • guesthouse

nhà nghỉ thanh niên
nyaà ngyeẻ taang nee·uhn *youth hostel*

nhà sư nyaà suhr *monk*

nhà thờ nyaà tèr *church*

nhà thờ lớn nyaà tèr lérn *cathedral*

nhà trẻ nyaà chả *crèche*

nhà tù nyaà doò *jail* n

nhà vệ sinh nyaà vẹ sing *toilet*

nhà vệ sinh công cộng
nyaà vẹ sing ğawm ğawm *public toilet*

nhảy nhảy *dance* v • *jump* v

nhạc kịch opera nyaạk ğịk o·pa·raa
opera

nhạc rock nyaạk rok *rock (music)*

nhạc sĩ nyaạk seẽ *musician*

nhạy cảm nyạy ğaảm *sensible*

nhân cách nyuhn ğaák *personality*

nhân lực nyuhn lụhrk *human resources*

nhân quyền nyuhn ğwee·ùhn
human rights

nhân tạo nyuhn dọw *synthetic*

nhân văn học nyuhn vuhn họp
humanities

nhân viên giảng huấn
nyuhn vee·uhn zaảng hwúhn *instructor*

nhân viên văn phòng
nyuhn vee·uhn vuhn fòm *office worker*

nhân viên xoa bóp nyuhn vee·uhn swaa
bóp *masseur • masseuse*

nhẫn nyũhn *ring (jewellery)* n

nhẫn nại nyũhn naị *patient* a

nhận nyụhn *accept • receive*

nhẹ nyạ *light (not heavy)* a

nhiều nyee·oò *a lot • many*

nhiều hơn nyee·oò hern *more*

nhiệt độ nyee·ụht dạw
temperature (weather)

nhiệt lò sôi nyee·ụht lò sóy *heating*

nhìn nyìn *look*

nhìn thấy nyìn táy *see*

nhịp nyịp *rhythm*

nhóm máu nyóm móh *blood group*

nhóm nhạc rốc nyóm nyaạk ráwk
  rock group
nhỏ nyỏ *little • small*
nhỏ hơn nyỏ hern *smaller*
nhỏ nhất nyỏ nyúht *smallest*
nhớ nyér *remember*
nhớ nhung nyér nyum
  miss (feel absence of)
nhờ nyèr *ask (for something)*
nhưng mà nyuhrng maà *but*
nhức đầu nyúhrk dòh *headache*
những ngày lễ nyũhrng ngày lẽ *holidays*
nhựa nyuhr·ụh *plastic* a
nói nóy *say • speak • talk • tell*
nói đùa nóy doo·ùh *joke* n
nói láo nóy lów *lie (speak untruly)* v
nóng nóm *hot*
nông dân nawm zuhn *farmer*
nông nghiệp nawm ngyee·ụhp
  agriculture
nông trại nawm chại *farm*
nổi tiếng nỏy dee·úhng *famous*
nơi đến ner·ee dén *destination*
nơi gặp gỡ ner·ee guhp gẽr *venue*
nơi ngắm cảnh ner·ee nguhm ğaảng
  lookout
nơi sinh ner·ee sing *place of birth*
nợ nẹr *owe*
núi noo·eé *mountain*
núm vú giả núm voó zaả
  dummy • pacifier
nút bịt lỗ tai nút bịt lãw dai *earplugs*
nút bông vệ sinh nút buhng vẹ sing
  tampon
nút chặn nước nút jụhn nuhr·érk
  plug (bath) n
nụ hôn noọ hawn *kiss* n
nước nuhr·érk *water*
nước Anh nuhr·érk aang *England*
nước Ấn Độ nuhr·érk úhn dạw *India*
nước cam nuhr·érk ğaam *orange juice*
nước chanh ga nuhr·érk jaang gaa
  lemonade
nước Do Thái nuhr·érk zo taí *Israel*
nước đá nuhr·érk daá *ice*
nước ép nuhr·érk áp *juice*
nước hoa nuhr·érk hwaa *perfume*

nước hoa cho đàn ông
  nuhr·érk hwaa jo daàn awm *aftershave*
nước Kampuchia
  nuhr·érk ğaam·poo·jee·uh *Cambodia*
nước Lào nuhr·érk lòw *Laos*
nước máy nuhr·érk máy *tap water*
nước mắt nuhr·érk múht *tear* n
nước Miến Điện
  nuhr·érk mee·úhn dee·ụhn *Burma*
nước Mỹ nuhr·érk meẽ *USA*
nước ngoài nuhr·érk ngwaì *foreign*
nước ngoài sắp nuhr·érk ngwaì súhp
  abroad
nước ngọt nuhr·érk ngọk *soft drink*
nước Nhật nuhr·érk nyụht *Japan*
nước nóng nuhr·érk nóm *hot water*
nước Sin-ga-pore nuhr·érk sin·gaa·paw
  Singapore
nước suối thiên nhiên nuhr·érk soo·eé
  tee·uhn nyee·uhn *mineral water*
nước Thái Lan nuhr·érk taí·laan
  Thailand
nước Trung Quốc
  nuhr·érk chum ğwáwk *China*
nước Úc nuhr·érk úp *Australia*
nước Việt Nam nuhr·érk vee·ụht naam
  Vietnam
nước xốt nuhr·érk sáwt *sauce*
nửa nửhr·uh *half* n
nửa đêm nửhr·uh dem *midnight*
nữ nũhr *female* a
nữ hoàng nũhr hwaàng *queen*
nữ tu sĩ nũhr doo seẽ *nun*
nữ tu viện nũhr doo vee·ụhn *convent*

Ô

ôi oy *stale (bread)*
ôm chặt awm jụht *hug* v
ông ấy awm áy *he • him*
ông chủ nhà awm joỏ nyaà *landlord*
ông ngoại awm ngwại
  maternal grandfather
ông nội awm nọy *paternal grandfather*
ống nhòm áwm nyòm *binoculars*
ống thử thai áwm tủhr tai
  pregnancy test kit
ống tiêm áwm dee·uhm *syringe*

ồn ào àwn òw *noisy*
ổ bánh mì ảw baáng meè *roll (bread)*
ổ cắm điện ảw gủhm đee·ụhn *adaptor*
ổ khóa ảw kwaá *lock* n
ổ khóa xe đạp ảw kwaá sa đaạp *bike lock*

ơ

ở ẻr *live (somewhere)* • *stay (at a place)*
ở đằng sau ẻr dùhng soh *back (position)*
ở đâu ẻr đoh *where*
ở giữa ẻr zũhr·uh *between*
ở trên ẻr chen *above* • *over* • *up*
ở trước ẻr chuhr·érk *in front of*

P

pao Anh pow aang *pound (weight)*
pê đê pe đe *gay (homosexual)*
phá hủy faá hweẻ *destroy*
pháp luật faáp lwụht *legislation*
phản động faản đẳwm
   antigovernment (activity)
phản kháng faản kaáng *protest* v
phân fuhn *centimetre*
phấn fứhn *powder*
phấn hoa fúhn hwaa *pollen*
phấn trẻ em fúhn chả am *baby powder*
phần lớn fùhn lérn *majority*
phần trăm fùhn chuhm *per cent*
Phật tử fụht dủhr *Buddhist* n
phép chữa vi lượng đồng căn
   faáp jũhr·uh vee luhr·ẹrng đàwm ğuhn
   homeopathy
phiên dịch fee·uhn zịk *translate*
phiếu thưởng hiện vật
   fee·oó tủhr·erng hee·uhn vụht *coupon*
phim feem *film (cinema)*
phim đen trắng feem đan chúhng
   B&W (film)
phim rọi feem zọy *slide film*
phim tài liệu feem dài lee·oọ
   documentary
phía dưới fee·úh zuhr·eé *below*
phía trái fee·úh chaí *left (direction)*
phía trước fee·úh chuhr·érk *towards*
phí dịch vụ feé zịk vọo *service charge*
pho mát fo maát *cheese*

phong tục fom đụp *custom*
phó phẩm làm từ sữa fó fủhm laàm dùhr
   sũhr·uh *dairy products*
phó thác fó taák *recommend*
phòng fòm *room*
phòng bán vé fòm baán vá *ticket office*
phòng điện thoại fòm đee·ụhn twaị
   phone box
phòng đôi fòm đoy *double room*
phòng đồ đạc bị thất lạc fòm đàw đaạk
   beẹ túht laạk *lost-property office*
phòng đơn fòm đern *single room*
phòng đợi fòm đer·eẹ *waiting room*
phòng đợi máy bay fòm đer·eẹ máy bay
   transit lounge
phòng giặt fòm zụht *laundry (place)*
phòng giữ đồ fòm zũhr đàw
   left-luggage office
phòng giữ mũ áo fòm zũhr moõ ów
   cloakroom
phòng ngủ fòm ngoổ *bedroom*
phòng nhạc disco fòm nyaạk dis·ko *disco*
phòng tắm fòm dứhm *bathroom*
phòng tắm hơi fòm dứhm her·ee *sauna*
phòng tập thể dục fòm dụhp tẻ zụp
   gym (place)
phòng thay quần áo fòm tay ğwùhn ów
   changing room (in shop)
phòng triển lãm fòm cheẻ·uhn laãm
   art gallery
phố Ⓝ fáw *street*
phổ thông fáw tawm *popular*
phúc lợi xã hội fúp ler·eẹ saã họy
   social welfare
phút fút *minute*
phụ đề foọ đè *subtitles*
phụ nữ foọ nũhr *woman*
pin pin *battery*
pích níc pík ník *picnic*

Q

qua hạn hành lý ğwaa haạn haàng leé
   excess baggage
qua mặt ğwaa mụht *overtake*
quan hệ ğwaan hẹ *relationship*
quan tâm ğwaan duhm
   care (for someone)

quan tòa ğwaan twaà *judge* n

quan trọng ğwaan chọm *important*

quá ğwaá *too (expensive etc)*

quá khứ ğwaá kúhr *past* n

quán ba ğwaán baa *bar • pub*

quán ba karaoke ğwaán baa ğaa·raa·o·ğe *karaoke bar*

quán bán thuốc lá ğwaán baán too·úhk laá *tobacconist*

quán cà phê ğwaán ğaà·fe *café*

quán cơm phở ğwaán ğerm fèr *rice-and-noodle shop*

quán kem ğwaán ğam *ice-cream parlour*

quán rượu ğwaán zee·oọ *bottle shop*

quán xe đạp ğwaán sa daạp *bike shop*

quà ğwaà *gift*

quả bóng ğwaá bóm *ball*

quả đất ğwaá dúht *Earth*

quả mìn ğwaá mìn *land mine*

quảng trường ğwaảng chuhr·èrng *square (town)*

quả trứng ğwaá chúhrng *egg*

quạt máy ğwaạt máy *fan (machine)*

quân đội ğwuhn dọy *military* n

quần ğwùhn *trousers*

quần áo ğwùhn ów *clothing*

quần áo bẩn ğwùhn ów búhn *laundry (clothes)* n

quần đùi ğwùhn đoo·eè *boxer shorts*

quần jean ğwùhn jeen *jeans*

quần lót ğwùhn lót *underwear*

quần ngắn ğwùhn ngúhn *shorts*

quầy ğwày *counter (at bar)*

quầy ghi danh ğwày gee zaang *check-in (desk)*

quầy rượu ğwày zee·oọ *bar*

quen ğwan *know (someone)*

queo Ⓢ ğway·oọ *turn* v

quên ğwen *forget*

quốc gia ğwák zaa *country (nation)*

quốc tế ğwák dé *international*

quốc tịch ğwák dịk *nationality*

quyết định ğwee·úht địng *decide*

quyết toán ğwee·úht dwaán *balance (account)*

quyền Anh ğwee·ùhn aang *boxing*

quyền công dân ğwee·ùhn ğawm zuhn *citizenship*

quyền tự do cá nhân ğwee·ùhn dụhr zo ğaá nyuhn *civil rights*

quyền lịch ğweé·uhn lịk *calendar*

quyền sách ğweé·uhn saák *book* n

R

rau củ zoh ğoỏ *vegetable*

rác zaák *garbage • rubbish*

rác hạt nhân zaák haạt nyuhn *nuclear waste*

rảnh zaảng *free (available)*

rạp zaạp *cinema*

rạp hát zaạp haát *theatre*

rạp opera zaạp o·pa·raa *opera house*

răng zuhng *teeth • tooth*

rất zúht *very*

reo zay·oo *ring (phone)* v

rẻ zả *cheap*

rẽ Ⓝ zã *turn* v

rồi zòy *already*

rộng lớn zạwm lérn *wide*

ruộng zoo·ụhng *rice field*

ruột dư zoo·ụht zuhr *appendix (body)*

ruột xe zoo·ụht sa *tube (tyre)*

rượu zee·oọ *alcohol • alcoholic drink*

rượu cơm zee·oọ ğerm *rice wine*

rượu nho zee·oọ nyo *wine*

rượu rắn zee·oọ zúhn *snake wine*

rượu táo zee·oọ dów *cider*

rượu vang có ga zee·oọ vuhng ğó gaa *sparkling wine*

rừng zùhrng *forest • jungle*

rừng cây đước zùhrng gay đuhr·érk *mangrove forest*

S

sai sai *wrong*

sai lầm sai lùhm *mistake*

sa mạc saa maạk *desert*

(bốn) sao (báwn) sow *(four-)star*

sau soh *after • later • rear (seat etc)*

say sóng say sóm *seasick*

sách hướng dẫn saák huhr·érng zũhn *guidebook*

sách kinh saák ğing *prayer book*

sáng saáng *light (of colour)* a

sàn nhà saàn nyaà *floor*

sàn tàu saàn dòw *deck (of ship)*

sản xuất saán swúht *produce* v

sảy do tã lót sảy zo daã lót *nappy rash*

sạch sẽ saạk sã *clean* a

săn suhn *hunting*

sắp súhp *almost (time)*

sắp tới súhp der·eé *soon*

sẵn sàng sũhn saàng *ready*

sân suhn *court (sport)*

sân bay suhn bay *airport*

sân đua ngựa suhn doo·uh nguhr·ụh *racetrack*

sân ga suhn gaa *platform*

sân gôn suhn gawn *golf course*

sân ten-nít suhn de·nít *tennis court*

sân vận động suhn vụhn đạwm *stadium*

sâu soh *deep*

sấy sáy *dry (clothes)* v

séc du lịch sák zoo lịk *travellers cheque*

SIDA see·đaa *AIDS*

siêu âm see·oo uhm *ultrasound*

siêu lực see·oo lụhrk *power*

siêu thị see·oo tẹ *supermarket*

sinh đôi sing doy *twins*

sinh tố sing dáw *vitamins*

sinh vật được bảo vệ sing vụht đuhr·ẹrk bỏw vẹ *protected species*

sinh viên sing vee·uhn *student*

son tô môi son daw moy *lipstick*

sòng bạc của khách sạn sòm baạk ğỏo·uh kaák saạn *casino*

sọ sọ *skull*

sô cô la saw ğaw laa *chocolate*

sôi soy *boiled*

số sáw *number • size (clothes)*

số hộ chiếu sáw họ jee·óó *passport number*

sống sáwm *live (life) • raw*

sống sót sáwm sót *survive*

số phòng sáw fòm *room number*

số xe sáw sa *license plate number*

số điện thoại sáw đee·ụhn twaị *phone book*

số nhật ký sảw nyụt ğeé *diary*

số tay sáw day *notebook*

sơ ser *feel (touch)* v

sớm sérm *early* a

sợ hãi sẹr haĩ *afraid*

sợi chỉ mềm làm sạch kẽ răng ser·eẹ jeé mèm laàm saạk ğẽ zuhng *dental floss*

suốt đêm swúht đem *overnight*

súp súp *soup*

sùng đạo sùm đọw *religious*

sức khỏe súhrk kwả *health*

sức mạnh súhrk maạng *strength*

sửa chữa súhr·uh jũhr·uh *repair*

sữa sũhr·uh *milk*

sữa chua sũhr·uh joo·uh *yogurt*

sự an toàn về tình dục sụhr aan dwaàn vè dìng zụp *safe sex*

sự bảo hiểm sụhr bỏw heẻ·uhm *insurance*

sự bất bình đẳng sụhr búht bìng đủhng *inequality*

sự biểu hiện sụhr beẻ·oo hee·ụhn *demonstration*

sự bình đẳng sụhr bìng đủhng *equality*

sự bong gân sụhr bom guhn *sprain* n

sự cách ly sụhr ğaák lee *quarantine*

sự chậm trễ sụhr juhm chễ *delay* n

sự chèo thuyền sụhr jay·oò twee·ùhn *rowing*

sự chết không đau đớn sụhr jét kawm đoh dérn *euthanasia*

sự chi trả sụhr jee chaả *payment*

sự cho phép sụhr jo fáp *permission*

sự chủng ngừa sụhr júm nguhr·ùh *vaccination*

sự dùng thuốc quá liều sụhr zùm too·úhk ğwaá lee·oò *overdose* n

sự đổ nát sụhr đảw naát *ruins*

sự giao thông sụhr zow tawm *traffic*

sự giáo dục sụhr zów zụp *education*

sự giới thiệu sụhr zer·eé tee·oọ *reference*

sự giữ chỗ trước sụhr zũhr jãw chuhr·érk *reservation (booking)*

sự hãm hiếp sụhr hãm hee·úhp *rape* n

sự hiếu khách sụhr hee·oó kaák *hospitality*

sự hoạt động sụhr hwạt đạwm *operation (action)*

sự hứa hẹn sụhr huhr·úh hạn *engagement*

sự kết hôn sụhr ğét hawn *marriage*

sự kết thực sụhr ğét tụhrk *finish* n

sự khai thác sụhr kai taák *exploitation*
sự khởi hành sụhr kẻr·ee haàng *departure*
sự kính trọng sụhr ğíng chọm *respect* n
sự kỳ thị sụhr ğeè tẹ *discrimination*
sự làm hư hỏng sụhr laàm huhr hỏm *pollution*
sự làm vườn sụhr laàm vuhr·èrn *gardening*
sự may mắn sụhr may múhn *luck*
sự mạo hiểm sụhr mọw heẻ·uhm *risk* n
sự mê tín sụhr me dín *superstition*
sự nấu nướng sụhr nóh nuhr·érng *cooking*
sự ngẫu nhiên sụhr ngõh nyee·uhn *chance*
sự nghèo khó sụhr ngyay·oò kó *poverty*
sự nghiện ma túy sụhr ngyee·ụhn maa dweé *drug addiction*
sự nguy hiểm sụhr ngwee heẻ·uhm *danger*
sự ngứa ngáy sụhr nguhr·úh ngáy *itch* n
sự nhận dạng sụhr nyụhn zạạng *identification*
sự nhập cư sụhr nyụhp ğuhr *immigration*
sự phá rừng sụhr faá zùhrng *deforestation*
sự phá thai sụhr faá tai *abortion*
sự phản đối sụhr faản đóy *protest* n
sự phục vụ sụhr fụp vọọ *service*
sự quấy rầy sụhr ğwáy zày *harassment*
sự rám nắng sụhr zúhm núhng *sunburn*
sự sẩy thai sụhr sảy tai *miscarriage*
sự sợ hãi sụhr sẹr haĩ *fear* n
sự suy ngẫm sụhr swee ngũhm *meditation*
sự thất nghiệp sụhr túht ngyee·ụhp *unemployment*
sự thật sụhr tụht *truth*
sự thiếu thốn sụhr tee·oó táwn *shortage*
sự tôn kính sụhr dawn ğíng *worship* v
sự tới nơi sụhr der·eé ner·ee *arrivals (airport)*
sự trao đổi sụhr chao đỏy *exchange* n
sự tuyên án sụhr dwee·uhn aán *sentence (prison)*
sự xa hoa sụhr saa hwaa *luxury*

sự xem lại sụhr sam lại *review* n
sự xúc phạm sụhr súp fạạm *offence*
sự xưng tội sụhr suhrng dọy *confession*

T

tai dai *ears*
tai nạn dai nạạn *accident*
tang lễ daang lẽ *funeral*
tay lái day laí *handlebars*
tác giả daák zaả *writer*
tái daí *rare (food)*
tái chế daí jé *recycle*
tái lập rừng daí lụhp zùhrng *reforestation*
tán tỉnh daán dỉng *chat up*
tài giỏi daì zỏy *brilliant*
tài khoản daì kwaản *account*
tài khoản nhà băng daì kwaản nyaà buhng *bank account*
tài tử daì dủhr *actor*
tàu thủy dòh tweẻ *ship*
tảng daảng *lump*
tã lót daã lót *nappy*
tạ dạạ *weights*
tại daị *at*
tại sao taị sow *why*
tạp chí daạp jeé *magazine*
tắm rửa dúhm zủhr·uh *wash (oneself)*
tắm vòi sen dúhm vòy san *shower (bath)* n
Tân Tây Lan duhn day laan *New Zealand*
tấm hình dúhm hìng *photo*
tấm ra dúhm zaa *sheet (bed)*
tất cả dúht ğaả *all*
tầng dùhng *floor (storey)*
tầng lớp xã hội dùhng lérp saã họy *class system*
tầng ôzôn bao quanh trái đất dùhng aw·zawn bow ğwaang chaí đúht *ozone layer*
tem dam *stamp* n
ten-nít de·nít *tennis*
té dá fáll v
tên den *name*
tên họ den họ *family name • surname*
tên thánh den taáng *first name*
Tết Nguyên Đán dét ngwee·uhn đaán *Lunar New Year*

thang máy taang máy *lift (elevator)*
thanh niên taang nee·uhn *youth* n
tha thứ taa túhr *forgive*
thay đổi tau dỏy *change* v
thác nước taák nuhr·érk *waterfall*
thái bình taí bìng *peace*
thái nghén taí ngán *morning sickness*
tháng taáng *month*
tháng ba taáng baa *March*
tháng bảy taáng bảy *July*
tháng chín taáng jín *September*
tháng giêng taáng zee·uhng *January*
tháng hai taáng hai *February*
tháng mười taáng muhr·eè *October*
tháng mười hai taáng muhr·eè hai
  December
tháng mười một taáng muhr·eè mawt
  November
tháng năm taáng nuhm *May*
tháng sáu taáng sóh *June*
tháng tám taáng daám *August*
tháng tư taáng duhr *April*
thánh đường hồi giáo
  taáng duhr·èrng hòy zów *mosque*
tháp taáp *tower*
thành taàng *outer wall*
thành phố taàng fáw *city*
thành thật taàng tụht *serious*
thải ra chất độc taỉ zaa júht đạwp
  toxic waste
thảm taảm *rug*
thăm tuhm *visit* v
thắng túhng *win* v
thẳng túhng *straight*
thân thể tuhn tẻ *body*
thấp túhp *low • short*
thấu kính thuỷ tinh thể
  tóh gíng tweẻ ding tẻ *lens*
thần tùhn *god*
thầy bói tày bóy *fortune teller*
thầy tu tày doo *priest*
thẩm mỹ viện túhm meẻ vee·ụhn
  beauty salon
theo luật tay·oo lwụht *legal*
thẻ điện thoại tẻ đee·ụhn twại
  phonecard
thẻ tín dụng tẻ dín zụm *credit card*
thêm tem *another (more)*

thêm visa mới tem vee·saa mer·eé
  visa extension
thế giới té zer·eé *world*
thế nào té nòw *how*
Thế Vận Hội té vụhn họy
  Olympic Games
thể dục thẩm mỹ té zụp túhm meẻ
  aerobics
thể thao té tow *sport*
thể thao điền kinh té tow đee·uhn ging
  athletics
thi tee *test* n
Thiên Chúa Giáo La Mã
  tee·uhn joo·úh zów laa maã *Catholic* n
thiêng liêng tee·uhng lee·uhng *saint*
thiên nhiên tee·uhn nyee·uhn *nature*
thiết bị đo độ sáng
  tee·úht bẹ đo đạw saáng *light meter*
thiết kế tee·úht ğé *design* n
thích tík *like* v
thích hơn tík hern *prefer*
thích thú tík toó *enjoy (oneself)*
thí dụ teé zoọ *example*
thịt tịt *meat*
thịt bít tết tịt bít dét *steak (beef)*
thị trường teẹ chuhr·èrng
  market (economy)
thị trưởng teẹ chúhr·erng *mayor*
thoải mái twaỉ maí *comfortable • relax*
thói nghiện tóy ngyee·ụhn *addiction*
thông ngon viên tawm ngon vee·uhn
  interpreter
thông tấn xã tawm dúhn saã *newsagency*
thông tin tawm din *information*
thông thường tawm tuhr·èrng *ordinary*
thơ ter *mail (postal system) • poetry*
thời dụng biểu ter·eè zụm beẻ·oo
  timetable
thời gian ter·eè zaan *time*
thời tiết ter·eè dee·úht *weather*
thời trang ter·eè chaang *fashion*
thợ hớt tóc tẹr hért dóp
  barber • hairdresser
thợ may quần áo tẹr may ğwùhn ów
  tailor
thợ máy tẹr máy *mechanic*
thợ mộc tẹr mộp *carpenter*
thợ nấu ăn tẹr nóh uhn *chef*
thợ xây nhà tẹr say nyaà *builder*

thuật bấm huyết twụht búhm hwee·úht *shiatsu*

thuật đánh kiếm twụht đáang ğee·úhm *fencing (sport)*

thuật rối nước twụht zóy nuhr·érk *water puppet theatre*

thuê twe *hire* v · *rent* v

thuế twé *tax* n

thuế hải quan twé haỉ ğwaan *airport tax*

thu hành lý too haàng leé *baggage claim*

thu ngân viên too nguhn vee·uhn *cashier*

thuế thu nhập twé too nyụp *income tax*

thuế trị giá gia tăng twé chẹe zaá zaa duhng *sales tax*

thung lũng tum lũm *valley*

thuốc too·úhk *drug (medicine)*

thuốc bắc too·úhk búhk *herbal medicine*

thuốc bôi môi too·úhk boy moy *lip balm*

thuốc chống nắng too·úhk jóm núhng *tanning lotion*

thuốc giảm đau too·úhk zaảm đoh *painkiller*

thuốc ho too·úhk ho *cough medicine* n

thuốc lá too·úhk laá *cigarette* · *tobacco*

thuốc lậu ecstasy too·úhk lọh ek·staa·see *ecstasy (drug)*

thuốc ngủ too·úhk ngoỏ *sleeping pills*

thuốc ngừa thai too·úhk nguhr·ừh tai *contraceptives* · *the pill*

thuốc nhỏ mắt too·úhk nyảw múht *eye drops*

thuốc nhuận trường too·úhk nyoo·ụhn chuhr·èrng *laxative*

thuốc nhức đầu too·úhk nyúhrk đòh *aspirin*

thuốc nổ napam too·úhk nảw naa·paam *napalm*

thuốc sát cỏ too·úhk saát ğỏ *herbicide*

thuốc tê mê too·úhk de me *dope (drugs)*

thuốc tổng hợp too·úhk dảwm hẹrp *rehydration salts*

thuốc xả tóc too·úhk saả dóp *hair conditioner*

thuyết yoga twee·úht yo·gaa *yoga*

thuyền twee·ùhn *boat*

thuyền máy twee·ùhn máy *motorboat*

thú nhận too nyụhn *admit*

thú vật hoang dã toó vụht hwaang zaã *wild animal*

thú vị toó vee *interesting*

thùng tùm *bucket*

thùng rác tùm zaák *garbage can*

thủ thành toỏ taàng *goalkeeper*

thủ trưởng chính phủ toỏ chủhr·erng jíng foỏ *prime minister*

thủy triều tweẻ chee·oò *tide*

thư tuhr *letter (mail)*

thư bảo đảm tuhr bỏw đaảm *registered mail*

thư đường biển tuhr đuhr·èrng beé·uhn *surface mail (sea)*

thư đường bộ tuhr đuhr·èrng bạw *surface mail (land)*

thư ký tuhr ğeé *secretary*

thương tích tuhr·erng dík *injury*

thường tuhr·èrng *often*

thư tốc hành tuhr dáwp haàng *express mail*

thư từ tuhr dùhr *mail (letters)*

thư viện tuhr vee·ụhn *library*

thứ ba túhr baa *third* · *Tuesday*

thứ bảy túhr bảy *Saturday*

thức ăn túhrk uhn *food*

thức uống túhrk oo·úhng *drink* n

thứ hai túhr hai *Monday*

thứ năm túhr nuhm *Thursday*

thứ nhì túhr nyeè *second* a

thứ sáu túhr sóh *Friday*

thứ tư túhr duhr *Wednesday*

thử túhr *try (test)* v

thử bom hạt nhân túhr bom hạt nyuhn *nuclear testing*

thử nghiệm ung thư tử cung túhr ngyee·ụhm um tuhr dủhr ğum *pap smear*

thực đơn tụhrk đern *menu*

thực phẩm tụhrk fủhm *food supplies* · *provisions*

thực tế tụhrk dé *realistic*

thực vật tụhrk vụht *plant* n

tiêu biểu dee·oo beé·oo *typical*

tiếng Anh dee·úhng aang *English (language)* n

tiếng ồn ào dee·úhng àwn ờw *noise*

tiếng reo dee·úhng zay·oo *ring (phone)* n

tiếng Việt dee·úhng vee·ụht *Vietnamese (language)* n

tiếp dee·úhp *next*

tiền dee·ùhn *cash • money*
tiền cắc dee·ùhn ğúhk *coins*
tiền đặt cọc dee·ùhn đụht ğọp *deposit* n
tiền đô la dee·ùhn đaw laa *dollar*
tiền euro dee·ùhn oo·ro *euro*
tiền hoa hồng dee·ùhn hwaa hòm *commission*
tiền hối lộ dee·ùhn hóy lạw *bribe* n
tiền lẻ dee·ùhn lá *change (coins)* n
tiền lương dee·ùhn luhr·erng *salary • wage*
tiền phạt dee·ùhn fạat *fine (penalty)* n
tiền sảnh dee·ùhn saảng *foyer*
tiền séc dee·ùhn sák *check (banking)* n
tiền thưởng thêm dee·ùhn túhr·erng tem *tip (gratuity)* n
tiệc dee·ụhk *party (night out)* n
tiệm bán đĩa nhạc dee·ụhm baán đeẽ·uh nyạak *music shop*
tiệm bán đồ chơi dee·ụhm baán đàw jer·ee *toy shop*
tiệm bán đồ thể thao dee·ụhm baán đàw tẻ tow *sports store*
tiệm bánh mì dee·ụhm baáng meè *bakery*
tiệm bánh ngọt dee·ụhm baáng ngọk *cake shop*
tiệm bán hoa dee·ụhm baán hwaa *florist (shop)*
tiệm bán máy chụp hình dee·ụhm baán máy júp hìng *camera shop*
tiệm đồ cũ bán lại tee·ụhm đàw ğoõ baán lại *secondhand shop*
tiệm đồ điện dee·ụhm đàw đee·ụhn *electrical store*
tiệm giày dee·ụhm zàry *shoe shop*
tiệm giặt bằng máy dee·ụhm zụht bùhng máy *launderette*
tiệm quần áo dee·ụhm ğwùhn ów *clothing store*
tiệm sách dee·ụhm saák *book shop*
tiệm tạp hóa dee·ụhm dụhp hwaá *convenience store • grocery (shop)*
tiệm thuốc tẩy dee·ụhm too·úhk dảy *pharmacy*
tiệm tờ báo dee·ụhm dèr bów *newsstand*
tin cậy din gạy *trust* v
tin học din họp *IT (information technology)*

tin tức din dúhrk *news*
tí deé *tiny*
tìm kiếm dìm ğee·úhm *look for*
tìm ra đìm zaa *find*
tình trạng bị táo bón đìng chạang bẹ dów bón *constipation*
tình trạng hôn nhân đìng chạang hawn nyuhn *marital status*
tình yêu đìng ee·oo *love* n
tĩnh mạch đĩng mạak *vein*
to do *huge*
toa có giường ngủ dwaa ğó zuhr·èrng ngoỏ *sleeping car*
toa xe lửa phục vụ bữa ăn dwaa sa lúhr·uh fụp voọ bũhr·uh uhn *dining car*
tóc dóp *hair*
tòa án dwaà aán *court (legal)*
tòa lãnh sự dwaà laãng sụhr *consulate*
tòa nhà dwaà nyaà *building*
tôi doy *I • me*
tôn giáo dawn zów *religion*
tốc độ dáwp đạw *speed*
tốc độ giới hạn dáwp đạw zer·eé hạan *speed limit*
tốc độ phim dáwp đạw feem *film speed*
tốc hành dáwp haàng *express* a
tối dóy *dark* a
tối nay dóy nay *tonight*
tối tân dóy duhn *modern*
tốt dáwt *good*
tốt hơn dáwt hern *better*
tốt nhất dáwt nyúht *best*
tổ chức dảw júhrk *organise*
tới der·eé *arrive*
tới der·eé *next*
tờ báo dèr bów *newspaper*
tờ bạc giấy dèr bạak záy *banknote*
tờ dèr *sheet (of paper)*
trang điểm chaang deẻ·uhm *make-up*
trang sách chaang saák *page*
trái cây chaí ğay *fruit*
trái chanh chaí jaang *lime (fruit)*
trái khô chaí kaw *dried fruit*
trái ớt chaí ért *chilli*
trái ớt ngọt chaí ért ngọk *pepper (bell)*
trái thận chaí tụhn *kidney*
trái tim chaí dim *heart*
trà chaà *tea*

trả chaá *pay* v

trả lại chaá laị *return (come back)* v

trả lại tiền chaá laị dee·ùhn *refund* v

trạm kiểm soát chụhm ğeé·uhm swaát *checkpoint*

trạm xăng chaạm suhng *petrol station*

trạm xe buýt chụhm sa bweét *bus stop*

trẻ chả *young*

trẻ em chả am *children*

trên chen *on*

trên tàu chen dòh *aboard (boat)*

trễ chẽ *late* a

triều vua chee·oò voo·uh *dynasty*

triệu chee·oọ *million*

trí óc cheé óp *mind* n

trong chom *in*

trong nhà chom nyaà *indoor*

trong vòng chom vòm *within (time)*

trò chơi chò jer·ee *game*

trò chơi điện toán chò jer·ee đee·ụhn dwaán *computer game*

trọng lượng chọm luhr·erng *weight*

trọng tài chọm daì *referee*

trông nom chawm nom *look after*

trống cháwm *vacant*

trống rỗng cháwm zãwm *empty* a

trồng chàwm *plant* v

trộn chạwn *mix* v

trời nắng cher·eè núhng *sunny*

trợ cấp thất nghiệp chẹr ğúhp túht ngee·ụhp *dole (unemployment benefit)*

trung tâm chum duhm *centre*

trung tâm buôn bán chum duhm boo·uhn baán *shopping centre*

trung tâm thành phố chum duhm taàng fáw *city centre*

trưng bày chuhrng bày *show* v

trước chuhr·érk *last (previous)*

trước đây chuhr·érk đay *before*

trường cao đẳng chuhr·èrng ğow đủhng *college*

trường đại học chuhr·èrng đaị họp *university*

trường học chuhr·èrng họp *school*

trường trung học chuhr·èrng chum họp *high school*

trượt đá chuhr·ẹrt đaá *ice skate*

trượt sóng biển chuhr·ẹrt sóm beé·uhn surf v

trượt tuyết chuhr·ẹrt dwee·úht *ski*

trước chuhr·érk *in advance*

trực tiếp chựrk dee·úhp *direct* a

tuần dwùhn *week*

tuần trăng mật dwùhn chuhng mụht *honeymoon*

tuổi doỏ·ee *age*

tu viện doo vee·ụhn *monastery*

tuyết dwee·úht *snow* n

tuyệt diệu dwee·ụht zee·oọ *wonderful*

túi doo·eé *pocket*

túi ngủ doo·eé ngoỏ *sleeping bag*

túi sách doo·eé saák *bag*

túi xách doo·eé saák *handbag*

túp lều trên núi dúp lay·oò chen noo·eé *mountain hut*

tù binh doò bing *prisoner*

tủ khóa đừng hành lý doỏ kwaá đùhrng haàng leé *luggage lockers*

tủ lạnh doỏ laạng *fridge • refrigerator*

tủ nhà bếp doỏ nyaà bép *cupboard*

tủ quần áo doỏ ğwùhn ów *wardrobe*

tươi duhr·ee *fresh*

tương lai duhr·erng lai *future* n

tường duhr·èrng *inside wall*

tư riêng duhr zee·uhng *private*

tức giận dúhrk zụhn *angry*

từ dùhr *from • word*

từ bên này sang bên kia dùhr ben này saang ben ğee·uh *across*

từ chối dùhr jóy *deny • refuse*

từ dùhr *since (time)*

tử tế dùhr dé *kind* a • *nice*

tử vi dúhr vee *horoscope*

tự do dụhr zo *free (not bound)*

tự điển dụhr đee·úhn *dictionary*

tự làm chủ dụhr laàm joỏ *self-employed*

tự phục vụ dụhr fụp voọ *self-service*

ty cảnh sát dee ğaảng saát *police station*

tỷ lệ hối đoái deé lẹ hóy đwaí *exchange rate*

U

uống oo·úng *drink* v

V

vai vai *shoulder*
vách đá vaák đaá *cliff*
vách tường thành vaák duhr·èrng taàng *city walls*
ván lướt sóng vaán luhr·ért sóm *surfboard*
và vaà *and*
vàng vaàng *gold* n
vải vaỉ *fabric*
vải lanh vaỉ laang *linen (material)*
văn phòng vuhn fòm *office*
văn phòng đại lý du lịch vuhn fòm đại leé zoo lịk *travel agency*
văn phòng điện thoại vuhn fòm đee·ụhn twại *telephone centre*
văn phòng hướng dẫn khách du lịch vuhn fòm huhr·érng zũhn kaák zoo lịk *tourist office*
vâng vuhng *yes*
vật chỉ thị vụht jeẻ teẹ *indicator*
vé vá *ticket*
vé chờ chỗ trống vá jèr jãw cháwm *stand-by ticket*
vé khứ hồi vá kúhr hòy *return ticket*
vé một chiều vá mạwt jee·oò *one-way ticket*
vé thượng hạn vá tuhr·ẹrng hạn *business class ticket*
vết bầm vét bùhm *bruise*
vết bỏng vét bỏm *burn* n
vết bỏng giập vét bỏm zụhp *blister*
vết sưng vét suhrng *swelling*
vết viêm vét vee·uhm *inflammation*
về hưu vè huhr·oo *retired*
về phía trước vè fee·úh chuhr·érk *ahead*
viêm vee·uhm *infection*
viêm bọng đái vee·uhm bọm đaí *cystitis*
viêm kết mạc vee·uhm ğét mạạk *conjunctivitis*
viên thuốc vee·uhn too·úhk *pill*
viết vee·úht *write*
việc làm vee·ụhk laàm *job*
việc nhà vee·ụhk nyaà *housework*
việc tiêm thuốc vee·ụhk dee·uhm too·úhk *injection*
viện bảo tàng vee·ụhn bỏw daàng *museum*

vi khuẩn vee kwủhn *virus*
vịnh vịng *bay*
vị trí veẹ cheé *location*
vòi nước vòy nuhr·érk *faucet • tap*
vòng tránh thai vòm chaáng tai *IUD*
võ thuật võ twụht *martial arts*
vô địch vaw zịk *championships*
vô gia cư vaw zaa ğuhr *homeless*
vô tội vaw dọy *innocent*
vô tuyến truyền hình vaw dwee·úhn chwee·ùhn hìng *television*
vội vàng vọy vaàng *in a hurry*
với ver·eé *with*
vớ mặc váy vér mụhk váy *stockings*
vớ quần vér ğwùhn *pantyhose*
vở kịch vér ğịk *play (theatre)* n
vợ vẹr *wife*
vợ đính hôn vẹr đíng hawn *fiancée*
vợt đánh banh vẹrt đaáng baang *racquet*
vua voo·uh *king*
vui đùa voo·ee đoo·ùh *fun* a
vui vẻ voo·ee vẻ *happy*
vú voó *breast (body)*
vùng quê vùm ğwe *countryside*
vũ trụ voõ chọo *universe*
vụ giết người vọo zét nguhr·eè *murder* n
vụ lợi dụng voọ ler·ẹẹ zụm *rip-off*
vụ nổ bom voọ nảw bom *bombing*
vườn vuhr·èrn *garden*
vườn bách thảo vuhr·èrn baák tỏw *botanic garden*
vườn bách thú vuhr·èrn baák toó *zoo*
vườn trẻ vuhr·èrn chẻ *kindergarten*

X

xa saa *far*
xa lộ saa lạw *highway*
xa lộ siêu tốc saa lạw see·oo đáwp *motorway (tollway)*
xanh da trời saang zaa cher·eè *blue*
xa xăm saa suhm *remote*
xà phòng saà fòm *soap*
xăng suhng *gas (petrol)*
xâu soh *rope*
xây dựng say zụhrng *build*
xấu sóh *bad*
xe sa *aboard (train)*
xe buýt sa bweét *bus*

xe cấp cứu sa ğúhp ğuhr·oó *ambulance*

xe chở hàng sa jér haàng *truck*

xe díp sa zeép *jeep*

xe đạp sa đaạp *bicycle*

xe đạp leo núi sa đaạp lay·oo noo·eé *mountain bike*

xe đẩy em bé sa đẩy am bá *stroller*

xe đẩy tay sa đẩy day *trolley*

xe hàng sa haàng *van*

xe hơi sa her·ee *car*

xe lăn sa luhn *wheelchair*

xe lửa sa lúhr·uh *train*

xem sam *watch* v

xe máy sa máy *scooter*

xe mini sa mee·nee *minibus*

xe môtô sa maw·taw *motorcycle*

xe ôm sa awm *motorcycle-taxi*

xe taxi sa dúhk·see *taxi*

xe thùng sa tùm *caravan*

xe xích lô sa sík law *bicycle-rickshaw • cyclo (pedicab)*

xét nghiệm mẫu máu sát ngyee·ụhm mõh móh *blood test*

xinh sing *pretty*

xích sík *chain*

xích xe đạp sík sa đaạp *bike chain*

xí ngàu súc sắc seé ngòh súp súhk *dice* n

xì ke seè ğa *drug user*

xoa bóp swaa bóp *massage* n

xoi lở đất soy lér đúht *erosion (soil)*

xốt cà chua sáwt ğaà joo·uh *ketchup • tomato sauce*

xu soo *cent*

xuất sắc swúht súhk *excellent*

xung quanh sum ğwaang *round* a

xuống soo·úhng *down • get off (a train, etc)*

xuống dốc soo·úhng záwp *downhill*

xương suhr·erng *bone*

xương muối suhr·erng moo·eé *frost*

xươn sườn suhr·ern suhr·èrn *rib*

xưởng vẽ súhr·erng vã *studio (art)*

Y

yên lặng ee·uhn lụhng *quiet*

yêu ee·oo *love* v

yếu ee·oó *weak*

y học ee họp *medicine (profession)*

y sĩ chữa bệnh đau cột sống ee seẽ jũhr·uh bẹng đoh ğawt sáwm *chiropractor*

y tá ee daá *nurse* n

ý kiến eé·ğee·úhn *opinion*

ý tưởng Công Phu Tử eé dúhr·erng ğawm foo dúhr *Confucianism*

INDEX